தெக்கத்தி ஆத்மாக்கள்

பா. செயப்பிரகாசம்

வம்சி

தெக்கத்தி ஆத்மாக்கள்	:	கதைக் கட்டுரைகள்
ஆசிரியர்	:	பா. செயப்பிரகசாம்
	:	© ஆசிரியருக்கு
உள் ஓவியங்கள்	:	ஓவியர் மருது
அட்டை ஓவியம்	:	ராஜ்குமார் ஸ்தபதி
முதற்பதிப்பு	:	டிசம்பர் 2014
வெளியீடு	:	வம்சி புக்ஸ்
		19, டி.எம்.சாரோன்,
		திருவண்ணாமலை - 606 601
		செல்: 9445870995, 04175 - 251468
அச்சாக்கம்	:	மணி ஆப்செட், சென்னை - 600 077
விலை	:	₹300/-
ISBN	:	978-93-84598-09-9

Thekkathi Athmakkal	:	Story Articles
Author	:	B. Jeyapirakasam
	:	© Author
Illustrations	:	Artist Marudhu
Cover Design	:	Rajkumar Sthabadhi
First Edition	:	December 2014
Published by	:	Vamsi books
		19.D.M.Saron,
		Tiruvannamalai - 606 601.
		9445870995, 04175 - 251468
Printed by	:	Mani Offset, Chennai - 600 077
	:	₹300/-
ISBN	:	978-93-84598-09-9

www.vamsibooks.com - e-mail: vamsibooks@yahoo.com

நாங்கள் 'அண்ணாச்சி' என்று செல்லமாக அழைக்கும்
எஸ்.எஸ்.போத்தையா அவர்களுக்கு

கிணற்றுக்குள் கிடைத்த முத்துக்கள்

முன்னம் ஒரு குறுநாவலில், ஒயிலாட்டக் கலைஞர்கள் பற்றி எழுதிய தலைப்பு 'தெற்கின் ஆத்மாக்கள்'. தலைப்பை 'தெக்கத்தி ஆத்மாக்கள்' என்று மாற்றித் தந்தவர் படைப்பாளி வித்யா சங்கர் என்ற துரை.

'தெக்கத்தி ஆத்மாக்களை' படைக்க எழுதுகோலுக்குச் சேனைப்பால் தொட்டுத் தந்தவர் - நாங்கள் செல்லமாக 'அண்ணாச்சி' என்று அழைக்கிற 'நாட்டார் வழக்காற்றியல்' கொடையாளி, தங்கம்மாள்புரம் எஸ்.எஸ். போத்தையா அவர்கள். ஒருவர் பின் ஒருவராய் அணி வகுத்த ஆத்மாக்களுக்கு அவர் உந்துசக்தி.

என்னதான் அனுபவங்களின் வெள்ளப் பெருக்கு தென்பட்டாலும், அது ஓடித் தீய்ந்த காட்டாற்று மணல்தான்; கால ஓட்டத்தில் கண் மறைப்பாகி, காய்ந்து போன மணலின் ஈர ஓட்டத்தை உணர்வதற்காக மீண்டும் எனது மண்ணின் கிராமங்களுக்குப் போனேன். அனுபவ ஈரம் கசிந்த தடங்கள், சம்பவ வேர்கள் ஓடித் துளைத்த இடங்கள், அனைத்துக்கும் சாட்சிகளாய் மனிதர்கள் - தோண்டத் தோண்ட வந்தார்கள்.

ஞாபகக் கிணற்றில் பாதாளக் கரண்டியை வீசி, முடிந்த மட்டுக்கும் துளாவினேன். கிணற்றுக்குள் முத்துக்கள் கிடைத்தன.

அந்த ஆத்மாக்களின் வாழ்க்கை, இன்றைய நிலவரப்படி சொல்லிக் கொள்கிற மாதிரி நல்லா இல்லை. அவர்களில் சிலரை ஓவியர்

மருதுவும் என்னுடன் இரண்டு நாள் தங்கி நேரில் கண்டார். அவர்களில் சிலர் வாழ்ந்த இடங்களை, இப்போது அடையாளம் தெரியாமல் இத்துப் போயிருக்கிற அந்த மனிதர்களை அவர் ஓவியங்களால் பதிவாக்கினார். வாழ்ந்த மனிதர்கள் வரலாற்றுப் படலத்திலிருந்து மறைந்து போனாலும், மறையாமல் அவர்களைக் காத்து வைக்கும் வாழும் ஓவியங்கள் அவை. அவர்கள் தான், நமது பண்பாடுகளின் விழுமியங்களை இன்னும் அழியாமல் காப்பவர்கள்! போகிற வழிக்குத் துணை வருபவர்கள்! கலையாகட்டும், இலக்கியமாகட்டும் எதுவாயினும் மைந்தர்களைத் தேடி அந்த மண்ணுக்குத்தான் போக வேண்டும்.

சுற்று வட்டாரத்தில் இருபது ஊர்களுக்கு மேல் நடந்திருப்பேன். ஒரு ஊரின் ஆத்மாக்கள் கதையே சொல்லித் தீராது போல் தெரிந்தது.

நானும் என் போன்ற சக படைப்பாளிகளும் ஏகமாய் எழுதித் தீர்த்தாலும், தீராத பொக்கிசம் அந்த மண்ணுக்குள் கிடக்கிறது. சொல்லச் சொல்லத் தொலையாத சரித்திரங்கள் ஏராளம்.

இவர்கள் என் புத்தியில் விளைந்தவர்கள் அல்லர். அசலாக தெற்குச் சீமை மண்ணில் விளைந்தவர்கள். யதார்த்தத்தில் வாழ்கிற இந்த ஆத்மாக்களைக் கண்டடைந்தது மட்டுமே என் காரியம்.

வாழ்வின் இடிபாடுகளில், அனுபவ ரணங்களின் இண்டு, இடுக்குகளில் இவர்கள் கிடந்தார்கள். ஒவ்வொருவரும் தங்களுடைய குண அழகுகளால், ஆளுமைகளால் தனித்தனிச் சித்திரங்களாய் கிறங்க அடித்தார்கள்.

இன்னும் சொல்லப்படாது விடப்பட்ட ஆத்மாக்கள், எனது எழுதுகோலைச் சுற்றி நின்று முறித்தெறியும் அளவுக்குக் கோபத்தோடு நிற்கிறார்கள். என்ன சாக்குப்போக்கு சொன்னாலும் எழுதப்படாது, தொடப்படாது போன பரிதாபத்தோடு நிற்கிறேன்.

இந்த குணசித்திரங்களில் அச்சு அசலாக வருபவர்கள் கிராமியக் கலைஞர்கள். சங்கூதும் பண்டாரம், சலவை செய்பவர், மண் பாண்டம் வனைவோர், முடி திருத்துவோர் போன்ற இவர்கள் தொழிலாளிகள். தொழிலைக் கலையாகச் செய்கிறவர்கள்.

விதவிதமான ஓவியங்கள் வரைவது தூரிகையென்றால், வித்விதமான சிகையலங்காரத்தை எழுப்புகிற கத்திரிக்கோலுக்குப் பெயரென்ன?

காலங்கள் தோறும் மாறுபட்டு ராகங்களை மீட்டிவருவது வீணையெனில், இவன் விரலிடுக்கில் பாடுகிற 'கொட்டுக்குப்' பெயர் என்ன? இசைக் கருவியா, இழிவுக் கருவியா?

ஒரு கவிஞனின் ஆறாவது விரலிலிருந்து வழிவது கவிதையென்றால் ஒரு தச்சாசாரியின் ஐந்து விரல்களிலிருந்தும் வழிகிற நளினத்துக்குப் பெயர் என்ன?

கேள்விகளை முன் வைத்திருக்கிறேன். கிராமியக் கைவினைஞர்கள், தொழிலாளியாக இருக்கிற போதே, கலைஞர்களாகவும் இருந்தார்கள்.

இக்கைவினைஞர்களின் வாழ்வியலின் சித்தரங்கள்தாம் முதல் பாகம். 'நிலவளம்' மாத இதழில் ஒவ்வொருவராக இந்தத் தெக்கத்தி ஆத்மாக்கள் வந்தனர். 'நிலவளம்' இதழாசிரியர் சந்திரசேகரன் ஒரு அலுவலர் மட்டுமல்ல; அவருடைய அலுவலர் இருக்கை, இலக்கிய இருக்கையாக ஆகியிருந்தது. தமிழரின் பாரம்பரியக் கலையான கோடுகளை, கோட்டோவிய உச்சத்துக்கு எடுத்துச் சென்றுள்ள மருது, அதையே தனது பாணியாக ஆக்கிக் கொண்ட எனது இனிய நண்பர். ஓவியர் மருதுவும், இளவல் சந்திரசேகரனும் நம் நினைவில் நிற்பார்கள். 'ஜூனியர் விகடன்' வார இதழில் வெளியான ''தெக்கத்தி ஆத்மாக்கள்'' இரண்டாம் பாகம். இது போதுமான நிறைவை எனக்கு அளிக்கவில்லை. ஜூ.வி.யில் அதைத் தொடங்கிய போது, எழுத்திலிருந்து 'சற்றே' விலகியிருந்த காலம். அலுவலகப் பணியில் ஆழமாக மூழ்கிக் கொண்டிருந்தேன். இயல்பான என் 'தன்னடையில்'

அது இல்லை. வாக்கியப் பிரயோகம் 'தக், தக்' என்ற நின்று போகிறது என்றார் அண்ணாச்சி எஸ்.எஸ். போத்தையா. ''நடையைக் கவனியுங்கள், நடையைக் கவனியுங்கள்'' என்று தவிதாயப் பட்டுப் போனார் அவர். ஆகவே அந்த 'கொறுவாய்ப் பானையை' இரண்டாம் பாகமாகவும், எனக்குரிய, எனக்குப் பிரியமான நடையில் வெளிப்பட்டதான 'கதைக் கட்டுரை'களை முதல் பாகமாகவும் மாற்றி வைத்துள்ளேன்.

தண்ணீர்ப்பூச்சி போல் நான் போட்ட அடையாளம் தெரியாத கோடுகளை எழுத்துக்களாய்ப் படித்து, தட்டச்சு செய்து கொடுத்த நண்பர் வசந்தனுக்கு நன்றி சொல்லிக் கொள்வேன்.

'எண்ணிச் சுட்ட பணியாரம்

பேணித் தின்னு மகளே' என்பது நாட்டார் மொழி.

வார இதழில் வருகிறதே என்று வாரி, வாரிக் கொட்டாமல் இவ்வளவுதான் என்று, சிக்கனமாக எண்ணி எண்ணித்தான் சுட்டு வைத்தேன். பேணுவது என்ற அச்சுக் கோர்ப்பது ஒரு ஆத்மார்த்தமான கலை. மனநிறைவுடன் செய்து வெளிக்கொணர்ந்த வம்சி பதிப்பகத்தாருக்கு இனிய நன்றி.

பா.செயப்பிரகாசம்

உள்ளே...

முதல் பாகம்

1. சூளை நெருப்பு வயிற்றில் 11

2. குளிர்பொழுதுகள் ஒணந்து போயின 18

3. அவன் வாழ்க்கையில் மயிலாட்டம் இல்லை 25

4. மூக்கம்மா 30

5. காணிகாத்த கலைஞர்கள் 57

6. நமக்குப் பக்கத்தில் ஒரு கலைஞன் 64

7. தொலைந்து போன வாழ்க்கை 69

8. அவள் நாக்கால் கோடை குளிர்வானது 77

9. தச்சாசாரியின் காலம் 95

10. மலைவழி இறங்கி சமவெளி வந்தவர்கள் 101

11. சின்னதாய் ஒரு நெருப்பு 108

12. லிங்கமரத்தின் கனத்த இருள் 112

13. காட்டு மேகம் 118

14. சாதி கழற்றிய சதங்கை 141

இரண்டாம் பாகம்

1. கிராமத்துப் பாதை 159
2. சாமக் கோடாங்கி 162
3. வெள்ளாவிச் சோறு 168
4. அதிகாரக் கணக்கு 173
5. சிவசங்கு 179
6. மல்லையா 196
7. பந்தயக்காளை 204
8. கள்ளக்கறி 211
9. துப்புக்கூலி 217
10. ஒரு மனிதர் 224
11. இன்னொரு மனிதர் 232
12. சாயக்காரர் வீடு 239
13. கடைசி அத்தியாயம் 244
14. சமுத்திரம் 254
15. ராஜபார்ட் சேது 263
16. சக்கைப் பாட்டம் 274
17. ரெட்டியக் கூத்தாடி 278
18. காலை, நடுவெயில், ஒரு அந்தி! 283
19. மொட்டாந்தரை 292

முதல் பாகம்

சூளை நெருப்பு வயிற்றில்

''குசக்குடி ராமையா மகன் ஓடிப் போயிட்டானாம்?''

''எப்படீ... ஈ...?''

'எப்படிக் கதை' என்பதிலுள்ள கதை என்ற சொல் விட்டுப்போய் புதிய சங்கதி கேட்கும் ஆர்வத்தில், எப்படி என்ற சொல் மட்டும் நீட்டி ஒரு இசை போல் விழுந்தது.

பனிக்காக 'வண்டு' கட்டிய ஆண்களின் தலையில் தண்ணிப் 'பானைகள்': சும்மாடு கூட்டிய தலையில் அனாயாசமாய் இரண்டு பானைகளும், இடுப்பில் ஒரு பானையுமாய் பெண்டுகள். தலைமீது உட்கார்ந்திருக்கிற பானைகளை மறந்திருந்தார்கள். அவர்களுக்குத் தெரிந்த ஒரு மனிதனைப் பற்றிய பேச்சு மட்டுமே இருந்தது.

''சந்தையில வச்சித்தான் நடந்திருக்கு. பானை, சட்டி விக்க சந்தைக்குப் போயிருக்காக தாயும் மகனும். எல்லாம் முடிஞ்சி வீடு திரும்பறப்போ, 'நீ முன்னாடி போ, இந்தா கொஞ்ச நேரத்தில வந்திர்ரேன்னு' சொல்லிட்டுப் போயிருக்கான். பெறகு ஆளையே காணோம்''

''சட்டி, பானை வித்த பணத்தையும் கொண்டுட்டுப் போயிட்டானாமே. அப்படியும் அருமைக்கு அருமையா வளர்த்த தாய், தகப்பன்கிட்ட சொல்லாமலா போவான்? அவ்வளவு ஆசையா வச்சிருந்தாளே. அவ சீவந் தாங்குமா?''

ஜீவன் விட்டு வளர்த்த அந்தத் தாய் தேடிக் கொண்டிருக்கிறாள். "எம் மகனை எங்கயாவது கண்டீகளாய்யா?"

ஓட்டாஞ்சில்லு போல் காய்ந்த உடல் காற்றுக்கு நிற்காமல் ஆடுகிறது. "எம் மகனைக் கண்டீகளாய்யா?"

சந்தையில், பேருந்து நிலையத்தில், ஊர்த் தெருவில் மனித முகங்கள் காணுகிற எல்லா இடங்களிலும் புலம்பல்.

"இங்கதானே கீரமுண்டை அவன் இருந்தான்!"

அவள்மீது பரிவோடும், அதே நேரத்தில் உரிமையோடும், இந்த வார்த்தைகள் இறங்குகின்றன.

அந்தக் குயவனின் கரங்கள், அந்தச் சக்கரங்களை எத்தனை காலம் சுற்றிக் கொண்டிருக்கின்றன?

நகக்கோடு போல் பிறை தெரிந்த காலம் முதல் பாண்டம் வனைவதற்காக மண்ணைப் பிசைந்து கொண்டிருப்பானா?

தெரியாது.

முதல் கொழுமுனை, இந்த பூமியைக் கீற ஆரம்பித்தபோது, அவன் கைகளும் மட்பாண்டம் வனைய இணைந்திருக்க வேண்டும்.

கைகள் சுற்றிச் சுற்றி சக்கரத்தின் ஆரக்கால் தழும்புகள் அவன் கைகளுக்கு மாறியிருந்தன.

பச்சை மண்ணுக்கும் பக்குவம் செய்யவேண்டும். அப்படி பக்குவமாய்ப் பிசைந்த மண், சக்கரத்தின் உச்சியில் ஒரு பிள்ளையார் போல் குவியும். குத்துக்கல் போல் நிமிரும். பனை உச்சி போல் விரியும்.

அவன் கையில் ஈரத்துணி கட்டிய விரல்நீளத் தகடு ஒருகொத்தனின் கையிலிருக்கிற ரசமட்டம், சிற்பியின் கையிலிருக்கிற உளி, ஓவியனிடம் ஆடுகிற தூரிகை.

ஒரு சக்கரம் ஓடிக்கொண்டிருக்கும்போதே, படைக்கும் இந்த சகலகலா வல்லவனின் கலைத் திறமையை யாரும் கூர்ந்து பார்ப்பது இல்லை.

அந்தப் பச்சை மண்ணில் உருவங்கள் படைக்கிற போது, கிளியாஞ்சட்டிகள் என்றார்கள். கிராமத்து மக்கள் வாழ்க்கையில் வந்து போகிற சில பொருட்களுக்கு, அபூர்வமான வார்த்தைகளும் கையாளப்பட்டன. என்றைக்குப் புழக்கத்திலிருந்து அந்தப் பொருட்கள் கழற்றி விடப்பட்டனவோ, அன்றைக்கே அந்த வார்த்தைகளும் கழன்றுவிட்டன. இன்று மாடக்குழிகள் இல்லை. மாடக்குழிகளில் ஏற்றி வைக்கும் கிளியாஞ்சட்டிகள் இல்லை.

கிராம மக்கள், பச்சை மண் என்பார்கள் குழந்தையை. ஒரு தாய் பச்சை மண்ணைத் தூக்குவது போலத்தான் அவனும் முழங்கை சேர்த்து மார்போடு அணைத்து எடுப்பான். செல்லமாய் கிச்சுகிச்சு மூட்டுவான். சில துகள்களை விரல் நுனியில் எடுப்பான். தகட்டால், அதற்குத் தலை வாருவான். சுற்றிலும் வகிடெடுப்பான்.

பூவிதழ்போல் வட்டமாய் ஒன்றன் மேல் ஒன்றாய் பச்சை மண்பாண்டங்களை அடுக்கி, அமர்ந்து ஒரே சீராய் எரியும் சுள்ளிகளை அடுக்கி, பசிய ஆவாரஞ்செடிகளை அதன் மேல் வைத்து - மேலே ஈர மண் பூசி - தண்ணீர் தெளித்து - எல்லாப் பண்டுகமும் பார்த்து அந்தப் பச்சை மண்ணை ஆளாக்குகிற கட்டம்.

பள்ளிக்கூடமும் போகாத, களையெடுப்புக்கும் போகாத, சிறு பையன்களை வீட்டில் ‘பிள்ளை தூக்கப்’ போட்டிருப்பார்கள். அந்த ஒன்றிரண்டு சின்னப் பையன்கள் இடுப்புப் பிள்ளைகளுக்கு அதை வேடிக்கை காட்டுகிறார்கள்- வயிற்றுக்குள் கரு வளர்ப்பது போல.

பக்குவமாய் சுட்ட பாண்டங்களைப் பிரித்து முன்னங்கையால் தட்டி, பேசுகிற ஒரு பானையை எடுத்து, பண்ணை வீட்டுக்கு முதல் நடை போய் வந்துவிடுகிறான்.

பண்ணை வீட்டம்மா அவர்களாகப் பார்த்துக் கொடுப்பதைக் கொடுப்பார்கள்.

இப்போது அந்தப் பெரிய வீடுகளில் அவனுக்கு ஏதேனும் வேலையுண்டோ? மண்பானைகளுக்குப் பதிலாய் எவர்சில்வர் குடங்கள், பாத்திரங்கள்.

'கஞ்சிக் கலயம் கொண்டு,

கருதறுக்கப் போற மச்சான்'

என்ற பாட்டுக்குப் பொருள் இல்லை. உழவர்கள் தலையில் கஞ்சிக் கலயத்திற்குப் பதில், தூக்கு வாளிகள், உழவுக் காட்டில் கருதடிப்புக் களத்தில் தண்ணீர்க் குடங்களுக்கு பதில் எவர்சில்வர் பானைகள், பிளாஸ்டிக் குடங்கள்.

கார்த்திகை மாசத்துக் காலையில் கோலமிட்ட முற்றங்களில் பூசணிப் பூக்கள். இரவில் வாசற்படியெங்கும் மண்ணில் விளைந்த கார்த்திகை விளக்குகள். பூசணிப் பூவிதழ் போல் மஞ்சள் சுடர்கள். அவைகளுக்குப் பதிலாய் இன்று வாசல் நிலையில் எவர்சில்வரில் கார்த்திகை விளக்குகள். எடுத்து அடுக்கில் வைத்தால் கால காலத்துக்கும் கிடக்கும்.

குயவனுக்காகத் திறந்திருந்த குடிசைகளின் வேலிப்படல் கதவுகள் கூட இப்போது மூடிக்கொண்டன.

குடிசைகளுக்குள் மண் குவளைகள் இருந்ததுண்டு. பின்பொரு நாள் மண்குவளை இருந்த இடத்தில் தகரப் போகாணிகள். பிறகு தகரப் போகாணிகளைப் பீங்கான் மங்குகள் தட்டிவிட்டன. மற்றொருநாள் ஈய டம்ளர்கள் பாத்திரங்களை உடைத்தன. எல்லா உலோகங்களும் உடைபட்டு நொறுங்கிட இப்போது எவர்சில்வர் ராஜ்யம்.

'தரையெல்லாம் மேடுபள்ளம்?

தவழ்ந்தால் உறுத்தாதோ'

என்று தாலாட்டு வருகிற குடிசையில் கூட ஒரு எவர்சில்வர் பாத்திரம் உட்கார்ந்திருக்கிறது.

அதோ மணப்பெண் போகிறாள். அவள் தலையில் வரிசையாய் மூன்று குடங்கள். பக்கத்தில் நடந்து வரும் பெண்களின் தலைகளில் என்ன? வெள்ளையும் சிவப்புமாய் கோலம் போட்ட மண் குடங்கள்.

ஒன்றில் அவரை, இன்னொன்றில் துவரை, பிறகு பருப்பு, மற்றொன்றில் புளி.

மகசூல் வந்ததும், இப்படியெல்லாம் பத்திரப்படுத்த வேண்டும் என்ற ஞானத்தைத் தாயிடமிருந்து பெற்றாள்.

இப்போதும் அதே மணப்பெண் நடந்து போகிறாள். பக்கத்திலும் தோழிகள். ஆனால் வெறுங்கை வீசி நடக்கிறாளே! பரம்பரை பரம்பரையாய் கொடுக்கப்பட்ட நாணத்தைத் தவிர, இன்று சுமந்து போவதற்கு வேறொன்றுமில்லையா?

ஒரு எவர்சில்வர் குடமும், சில பிளாஸ்டிக் டப்பாக்களும் போதுமென்கிறாள் இந்த இல்லத்தரசி!

ஒரு குயவன், தன் பேசும் விரல்களால் சுட்டு வைத்த புதுப் பானைகளுடன், ஏக்கம் பரவும் கண்களுடன் காத்திருப்பது யாருக்காக?

மகசூல் காலத்தில் களத்து வேலைகள் நடந்து கொண்டிருக்கும் போதே மண்ணும் கம்பங்கருதுக் கொம்மையும் பிசைந்து செய்த பெரிய பெரிய குலுக்கைகள் தயாராகும். இன்றைக்கோ, களத்து மேட்டிலேயே வியாபாரி அளந்து கொண்டு போகிறான். வெம்பாடுபட்ட விவசாயிக்குக் குலுக்கை தேவை இல்லை. ஏனெனில், ஒரு சிரங்கை அளவு தானியம்கூட மீதி ஆகவில்லை.

அந்த மண்பாண்டக் கலைஞன் படைத்த அய்யனாரும், மாடசாமியும், கிராமத் தேவதைகளும் காலொடிந்து கையொடிந்து வாகனமும் முடமாகி மண்கூடுகளாக நிற்கிறார்கள்.

தெக்கத்தி ஆத்மாக்கள்

தெய்வங்களிடத்தும் இப்போது அவனுக்கு வேலையில்லை.

கொஞ்சம் கொஞ்சமாய் பூவரசமர நிழலின் கீழ் சக்கரச் சுழற்சி நின்றது; கொஞ்சம் கொஞ்சமாய் சூளை நெருப்பு மூட்டப்படாமல் அவிந்தது.

சூளையில் அவிந்துபோன நெருப்பு இன்று அவர்கள் வயிற்றில்!

சூடு தாங்க மாட்டாமல் ஓடாமல் நின்றுபோன வாழ்க்கைச் சக்கரத்தில் வதைபட விரும்பாமல், குயவன் மகன் ஓடிப் போனான்.

'நாசமாய்ப் போ. நானாவது நல்லா இருக்கேன்' என்று குலத்தொழில் மேல் முதல் கல்லெறிந்தான் அவன்.

"என் மகனைக் கண்டீகளாய்யா?"

பெரிய நகரங்களிலிருந்து ஊருக்கு வருகிற யாராக இருந்தாலும் அவள் கேட்கிறாள்.

அவள் தேடிக் கொண்டிருப்பது மகனையா?

இல்லை, தொலைந்து போன வாழ்க்கை.

குளிர்மாதங்கள் ஓணந்து போயின

வீதிகளிலும், கோவில்களிலும் காலை, மாலை இரண்டு வேளைகளிலும் அவன் சங்கூதுவான்.

மார்கழி, தை மாதங்களில் ஒவ்வொரு வீடாக நின்று சோலைசாமி சங்கூதுகிற அந்த ஊர், வேடநத்தம்.

வெம்பனி கொட்டும் விடிகாலையில், தலையில் ஒரு துணியை 'வண்டு' கட்டிய அவனிடமிருந்து சங்கு பேசும். கோவில் பட்டியிலிருந்து 25 கி.மீட்டரில் உள்ளது அந்த ஊர்.

அவனுடைய குலத்தில் அவனுக்கு முன்னிருந்தவர்களில் யார் முதல் சங்கை ஏந்தினார்கள் என்று தெரியாது. கைகள் மாறினாலும் சங்கு மாறாமல் தொடர்ந்தது. ஆனால் யாருக்காக ஊதுகிறோம் என்பது மட்டும் தெரியும்.

வசதியான மக்களின் வீட்டுவாசல் முன் நின்று அவன் ஊதுகிறான். வாழ்த்து சொல்கிறான்.

சாதாரண மக்கள் வசிக்கிற தெருவில் 'ரெண்டு இழுப்பு' இழுத்துவிட்டுப் போய்விடுவான். 'இல்லாததுகள்' கண்டுகொள்ள மாட்டார்கள். 'இருக்கப்பட்ட' பெரிய வீடுகளில் அவன் அப்படிப் போய்விட முடியாது.

கோட்டை மாதிரி வீடுகள் முன் சங்கூதி, நிறையவே வாழ்த்து சொல்வான். பெரிய பண்ணை வாசலிலே, அவன் சங்கொலி, 'எக்காளம்' போல் முழங்கும்.

மாலை நேரங்கள் கூட புழுக்கத்தைக் குறைக்க முடியாத கோடையை அவன் தன் சங்கூதலால் குளிரச் செய்கிறபோது,

'ரக ரக ரங்கா

ரக ரக ரங்கா'

என்று நாக்கைச் சுழற்றுகிறபோது, கதிரறுத்துத் திரும்பும் உடல்கள் கிறுகிறுத்துப் போகும்.

அவன் நாக்கில் சுழல்வது புல்லாங்குழல் இல்லை, சங்கு.

அப்போது அவன் கலைஞன்.

அறுவடைக் காலத்தில் வருடத்தில் மொத்தமாய் ஒரு நாள் அளப்பார்கள். கோணிப்பையும், மனைவியும் குழந்தையுமாய்ப் போய் ஒவ்வொரு வீட்டிலும் வாங்கி வருவான்.

அப்போது அவன் தொழிலாளி.

சங்கில் 'தவளைச் சங்கு' என்று ஒன்று உண்டு. பம் பம் என்று கம்பீரமாய் ஒலிக்கும்.

அது ஒரு வாத்தியம்.

சாவுச் சடங்கிற்கு இந்த வாத்தியத்தைத் தொலைதூரத்திலிருந்தும் வரவழைப்பார்கள். 'தவளைச் சங்கு எங்கிருந்தாலும் வருத்தி, இசைக்க வைத்து தன்னை அடக்கம் செய்ய வேண்டும்' என்று கடைசி காலத்தில் கேட்டுக்கொண்ட 'நாற்பதாம் ஆண்டு' ஆட்களும் உண்டு. சங்குடன் சேகண்டியும் சேர்ந்து ஒலிக்கும்.

'சங்கூதி மங்கல நாண் அணிவிப்பது' எனும் பண்டைய மரபில் இருந்த பழக்கம், சமீப காலம்வரை கூட ஒரு சில மக்களிடையே இருந்திருக்கிறது.

பா. செயப்பிரகாசம்

தெக்கத்தி ஆத்மாக்கள்

கிராமத்தில் சில தொழிலாளிகள் உற்பத்தித் தேவையை நிறைவேற்றுகிறவர்களாக இருந்தார்கள். இவன் ஊரின் கலாச்சாரத் தேவையை நிறைவேற்றுகிறவனாக இருந்தான்.

மற்ற தொழிலாளிகளைப் போல் இவ்வளவு உழைப்பு என்று காட்ட முடியாது. அதனால், இவ்வளவு கூலி என்றும் கேட்கமுடியாது.

ஒரு நாவிதர் கக்கத்தில் இடுக்கிக்கொண்டு போகிற சவரப்பெட்டி.

ஒரு வண்ணார் அழுக்குப் பொதியுடன் துறைக்குப் போகிற துவைகல்.

இவையெல்லாம் அடிமைச் சின்னங்கள். அவன் கையில் கொடுக்கப்பட்டிருக்கிற சங்கும் அடிமைச் சின்னம் என்பதை அவன் அறியான்.

சிறு நகரங்கள் பெருநகரங்களாயின. பெருநகரங்கள் ராட்சத நகரங்களாயின.

வயல் வெளிகளில் ஆலைகள் நிறைந்தன. புஞ்சைக் காடுகளில் தொழிற்சாலைகள் முளைத்தன.

ஆலைப்புகை கிராமத்துக்குத் தாவியது. சங்குச் சத்தம் கிராமங்களைக் கூப்பிட்டது.

நல்லப்ப சுவாமிகள் என்றழைக்கப்படும் இசைக்கடல் விளாத்திக் குளம் சாமிகள் காடல் குடி ஜமீன் வாரிசாய் வந்தவர். விளாத்திக் குளத்தில் குடியேறி விட்டார். 20 கி.மீ. தொலைவில் கோவில்பட்டியிலுள்ள ஆலையில் ஊதுகிற சங்கு விளாத்தி குளத்துக்கு அந்தக் காலத்தில் கேட்டது. சங்குச் சத்தம் மேலேற மேலேற அதற்குச் சமமாய் குரல் பிடிப்பார். சங்கு இறங்க இறங்க, சுவாமிகளும் இறங்கி வருவார். குரல் வளத்தை அப்படி ஒழுங்குபடுத்தி சுயமாய் இசைஞானம் வளர்த்துக் கொண்டவர், சுவாமிகள் என்று சொல்லக் கேட்டதுண்டு.

பா. செயப்பிரகாசம்

ஓரனேர், ஈரனேர் விவசாயிகள் கையிலிருந்து நிலம் நழுவியது. கூலி விவசாயிகள் நிலத்தை காலி செய்து, கூலிகளாய் நகரங்களை நோக்கிப் போனார்கள். சிலர் ஆலைகளிலும் தொழிற்சாலைகளிலும் முற்றாகவே மறைந்து போனார்கள்.

நடுத்தர விவசாயிகள் சிலர் பாதிக்கால் இங்கேயும், பாதிக்கால் தொழிற்சாலையிலுமாக ஒரு சைக்கிள் அவர்களை நிலத்தோடும் தொழிற்சாலையோடும் இணைத்தது.

விவசாயம் படுத்து, பாதி ஊர் காலியாகி, அளப்பவர்கள் குறைந்து போனதால், சங்கூதிக்கும் அளப்பு தட்டுப்பாடானது. வருசா வருசம் அவனுக்கு வரும் தானியம் மட்டுப்பட்டுக் கொண்டு வந்தது.

ஒருநாள் அவனும் மற்றவர்களோடு தொழிற்சாலைக்குப் போனான்.

சங்கூதி தொழிற்சாலைக்குப் போகலாம்; மார்கழியும், தையும் வராமல் போகுமா?

அன்றைய மாலைப் பொழுது, நாள் முழுவதும் நடந்த சூரியனின் மெல்லிய கிரணங்களால் பக்குவப் படுத்தப்பட்டிருந்தது. உழைத்த அலுப்பைக் கூட மாலை துடைத்து விட்டிருந்தது.

சங்கூதிக்கும் மார்கழி மாதத்தை ரசிக்கத் தெரியும்தான். மூக்கடைப்பு நோய் கண்டவனுக்கு குளிர்காத்து குத்தல் தருவது போல், ஊர்க் கட்டுப்பாடு என்ற குளிரில் சங்கூதி குக்கித்து போய் உட்கார்ந்திருக்கிறான்.

ஊர்ச்சபை ஒட்டுக்க கூடியிருக்கிறது. கேள்விகள் ஆரம்பமாகின்றன.

''ஊர் வளமையை மீறி, எப்படி வேலைக்குப் போகலாம்?''

''பேக்டரி வேலைக்குப் போக உனக்கு யார் அனுமதி தந்தார்கள்?''

''வருசம் முழுக்க ஊதாவிட்டாலும் போயிட்டுப் போகுது. மார்கழி, தை ரெண்டு மாசமாவது சங்குச் சத்தம் கேட்காத ஊர் வெளங்குமா?''

அவன் ஊத வராதபோது ஏதோ தற்செயலாய் நின்று போனது போல் விட்டுவிட்டார்கள். இப்போது பதில் சொல்லிவிட்டுப் போக வேண்டுமாம்.

அந்தச் சபையில் சன்னமாய் ஒரு குரல் வந்தது.

''இங்கேயும் நாம என்ன முன்னைப்போல அளக்கவா செய்யுறோம்? அவன் எத்தனை நாளைக்குத்தான் 'தன்னக் கட்டிக்கிட்டு' கெடப்பான்''

அவனுக்கு ஆதரவாய் வந்த அந்தக் குரலும் மறைந்து போனது.

அவனுக்கு முன்னால் இரண்டு தீர்ப்புகள் வைக்கப் பட்டிருக்கின்றன.

"ஊர்க்கட்டுப்பாட்டை மீறி நீ வேலைக்குப் போனது தப்பு. இனியும் போவதென்றால் உன் மகனைச் செய்யச் சொல்"

"இல்லையென்றால் மாற்று ஆள் ஏற்பாடு செய்"

ஊர்க் கூட்டம் கலைகிறது. குத்துக்காலிட்டு முழங்கால்களைக் கட்டியபடி குக்கிப் போய் சங்கூதி உட்கார்ந்திருக்கிறான்.

சங்கூதி சோலைசாமி செத்துப்போன பெறகு, ஏழாம் வகுப்பில் காலடி வைத்த பையன் மயிலேறி சங்கூதியானான். வயது பன்னிரெண்டு; வளப்பமான குழந்தை முகம்.

வானம் பார்த்த பூமி வறண்டது. காய்ந்த நிலத்தில் வெடிப்புகள். ஆடையும் கோடையும் ஒன்றாகவே அனல் வீசியது. அப்பன் காலத்தில் போலவே!

'இருக்கிற' வீட்டுப் பிள்ளைகள் பள்ளிக்குப் போனார்கள். மற்ற எல்லாப் பொடியன்களும் சாதி, பேதமின்றி கோவில்பட்டியெங்கும் முளைத்த தீப்பெட்டித் தொழிற்சாலைக்குள் போய் விழுந்தார்கள். மயிலேறிப் பயலும்.

பா. செயப்பிரகாசம்

அப்பனைப் போலவே அந்தச் சின்னஞ்சிறு பாலகனையும் விசாரிக்கிறார்கள். ஊர்ப் பஞ்சாயத்து நடுவே அவனும் பெற்ற தாயும் நிற்கிறார்கள். அவன் கண்கள் ஓட்டையாகிவிட்டது போல் நீர் கொட்டுகிறது.

சபை : ''மயிலேறி, ஊருக்கு உரிமைப்பட்டவன் நீ. ஊமையாட்டம் நின்னாப் போச்சா?''

தாய் : இருக்கிறது பத்து வீடு.

சபை : அது தெரு இல்லையா?

தாய் : தெருதான். தெருவே காலியாக் கெடக்குதே! ஏந்த வீட்ல போய் ஏனம் (பாத்திரம்) ஏந்துறது?''

சபை : இருக்கிற வீட்டுக்குத்தான் வரணும். எதுக்கு சுத்தி வளைச்சு வந்துக்கிட்டு? மயிலேறி, இனிமே
தீப்பெட்டிக் கம்பெனிக்குப் போகக்கூடாது. காலையில சங்கு கையில் ஏறணும்.

மார்கழி, தை போன்ற குளிர் பொழுதுகள் அவனுக்கு ஒணந்து போய்விட்டன.

அவன் வாழ்க்கையில் மயிலாட்டம் இல்லை

மேடைக்கு முன்னால், முக்கியப் பிரமுகர்கள், மனைவிமார்கள், பிள்ளைகள், அதிகாரிகள், பெரிய மனிதர்கள்.

மேடைக்குக் கீழே நையாண்டி மேளம், உறுமி, இரட்டைக் கொட்டு, நாயனம்.

கால்களில் சலங்கைக்கட்டு. பொய்க்காலுக்குச் சலங்கையுண்டோ? சலங்கை கட்டிய காலில் கலை உதிக்கும்.

அது பொய்க்கால் குதிரை. பொய்க்காலில் கலைபிறக்கும் என்பதை அந்த கிராமியக் கலைஞன் நிரூபிக்கிறான்.

பொய்க்கால் குதிரைக்கு இணையாக மயில் ஆடுகிறது. நையாண்டி மேள வாசிப்புக்குத் தக்க மாதிரி காலடி வைப்பு நடக்கிறது. மேடையெங்கும் மின்னல் வேகத்தில் சுற்றிப் பறக்கிறது.

மின்னல் வேகப் பறப்புக்கு ஈடுகொடுக்க முடியாமல் மேளக்காரன் திணறிப் போனான்.

கூட்டத்துக்கு உற்சாகமாய் இருந்தது. கிறுகிறுத்துப் போய் நின்றார்கள். பக்கத்திலிருந்த நண்பர் காட்டுகிறார்.

"அவன் கால்களைப் பாருங்கள்"

நண்பர் கலையை மட்டுமே காண்பவரில்லை. வாழ்க்கையையும் அவதானிப்பவர்.

பா. செயப்பிரகாசம்

அவர் சொன்னது, நிச்சயம் காற்று போன்ற கால்களாக இருக்க முடியாது.

மயிலாட்டக்காரரின் கால்களில் வெடிப்புகள்.

விறுவோடிய வெடிப்புகளில் வாழ்க்கை தெரிந்தது.

"அவன் கைகளை கவனியுங்கள்"

வேலை செய்து காய்ப்பேறிய கைகள்; கரடு முரடாய்த் தெரிந்த உழைக்கும் கரங்கள். ஒரு கலைஞனின் மென்மையான கைகள் அல்ல.

நல்லாப் பெருத்து இருக்கிறவனை "சன்னத் தண்டியா இருக்கான்" என்று கேலி செய்வதுண்டு. தண்டியாயும் இல்லாது. சன்னத் தண்டியாயும் இல்லாது, சாகப் போகிறவனின் கைகள் அவை.

மற்ற கலைஞர்களுக்கு இடம்விட்டு களைப்பில் ஒரு மூலையில் தைப்பாறியபோது, நண்பர் சொன்னார்.

"அவனுடைய மயில் ஆடையைப் பார்த்தீகளா? நன்றாகப் பாருங்கள். மகளின் பாவாடையை ஒட்டுப் போட்டுத் தைத்து, ஆடையாக மாற்றியிருக்கிறான்"

கிழிந்த பாவாடை.

வாழ்வில் களைத்துப் போன அந்த மயிலாடி சொன்னார்.

"எங்க அய்யா (அப்பா) அப்பவே சொன்னார். உனக்கு இந்தத் தொழில் வேண்டாம். என் தலையோடு போகட்டும். நீ பள்ளிக்கூடம் போ. பிழைக்கிற வழியைப் பார்னு"

மயிலாட்ட உடுப்பு அவன் தகப்பனின் தலையோடு போகவில்லை. தாத்தாவுக்குத் தாத்தா காலத்தில் ஆரம்பித்து இவன் தலையில் முடிந்திருப்பதாகச் சொன்னான்.

"இந்தக் காலத்தில் யார் மயிலாட்டம் கேக்கிறாங்க? அந்தக் காலத்தில் ஊர்ல ஒரு விசேசம்னா மயிலாட்டம், பொய்க்கால்

பா. செயப்பிரகாசம்

குதிரைன்னு தேடுவாங்க. இப்ப எல்லாம் நாகரிகமாகப் போச்சு, ரேடியோ, சினிமா, டான்ஸ், வீடியோன்னு போயிடறாங்க''

விஞ்ஞான வடிவத்தில் வந்திறங்கிய பாறைகள், அப்படியே உருண்டு கிராமியக் கலைகளை எழுந்திருக்க முடியாமல் அழுத்தின. சுமையின் கனம் தாங்காமல் வாழ்வின் கழுத்து 'குன்னி'ப் போன கலைஞன் அவன்.

''வேறெங்கேயும் போவீங்களா? இப்படியான கலாச்சார விழா வேற மாநிலங்களிலும் நடைபெறுமா?''

''டெல்லி, பம்பாய், ஹைதராபாத் எல்லாம் கூட்டிட்டுப் போவாங்க. எங்களிலேயே வேற வேற பார்ட்டி இருக்கில்ல; சில நேரங்கள்லே மற்றவங்க போவாங்க''

''ஒரு நாளைக்கு எவ்வளவு கொடுப்பாங்க?''

''நிகழ்ச்சி இருந்தா 50 ரூபாய்; இல்லாத நாள்ல 25 ரூபாய்''

வேற்று மாநிலங்களில் தங்கி இருக்கிறபோது இந்த 25 ரூபாயில், செலவு செய்து, மீத்திக் கொண்டு வரவேண்டும்.

தென்னகப் பண்பாட்டு மையம், தூத்துக்குடியில் இந்தக் கலைவிழாவுக்கு ஏற்பாடு செய்திருந்தது. கொளுத்த பணம் கொண்ட மத்திய அரசு நிறுவனம் நலிந்த கலைஞர்களின் மறுவாழ்வுக்காகச் செய்த ஏற்பாடு! கொளுத்த கூட்டத்துக்கு, கிராமியக் கலைகளைப் பரிமாறும் ஏற்பாடு என்றார் நண்பர்.

கிராமியக் கலை நிகழ்ச்சி ஏற்பாடு செய்ய இடைத் தரகர்கள் உருவாகிவிட்டார்கள். இந்த மயிலாட்டக்காரன் நேரடியாக நிகழ்ச்சி நடத்துபவர்களைத் தொடமுடியாது. இவர்கள் வழியாக கலை மக்களை அடையவும் தன் வாழ்க்கையைத் தடவிக் கொடுக்கவும் வேண்டும். இடையில் பலித்த மட்டும் லாபம் பார்க்கும் இவர்களை நயந்துதான் கலைஞன் ஆட்டம் நடக்கவேண்டும். நயந்து போகிற கலைஞர்கள்

வருடம் முழுவதும் நடைபெறும் எல்லா நிகழ்ச்சிகளிலும் பங்கெடுத்தார்கள்.

ஊரு விட்டு ஊர்; நாடு விட்டு நாடு போகவும் வேறு மாநிலக் கலைஞர்கள் தங்களுக்கிடையே கலந்து பரிமாறிக் கொள்ளவும் நெருங்கி வரவும் இந்தக் கலைவிழாக்கள் பயன்படுமாம்.

ஒவ்வொரு மாநிலக் கலைஞர்களும் பரிமாறிக் கொள்வது எதை? தங்களுடன் உடன் பிறந்து தங்களுடனேயே வாழும் வறுமையையா? தங்களை அடி உரமாய் வைத்து நிகழ்ச்சியை நடத்துபவர்களும், இடைத் தரகர்களும் நடத்தும் மோசடியையா?

பக்கத்தில் குட்டி மயில் கிடக்கிறது. பசியால் துவண்டு, ஆடிய களைப்பால் சோர்ந்து சுணங்கிப் போய்க் கிடக்கிறது.

''எம் பையன். அவனுக்கு இந்த உடுப்பு வேண்டாம். அவன் பள்ளிக்கூடம் போறான். ஆனா படிப்பு வரலெ''

படிப்பு வராது. இது மாதிரி குடும்பங்களில் வாழ்க்கை படிப்பை விடப் பெரிது.

அவனுக்குப் புளித்துப் போய்விட்டது. இந்த உடுப்பை உடலிலிருந்தும், ஆட்டத்தைக் கால்களிலிருந்தும் கழற்றி எறிந்து விட்டுப் போய்விட நினைக்கிறான்.

ஆனால் வாழ்க்கை அவனை விடப் பெரிது.

மூக்கம்மா

"தான் என்ற மமதையினால் சுக்குச் சுக்காய் சிதறிப் போனவர்கள் இந்தக் காலத்திலும் இருக்கிறார்கள்; புராண காலத்திலும் இருந்தார்கள்.

சூரபத்மன், சுப்பிரமணியனைப் பார்த்து எள்ளி நகையாடினான்.

'சின்னப்பயல்'

இரணியன், பிரகலாதனைப் பார்த்து எள்ளி நகையாடினான்.

'நீயோர் சின்னப்பயல்.'

தாடகை, இராமனைப் பார்த்து எள்ளி நகையாடினாள்.

'சின்னப்பயல்! சின்னப்பயல்! சின்னப்பயல்!'

எள்ளி நகையாடிய தாடகையின் ஆணவம் சின்னப்பயல் இராமனால் அழிந்தது."

ராமக்காளை கதையை முடிக்கிறபோது அவனுடைய வில் 'ஜல், ஜல்' என்று பேசும்.

உடுக்கை 'டும், டும்' என்று முழங்கும்.

குடம் 'திடும், திடும்' என்று ஓசையிடும்.

'வில்லடிக்க, குடமடிக்க
வீரமணி ஓசையிட'

'உதற, உதற' என்று போர் முழக்கம் செய்வது போல் கேட்கும்.

தொடர்ந்து வெறும் கதையாகவே பாடிக் கொண்டிருந்தால், சலித்துப் போகும். ஊடே ஊடே சொலவடைகள், விடுகதைகள், சிறுகதைகள் என்று சில சேர்மானங்கள் சேர்த்து, வில்லைச் சிங்காரிப்பான் ராமக்காளை.

பழைய பாணி வில்லுப்பாட்டு ஒன்றுண்டு. பழைய வில்லில், மிருதங்கம் கிடையாது. ஆர்மோனியம் கிடையாது. வில்லோடு உடுக்கு, குடம், கஞ்சிரா, கட்டைத்தாளம், சிங்கி (ஜால்ரா) மட்டும்தான்.

வில்லிசைக் கலைஞர் பிச்சைக்குட்டி பிரவேசத்தின் பின்தான், ஆர்மோனியம், மிருதங்கம் இரண்டையும் சேர்த்து நவீனமாக்கினார். நகைச்சுவையை, அந்தந்தப் பகுதிக்கு ஏற்றவாறு போட்டுச் சிரிக்க வைத்தார். வசனங்கள் வீரியமாக விழுந்தன. சமுதாயக் கருத்துகள் சரளமாகப் பழகின. உள்ஞானத்திலும் சொல் ஞானத்திலும் நவீனம் நடமாடியது. முற்போக்கான சமுதாயக் கருத்துகளை அங்கங்கே சொருகிச் சேர்ப்பார்.

நவதானியங்களைப் பதுக்கி வைத்து, செயற்கையான உணவுப் பஞ்சத்தை உருவாக்கி, கொள்ளையடிக்கும் பழக்கம் அக்காலத்தில் நிலவியது. பதுக்கல்காரர்கள், கள்ளச் சந்தைப் பேர்வழிகளைப் பற்றி, ஒரு நவீனமான கதை போடுவார்.

"இரண்டு பதுக்கல்காரர்களை ஒரு அறையில் அடைத்து வைத்துவிடுங்கள். ஆடவோ அசையவோ முடியாதபடி நாற்காலிகளில் சேர்த்துக் கட்டிப் போடுங்கள். அவர்களுடைய கைகளில் கணுக்கையிலிருந்து தோள்வரை நீளமான சிரட்டை அகப்பையைக் கட்டிவிடுங்கள். (சிரட்டை - கொட்டாங்குச்சி) முன்னால் பெரிய மேஜை. மேஜை நிறைய பிரியாணி. அறுசுவை உணவு வகைகள். பார்க்க, பார்க்க நாவில் எச்சில் ஊறுகிறது. ஒரு நேரம் ஆனது. ரெண்டு நேரம் ஆனது. எவ்வளவு நேரம்தான் பசி தாங்குவார்கள்?

அப்போது ஒரு வேடிக்கை நடக்கும். இரண்டு பேருக்கும் இடையில் அந்நியோன்யம் உருவாகும். கையில் கட்டிய அகப்பையால் சோற்றை எடுத்து இவன் அடுத்தவன் வாயில் ஊட்டுவான். அவன் இவனுக்கு ஊட்டுவான்.

அடுத்தவனுக்கு வயிறு நிறைஞ்சாத்தான் நம்ம வயிறு நிறையும் என்ற தத்துவத்தை அப்போது அவர்கள் கண்டுகொண்டார்கள். தன்னுடைய வயிற்றைப் பற்றி மட்டுமே கவலைப்பட்டவன் அவன். இப்போதுதான் அடுத்தவனுக்கும் வயிறு இருக்கிறது என்பதைப் பற்றி கவலைப்பட ஆரம்பிக்கின்றான்''

பிச்சைக்குட்டியாரின் ஒவ்வொரு பேச்சும், பாட்டும், கதையும் சமுதாய அக்கறை கொண்டதாக இருந்தன.

உழைக்கும் அடிப்படை மக்களுக்கான கருத்துகள், அவர் வில்லில் அம்பாரம், அம்பாரமாய்க் குவிந்திருக்கும். வில்லை உலுக்குவார்; பொல, பொலவென்று கொட்டும்.

பிச்சைக்குட்டியார் வில்லிசை, ஒரு மகசூல் பெருத்த புஞ்சை. அந்தப் புஞ்சையில் நாட்டுப்புற மெட்டுக்களாய்த் தான் வெள்ளாமை. திரைப்பட மெட்டுக்கள், பாட்டுக்கள் என்று கலப்பட வெள்ளாமை கிடையாது.

கிராமிய மெட்டுக்கள் என்ற பாரம்பரிய விதைகளை போட்டு, சேதாரம் இல்லாமல் இசை வெள்ளாமை எடுத்தவர் அவர். இப்போது எங்கு பார்த்தாலும் சினிமா பெருகிவிட்டது. ''அந்தப் படத்தில் பாடு, இந்தப் படத்தில் பாடு'' என்று கேட்கிறார்கள். பாடுகிறவர்களுடைய வில்லும் சூழ்நிலைமைக்கேற்ப, இடத்துக்கு ஏற்ப வளைந்து கொள்கிறது.

ராமக்காளையின் பாணி, பிச்சைக்குட்டியார் வில்லிசை பாணி. வெம்பூர் செவத்தையா பிள்ளைதான் அவனுக்கு வாத்தியார். பிச்சைக்குட்டியார் பாணியாகவே சொல்லிக் கொடுத்தார். ஆறு மாசம் அவரிடம் இருப்பாய் இருந்து படித்தான்.

சிலர் வில் வாத்தியார் என்ன கற்றுக் கொடுத்தாரோ அதிலிருந்து ஒரு படி மேலே போகமாட்டார்கள். ராமக்காளை மேடைக்குத் தகுந்த மாதிரி, நேரத்துக்கு தகுந்த மாதிரி இடம், பொருள், ஏவல் பார்த்து, கதைகள், விடுகதைகள், நையாண்டி, சென்னிகுளம் அண்ணாமலை ரெட்டியார் சிந்து, தெம்மாங்கு, கட்டபொம்மன் நாடக மெட்டு என்று சுயமாய் ஒரு சுழட்டுக் சுழட்டிவிடுவான். சுண்டி விட்டது மாதிரி, சனங்கள் அவனிடம் அடைவார்கள். அவனுடைய இசை மழையில் கிறங்குவார்கள், அவனை விட்டால் அடைய வேறு கூடு கிடையாது என்பது போல.

எதையும் வலிந்து சொல்லாமல் இருப்பதே, கைக்குள் கலையை அடக்கும் வித்தை. இந்த வித்தை ராமக்காளைக்குள் அடங்கியிருக்கிறது.

எம்.கே. தியாகராச பாகவதரின் குரலுக்காகவே, எத்தனையோ பேர் மயங்கி வந்ததாகச் சொல்வார்கள். அவர் பாடுகிற போது நிலைகுலைந்து சாமியாடுவார்களாம்.

கச்சேரி செய்ய மேடையில் வந்து நிற்கிறபோது, தேவலோக இந்திரன் போலவே இருப்பதாக ராமக்காளை கேள்விப் பட்டிருக்கிறான். கண்டது இல்லை.

எம்.கே.டி.யின் குரல்வளம் அப்படி. அவருடைய குரல் வெள்ளந்தியான நேர் குரல். நெளிவு சுளிவு கிடையாது. 'பிர்க்காக்கள்' இருக்காது.

அவருடைய சமகால நடிகர், இசைக்கலைஞர் பி.யு. சின்னப்பா அப்படி இல்லை. பாடுகிறபோது ஏற்ற இறக்கம். ஏற்றடி, இறக்கடி என்று 'பிர்க்கா' நிறைய இருக்கும் அவரிடம்.

ராமக்காளை ஏற்ற இறக்க ''பிர்க்கா''வோடு பாடுவான். பாடிப்பாடி. அப்படியே வேரோடிவிட்டது. சில பேர் நேரே சீவுவார்கள். மொழுக்கையாக தார்ச்சாலை மாதிரி. சில பேர் வளைவு. வளைவாகவே தலைவாரிக் கொள்ள ஆரம்பித்து பிறகு தானாக சுருள்,

பா. செயப்பிரகாசம்

சுருளாக வந்துவிடுமே அதுபோல் ராமக்காளை 'பிர்க்கா' வைத்துப் பாட ஆரம்பித்தான்; பிர்க்கா இல்லாமல் அவனில்லை என்றாகிவிட்டது.

"என்ன அண்ணாச்சி, அந்த ஊருக்கு 'வில்லு' வாங்கியிருக்கீங்க?"

சகலரும் ஆச்சரியப்பட்டுக் கேட்டார்கள்.

இசைமழை அண்டாத ஒரு பாலைவனம் திருமழிசை என்ற ஊர். ஊர்ப் பேருக்கும் இசைக்கும் எந்த சம்பந்தமும் கிடையாது. தென் மாவட்டத்தில் உண்டு ஒரு திருமழிசை.

ஏற்கனவே ஊர் மொத்தமும் 'தண்ணி' போடும். எந்நேரமும், எல்லோரும் சதா 'ஊத்து'த்தான். போதையில், "என்னடா, நீ வில்லுப் படிக்கிறே வில்லு" என்று மேடையில் ஏறி வில்லை ஒரு வெட்டு வெட்டியிருக்கிறார்கள். அவர்களின் பட்டாக் கத்திக்குப் பகைவன் மார்பில் பாயும் பழக்கம் இல்லை போல! வில்லின் மேல் பாய்ந்துவிட்டது. வில் இரண்டாகப் போய் விழுந்தது. வில்லுக்காரர்கள் 'தப்பிச்சோம் பிழைச்சோம்' என்று விழுந்தடித்து ஓடியிருக்கிறார்கள்.

அத்தோடு அந்த ஊரின் கலைச் சகவாசம் முடிந்தது. அதற்குப் பின் வில்லுக்காரர்களோ, வேற கலைஞர்களோ திருமழிசைப் பக்கம் தலைகாட்டிய சரித்திரம் இல்லை.

அந்த கிராமத்தின் பழைய வரலாறு தெரியாமலேதான் ராமக்காளை வில்லுப்பாட ஒத்துக்கொண்டான்.

"சரி ஒத்துக்கொண்டாச்சி, என்ன உயிரையா எடுத்திரப் போறாங்க" மற்றவர்களுக்கு இப்படிச் சொன்னான். ஆனாலும் மனசுக்குள் 'வெருக் வெருக்' என்று முள் நிமிண்டியது.

"ஒரு காலம் அப்படி இருந்தா, எல்லாக் காலமும் அப்படி இருப்பாங்களா?" என்று தன்னைத்தானே தேற்றிக் கொண்டான். கூட வந்தவர்கள் எல்லோருக்கும் பயம்.

அங்கே போனபிறகு, வித்தியாசமான அடையாளங்கள் கண்ணில்பட்டன. சிலபேர் வருகிறார்கள், போகிறார்கள் எல்லோருடைய இடுப்பிலும் சூரிக்கத்தி! படித்தவர்கள் போன் வைத்திருக்கிற மாதிரி, எல்லோரும் சூரிக்கத்தி சொருகியிருக்கிறார்கள்.

கொஞ்சம்பேர் நல்லவர்கள் போல் தெரிந்தார்கள். போனதும் ''வாங்க அண்ணாச்சி'' என்றார்கள். வீட்டிற்குக் கூட்டிப்போய் உபசரித்தார்கள். விருந்து சாப்பிட்டு விட்டு பிறகு கச்சேரிக்குப் போகலாம் என்றார்கள்.

அந்தக் குளுமையான உபசரிப்பு, கழுத்தில் மாலை போட்டு, மஞ்சத் தண்ணீர் தெளித்து, நெற்றியில் குங்குமம் இட்டு, கோயிலுக்கு பலி கொடுக்கப்படப் போகும் ஆட்டைப் போல், தன்க்கு வரப்போகும் ஆபத்துக்கு முன்னறிவிப்பு என்று ஐயறவுப்பட்டான் ராமக்காளை.

ஆனால் முன்னம் ஒரு போதில் தீப்பட்டுக் கருகிப் போயிருந்த கலைஞர்களின் மனசைக் குளுந்த பேச்சு இதமாய்த் தடவியது. உபசரிப்பு என்ற மயிலிறகுகளால் நீவிவிட்டார்கள். அவர்களுடைய மனசிலிருந்தும் பழசு அத்துப் போகவில்லை. அது தோற்றாமல் இருக்க பிரியமாய் எல்லா ஏற்பாடுகளும் செய்தார்கள். இனியொரு கலைப்பூ தலைகாட்டாது என்ற சாபம் பெற்ற முரட்டு ஆத்மாக்களின் பூமியில் அன்றைக்கு கலை குப்பென்று பூத்தது. எந்தவொரு இடைஞ்சலும் ஏற்படாமல், கலை நிகழ்ச்சியை நடத்திக் கொடுத்தார்கள்.

அப்போதுதான் அந்த அதிசயம் நடந்தது. ஊர்க்காரர்கள் அவளை அறிமுகப்படுத்தினார்கள்.

''இந்த அம்மா நல்லாப் பாடுவாங்க, வில்லுக்குத் தோதா இருந்தா, வச்சிக்கரலாம்''

அந்த இடத்திலேயே அவளுக்குப் பாட ஒரு வாய்ப்புக் கொடுத்தான்.

சென்னிகுளம் அண்ணாமலை ரெட்டியாரின் காவடிச் சிந்தை அப்படி குளுமையாகப் பொழிந்தாள் அவள். வில்லுக்குப் பொருத்தமாக, பிசிறடிக்காமல் ஒட்டிக் கொண்டது குரல்.

அப்படியொரு குரலை தன்னுடைய குரலுக்குத் துணையாக தொடர்ந்து வைத்துக் கொள்ளலாம் என்று முடிவெடுத்தான் ராமக்காளை. ''என் கூடவே வர்றியா?'' என்று கேட்டுவிட்டான்.

பாடுவதற்கான அர்த்தத்தில் சொன்னான். வாழ்க்கைக்கான அர்த்தமாக பின்னர் அது மாறிவிட்டது.

2

முன்னந்தி மறைந்து 'வரட்டுமா?' என்று கேட்கும் இரவு நேரம். தெருவில் பிள்ளைகள் கூட்டமாக 'நிலாச் சோறு' சாப்பிட, சம்மணம் போட்டு உட்கார்ந்திருக்கிறார்கள்.

புதுசாக ஒரு பாட்டுச் சத்தம்! இரவின் அமைதியின் மேல் உட்கார்ந்து மிதந்து வந்தது.

பிள்ளைகள் சாப்பாட்டுத் தட்டுகளையும், வட்டில்களையும் அப்படியே தூக்கிக்கொண்டு, தேங்கீதம் மிதந்து வந்த திசை நோக்கி ஓடினார்கள்.

ராமகாதையைப் பாட்டாய் வடித்துக் கொண்டிருந்தாள் நிலா வெளிச்சம் போல் ஒரு பெண். பாவாடை, தாவணி, அப்போதுதான் தோண்டி எடுத்த காட்டுக்கிழங்கு போல் உடல், சிவப்புத் தோல்.

ஒரு பொம்பிளை தாவணி போட்டு வருவாளா? குளுவச்சிகள் எல்லாம் அப்படித்தான் வந்தார்கள். குடை அத்தி மரத்தடியில் தங்கி இருப்பவர்கள் குளுவர்கள்.

குடை அத்திமரத்தின் வேரிலிருந்து புறப்பட்ட ஒரு காட்டுப்பூ போல அவள் புறப்பட்டு வந்திருக்கிறாள். பிள்ளைகளுக்குத் தெரியாமல் போய்விட்டது.

இடது கையில் தூக்குப்போகாணி. நாய் விரட்ட வலது கையில் சிறு கம்பு, வாயில் பாட்டு.

அவளுடைய பாட்டில் சொக்கிப் போய் நின்ற பிள்ளைகளுக்காக ஒரு தாய் சொன்னாள்.

"நெறையப் பாடு.

நெறைய சோறு போடறேன்"

ஒவ்வொரு இரவிலும் தொடர்ந்து அவள் வந்தாள்.

பிச்சைப் பாத்திரம் தோளில், பாட்டு தொண்டையில், இனிமை வீதியில்.

அவள் வருகின்ற பகல் வித்தியாசமானது.

கையில் மாட்டுக் கொம்பில் செய்த சீப்பு, கொக்கு, கிளி, நாயுருவி மாரில் துடைப்பம், கறுத்த கம்பளிக் கயிறு.

ஆலமரத்தடியில், அந்தக் கூட்டம் உற்பத்தி செய்யும் பொருட்களை, விற்பனை செய்பவளாய் அவளுடைய பகல் பொழுதுகள்.

'காலாங்கரை மேட்டில்' வளர்ந்திருக்கும் 'வெள்ளமொச்சி' விளாறுகள். அவர்களின் கால்களுக்கும் கைகளுக்கும் இடையில் கூடைகளாக உருவெடுத்தன. இது கூடைதான். ஆனால் ஒரு தாமரைப் பூவின் இதழ்கள் கூட அவ்வளவு நேர்த்தியாய் அடுக்கப்பட்டிருக்குமா?

சிலுப்பட்டை முடிபோல் ஆடும் காட்டுப்புல், அவர்கள் கைகளில் துடைப்பமாக மாறும். அது துடைப்பம் தான். வீசினால் வெண்சாமரக் காற்றுக்கும் அப்படி ஒரு குளுமை உண்டுமா?

அவர்கள் கண்களுக்கு மட்டுமே தென்பட்டு, அவர்கள் கைகளுக்கு மட்டுமே அகப்பட்டு, குப்பை மேட்டில் கிடந்த மாட்டுக் கொம்புகள், ஒற்றைக்கால் கொக்காய், சிங்காரச் செப்பாய், சிக்கெடுக்கும் சீப்பாய் உருமாறும்.

பா. செயப்பிரகாசம்

படலிலும் கூரையிலும் சொருகி வைத்த தலைமுடி சவுரியாகும். அங்ஙனமே இருப்பாய் உட்கார்ந்து பின்னிக் கொடுப்பார்கள். கண்பட்டு விடாதிருக்கக் கம்பளிக் கயிறு கிடைக்கும்.

சின்னச் சின்னப் பொருட்கள்; சின்னச் சின்ன வருமானம்.

ஒரு ஆசாரியைப் போல், அவர்கள் வண்டிச் சக்கரத்தின் ஆரக்கால் ஒக்கிட்டுத் தருவதில்லை.

ஒரு கொல்லனைப் போல் ஏர்க்கலப்பையின் கொழுமுனை ஒண்டித்துத் தருவதில்லை.

கொத்தாசாரி போல் ஆட்டுரலும் அம்மிக் கல்லும் கொத்தித் தருவதில்லை.

உதிரி உதிரியான பொருட்களை உருவாக்கினார்கள். அவை இல்லாமலும் ஒரு விவசாயி மகசூல் பார்த்துவிட முடியும்.

மூன்று கற்களை வைத்து நெருப்பு மூட்டி சின்ன உலை.

விரல் தண்டிப் பிள்ளை முதல், மூத்த கிழடுவரை ஊர்க்காரர்களையெல்லாம் 'சாமி' என்றழைக்கும் பணிவு.

அவர்களுடைய வயிறும் சமூக உறவும் அளந்தே வைக்கப்பட்டிருந்தன.

ஒரு நாள்.

மாட்டுக் கொம்புச் சீப்புகளை, ரப்பர் சீப்புகள் தின்றன. 'வெள்ளை மொச்சி' விளார்க் கூடைகளை, சந்தைக் கூடைகள் போக்கடித்தன. வீட்டு முடியில் பின்னப்பட்ட சவுரியை, சாயமுடிச் சவுரிகள் ஒழித்தன.

கைவிரல்களை இயந்திரங்கள் முறித்துத் தூக்கி எறிந்தன.

இயந்திரங்களின் இடுக்கில் அவர்கள் வாழ்க்கை, 'சத சத' என்று அரைபட்டு ரத்தக் கூழாயிற்று.

அவர்கள்வாழ்க்கையின் முகம் அழித்த எதிரிகள் யார் என்றுகூட அவர்கள் அறியார்கள்.

பக்கத்து டவுனுக்கு போய்வந்த விவசாயியின் மனைவி, கக்கத்தில் ஒரு துடைப்பத்தை இடுக்கியபடி வந்தாள். கடைகளில் விதம் விதமாய் விற்கும் பட்டுக் குஞ்சலம் கட்டிய துடைப்பத்தைச் சுமந்தபடி.

பேன் சீப்பு, ஈர்க்குத்திகளால் (ஈர்க்கு வலி என்பார்கள்) தலைவாரிய மக்களின் கைகளில் சின்னச் சின்ன 'சேம்பூ' உறைகள். பேன், ஈர் ஒன்னுமில்லாமல், போயே போய்விடச் செய்யும் உறைகள், டப்பாக்கள்.

பெருவாரியாய் உற்பத்தியான நவீன நுகர்வுப் பொருட்கள், அவர்கள் வாழ்க்கையில் ஒரு பிடி மண் அள்ளிப் போட்டது. சிதை மேல் கிடத்தி வைத்த வாழ்க்கையின் வாயில் பிடி வாய்க்கரிசி போட்டாகிவிட்டது.

கடின உழைப்பும் கைத்தொழிலும் இருந்தும், பிழைப்பை மூடிய கெட்டியான மண்பொக்கைத் தூக்கி எறிந்து முளைக்க வகை தெரியாமல் அழியும் அவர்கள்.

'காலம் ஒருநாள் கண்ணாடியை எடுத்துத் தரும். இந்த விதைகள் தங்கள் முகம் பார்க்கும்' என்ற நம்பிக்கையில் திரிகிறார்கள்.

அந்த ஊர்க்காரர்கள் அறிமுகப்படுத்திய மூக்கம்மா, அந்த குளுவர்கள் கூட்டத்தில் இருந்தாள். அப்போது திருமழிசையில் 'டேரா' போட்டிருந்தார்கள்.

சடங்காகிற வயசில் ஒரு பெண் மகவைக் கைப்பிடித்தபடி ஊர் ஊராய் அலையும் வாழ்க்கையில் மூக்கம்மா.

கணீரென்ற குரல். நாட்டுப்புறப் பாடல்கள், மெட்டுக்கள் பெருக்கெடுக்கும் தன்னூற்று.

அவள் வாழ்க்கையின் முகத்தை அழித்த புருசன்காரன் எங்கேயோ தேசாந்திரியாய் அலைகிறான். தன் வாழ்க்கையை அழித்தவனின் முகம்கூட அவளுக்கு மறந்து போய்விட்டது.

வாழ்க்கை வெளியில் பற்றுக்கோடு எதுவும் இல்லாமல், கதிக்க அடிக்கும் வெயில். வெயிலுக்கு மரநிழல் குளிர்ச்சி போல், ராமக்காளையின் அழைப்பை மூக்கம்மா ஏற்றுக்கொண்டாள்.

முதலில் அவள் ஒரு நாடோடி. இருப்பான வாழ்க்கை இல்லாமல், கூடாரத்தை மாற்றி மாற்றி ஊர் ஊராய் அலைந்து கொண்டிருக்கிற சாதி.

குணத்தில் சித்திரம். அந்தச் சித்திரத்துடன் வாழ கட்டின கணவனுக்குக் கொடுத்து வைக்கவில்லை. அவளது நெஞ்சுக்குள் உட்கார்ந்திருந்தது ஒரு வைரக்கல். சகல திசைகளிலும் பீய்ச்சியடிக்கும் அதன் ஒளிவீச்சைத் தாங்க முடியாமல் அவன் வெளியேறிவிட்டான். சஞ்சல புத்திக்காரன்.

சடங்காகிற வயசில் இருக்கிற மகள் சக்கம்மா. தாயும் மகளும் இனி அடைய ஒரு கூடு தேவை. நாடோடி வாழ்க்கையின் முரட்டுக் காற்றுக்கு அந்த இளங்குஞ்சின் நெஞ்சாம்பட்டை தாக்குப்பிடிக்காது என மூக்கம்மா அறிவாள்.

மூக்கம்மாவை நேராய் வீட்டிற்குக் கூட்டிப் போய்விட்டான் ராமக்காளை.

‘அந்தச் சிறுக்கி இருக்கிற வீட்டில், நா ஒரு பொழுது தங்கமாட்டேன்’ அவனுடைய வீட்டம்மாள் வெளியேறி விட்டாள். ‘‘வாதுக்குச் சக்களத்தி வந்து முளைச்சிருக்கா, கீரைக்குச் சக்களத்தி கிண்டி முளைச்சிருக்கா’’ என்பது போல் அந்த அம்மா ஒப்பாரி வைத்தாள். ஆனால் மூக்கம்மா அப்படியொரு பிறவி இல்லை. இதம், பதமாக மூத்தவளுக்கு அனுசரனையாகத்தான் இருக்க வேண்டுமென்று சபதம் எடுத்துக்கொண்டு போயிருந்தாள். ஆனால்

ராமக்காளைதான் பிடிவாதமாய் நின்றான். மூக்கம்மாவைத் தனியாக ஒரு வீடு பார்த்து குடியமர்த்தினான். அந்த வீட்டிலேயே வாசம். சம்சாரம் திரும்பி வந்த பழைய வீட்டுக்கு எப்போதாவது அவன் போனான்; வந்தான்.

சம்சாரமும் குடும்ப அம்சமான குணம்தான். 'பட்'டென்று ஒரு வார்த்தை வராது. தடிப்பான வார்த்தைகளோ, 'இங்ஙன கண்டோம், அங்ஙன கண்டோம் ஒன் வீட்டம்மாவை' என்ற ஒரு பேச்சுக்கோ இடம் இல்லை.

இந்த மாதிரி ஒரு பொம்பிளையைச் சேர்த்துக்கிட்டாராம்' என்று ஊரில் அலர் ஆகியது.

''மைனர் மாதிரி கல்யாணத்துக்கு முன்னாடி இருந்தால் தப்பில்லை. கல்யாணம் ஆன பிறகும் மைனர் மாதிரி துள்ளலாமா?'' என்று கண்டிக்கிற அளவுக்கு நிலைமை போய்விட்டது.

அவனுக்குச் சொல்லிப் பார்த்தார்கள். ''போனது போய் விட்டது. இனியாவது திருந்தி வாழு'' என்று பல பேர் எடுத்துப் பேசினார்கள்.

இனியொரு வெட்டரிவாளோ, கோடாரியோ கொண்டு அந்த உறவைத் தனியாகப் பிளந்துவிட முடியாது. அவள் பேரில் விழுந்த கவர்ச்சி கெட்டியாகி இறுகி ஒட்டிக் கொண்டது, தாம்பத்திய உறவாய் முறுக்கிக் கொண்டது என்று தெரிந்ததும் சொந்தக்காரர்கள் 'கம்'மென்று ஆகிவிட்டார்கள். இரண்டு வீட்டையும் எப்படியாவது கட்டி அழட்டும் என்று ஒதுங்கிக் கொண்டார்கள்.

வில்லு வாத்தியாரைப் பக்கத்திலேயே வைத்துக் கொண்டு, வேற வாத்தியாரைத் தேடவேண்டுமா என்ன? மூக்கம்மா முறையாக வில்லு கற்றுக் கொண்டாள்.

ராமக்காளைக்கு உயிர்ப் பிரியமான 'பிர்க்கா' மட்டும் அவளுக்கு வரவில்லை. அவளுக்கும் வெள்ளந்தியான நேர்க்குரல். தன்

போக்குக்குப் பாடட்டும், அது அவளுடைய பாணி என்று விட்டுவிட்டான்.

நாட்டுக் கலப்பை உழவில், இடைவெளி இல்லாமல் புழுதியாகி, மழை பெய்தவுடன் பொதுமலில் 'சொரு சொரு'வென்று தண்ணி உள்ளிறங்குமே அது போல், அவளுடைய கலைக்குணம் இசையை உள்வாங்கிச் சேகரித்துக் கொண்டது.

கிடை போட்ட நிலத்தில், கம்மம் பயிர் கரும்பச்சையாய், தூரும் துப்புமாய் வெடித்து வரும். நாடோடியாய்த் திரிந்த காலத்தில் கொட்டி முழக்கி வடித்த கிராமியப் பாட்டுக்கள், உதிர்த்த விடுகதைகள், சொலவடைகள் வில்லில் குப்பென்று பூத்துக் குலுங்கின.

வானவெடி கொளுத்தியது போல் மேலெழுந்து பூப்போல் கொட்டுகிற திறமை அல்லது 'தீ' போல் எரியும் தகதகப்பு. அந்தச் 'சூடு' அவன் மேலும் தாவியது. கொஞ்சம் உணங்கிப் போனான். பிறகு, அவளால் தனக்குப் பெருமை தானே என்று தெளிச்சிக்கு வந்தான். அவளுக்குத் துணையாக இருக்க முடிவு கொண்டான்.

(உணங்குதல் - வாடுதல்)

இரண்டு பேரும் சேர்ந்துதான் 'வில்லு' நிகழ்ச்சி பேசினார்கள்.

ராமக்காளை வரமுடியாத நாட்களில் அவளே எடுத்து நடத்தினாள். அவன் நடத்தியதை விட அவளுடைய வில்லுப்பாட்டு களை கட்டியது.

சில ஊர்களில் அந்தக் கதை பாடு, இந்தக் கதை பாடு என்று கேட்பார்கள். அவர்கள் கேட்கிற கதை வில்லுப் பாட்டுக்காரர்களுக்குத் தெரியும். ஆனால் கைவசம் கொண்டு போகாமல் இருப்பார்கள். அதனால் முன்னக் கூட்டியே 'இந்தக் கதைதான்' என்று தெளிவாக்கி பதிந்து விடுவார்கள். அல்லது வில்லுப் பேச வருகிறவர்களே எங்களுக்கு இந்தக் கதை வேண்டும் என்று கேட்பதுண்டு.

பாரதக் கதை நடத்திக் கொண்டிருக்கிறபோதே அவள், கௌரவர்கள் கூட்டத்தில் ஒருத்தன் பொடி போட்டான் என்பாள்.

''பக்கத்திலிருக்கிற ஒருத்தனும் பொடி கேட்டான். அதைப் பார்த்து இன்னொருத்தன், பிறகு இன்னொருத்தன் என்று பொடி, கைமாறிக்கிட்டிருக்கு. மூக்குக்கும் மாறுது. கௌரவர்கள் சபை முழுதும் தும்மல் காடாய் ஆகிருச்சி. அவர்கள் பொடியர்கள், ஆனால் தர்மன் தலைமையிலான பாண்டவர்களோ, கொடி கட்டி ஆண்ட 'கொடியர்கள்'.

சிலேடை அவள் கைச் சுண்டுதலுக்கு வசப்பட்டு, கரணங்கள் பல அடித்து பிரமிக்க வைத்தது.

படை படையாய், லட்சம் லட்சமாய், கண்டம் விட்டு கண்டம் தாண்டி குபுகுபுவெனத் தாவி வரும் பறவைக் கூட்டம் போல், உள்ளிருந்து பெருக்கெடுத்த இசையினால் மற்றவர்கள் கண்கொட்டாமல் பார்க்கும் ஒரு அதிசயமானாள்.

''அந்தக் கண்ணபிரான் சகாதேவனிடம் கேட்கிறான். மதியூக சகாதேவா! இனி இந்தப் போரை நிறுத்த என்ன செய்யலாம்?''

''எனக்கென்ன தெரியும்? பிரானே'' என்கிறான் சகாதேவன்.

''நீ சகல சாஸ்திரத்திலும் கற்றுக் கரை போகியவன். எது செய்தால் போரை நிப்பாட்டலாம்?''

''ஒன்னையக் கட்டனும்; ஒன்னையக் கட்டினா போரை நிறுத்திரலாம்'' என்றான் சகாதேவன்.

''அது சரிப்பா. அர்ச்சுனன் வில்லை ஒடித்து விடலாம்; பாஞ்சாலி கூந்தலை அறுத்துவிடலாம். என்னை நீ எப்படி கட்டுவாய்?''

''நான் ஒன்னைக் கட்ட முடியும்'' என்கிறான் சகாதேவன்.

கிருஷ்ணன் பல உருவங்கள் எடுக்கிறான். சகாதேவன் மனசை ஒருமுகப்படுத்தி, ஐம்புலன்களை அடக்கி கிருஷ்ணனைக்

கட்டுகிறான். கிருஷ்ணனோ, மனசை அலையவிட்டபடி, உள்ளபடி இருக்கிறான். சகாதேவனோ மனச் சிதறல் இல்லாமல், ஐம்பொறிகளையும் தன்னிலைப்படுத்தி 'கிச்'சென்று கட்டிவிடுகிறான். பரமாத்மாவால் ஆட முடியவில்லை; அசையமுடியவில்லை. கட்டிலிலிருந்து வெளியே வர முடியவில்லை.

பரமாத்மா 'அவிழ்த்துவிடு, அவிழ்த்துவிடு' என்று கூப்பாடு போடுகிறார்.

"சகாதேவா, விட்டுறப்பா. நீ சொல்றதைக் கேட்கிறேன்" என்கிறார்.

"சரி, அப்படியே செய்கிறேன். ஆனா நீ எனக்கு ஒரு வரம் கொடுக்க வேண்டும். பாரதப் போரில் எங்க அஞ்சு பேரையும் காப்பாத்த வேண்டும்" என்கிறான் சகாதேவன். சரியென்று ஒப்புக் கொள்கிறார் கிருஷ்ண பரமாத்மா. சகாதேவன், கட்டை அவிழ்த்து விடுகிறான். அப்போது கிருஷ்ணனாகப்பட்டவர் என்ன கேட்கிறார் தெரியுமா?

"அப்பா, சகாதேவா, நீ எனக்கு ஒரு வரம் கொடுக்கணும்" என்கிறார்.

"நான் உனக்குக் கொடுத்த வாக்குறுதியை யாருக்கும் சொல்லிடாதே. முக்கியமா நீ என்னைக் கட்டி போட்ட விசயத்தை யாருக்கும் சொல்லக் கூடாதப்பா என்று கெஞ்சி உறுதி வாங்கிக் கொள்கிறார்"

கொண்டு கூட்டி, எடுத்துப் பேசும் திறமையை மூக்கம்மா முந்தானையில் முடிச்சுப் போட்டு வைத்திருந்தாள் போல. இந்த இடத்தில் ஒரு கதை போடுவாள் மூக்கம்மா. இந்த இடம் அவள் தன்னை அடையாளம் கண்டு கொண்ட இடம்.

"ஒரு ஊரில் ஒரு சண்டியர் இருந்தான். சண்டியர்! அவனுக்குப் பெயர் சண்டியர். எந்நேரமும் பெரிய பிச்சுவாக் கத்தியோடு தான் அலைவான். ஒருநாள் ஒரு வியாபாரி எதிரே ஓடையில் வந்திருக்கிட்டிருக்காரு. சேவு வியாபாரி.

வியாபாரிக்கு ஏற்கனவே பயம். பிச்சுவாக்கத்தி பிச்சாண்டின்னு கேள்விப்பட்டிருக்கிறார். ஆனால் பார்த்ததில்லை. அந்த வழிப்பறி கொள்ளைக்காரன் இடையிலே வந்து மறிச்சிருவானோ என்ற பயம்.

எதிரே அந்த சண்டியர் வந்தான்.

''ஏலே, நூறு சேவு கொடு'' என்கிறான். வியாபாரி சேவு கொடுத்தார். சாப்பிட்டதும் 'சில்லறை கொடுங்க' என்று கேட்டார். 'சில்லரை என்னலே சில்லரை? போடா, தாடையிலே ரெண்டு கொடுத்தன்னா?' மிரட்டுகிறான் சண்டியர்.

வியாபாரி மறுபடி கேட்க, சண்டியர் ஒரு அடி கொடுத்திருக்கிறான். ரெண்டு அடி கொடுத்திருக்கிறான். மூணாவது அடிக்கு வியாபாரி தாவிப் பாய்ந்து சண்டியரை இழுத்துப்போட்டு மேலே அமுக்கினார். சண்டியர் கீழே; வியாபாரி மேலே.

அப்புறம் ''ஏலே, நா யார் தெரியுமாலே? எங்கிட்டயா காட்டுற உன் வீரத்தை? நாந்தான்லே பிச்சுவாக்கத்தி பிச்சாண்டி'' என்று கீழே கிடந்தமானைக்குச் சொல்றான்.

இதைக் கேள்விப்பட்டதும் வியாபாரிக்கு வெலவெலத்துப் போச்சு.

அந்தாக்கில பயந்து, 'குபீர்னு' எந்திரிச்சிட்டார்.

''இப்ப நா கீழே படுத்துக்கிறேன். நீங்க மேல போட்டு அமுக்குங்க; அடியுங்க; சேவு எவ்வளவு வேணுமின்னாலும் சாப்டுங்கய்யா'' என்று விருளியடித்துப் போய் சொல்றார். வியாபாரிக்கு வேர்த்து நடுங்குது.

''சேவு வேண்டாம். ஒண்ணும் வேண்டாம். நீ இப்ப என்னை தூக்கிப்போட்டு அமுக்கின பாரு. அத மட்டும் வெளியே சொல்லிராதே'' சண்டியர் அப்படியொரு விண்ணப்பம் போட்டான்.

இந்த பிச்சுவாக்கத்தி பிச்சாண்டி கேட்டுக் கொண்டது மாதிரியே, பாரதத்திலே வருகிற கிருஷ்ண பரமாத்மாவும் கேட்டுக் கொண்டார் என்றால் பாருங்களேன்'' என்று கதை சேர்ப்பாள் மூக்கம்மா.

''சக்திமிக்க கிருஷ்ணனை, மனசில் கட்டியதால் தானே மதியூக சகாதேவனுக்குப் பெருமை. பலசாலியான சண்டியரை மல்லுக்கட்டி அமுக்கியது சேவுக்காரனுக்குப் பெருமை'' என்று பிறகும் சோடிப்பாள்.

சுயமுத்திரைகளை அவள் செதுக்கினாள். லாவகமான சொல்லும், நாட்டுப்புறங்களில் அலைந்து திரிந்ததால் கிடைத்த கதைளும் சொலவடைகளும் அனுபவமும் வரம் தந்தன.

''லேசுப்பட்டவளா? ஏழூர்த் தண்ணி குடிச்சி வளர்ந்த பிறவியாச்சே! ஏழூர்ச் சொல்லும் அவகிட்டதான இருக்கும்'' பெருமைப்படுவார்கள்.

''கேட்டா அவ பாடுதக் கேட்கணும். மற்றவங்களும் பாடுறாங்களே'' அவள் காதுபட புகழ் மாலைகள் விழுந்தன.

நிறைய முடி இருந்தால் கொண்டை போட்டுக் கொள்ளலாம். கொப்பு வைத்துக் கொள்ளலாம். பூ வைத்துக் கொள்ளலாம் (கொப்பு-தலையில் சூடும் நகை) குரல் இனிமை, புத்தி வளம் இருந்தால் எப்படி எப்படி சிங்காரிக்க வேண்டுமோ, அப்படி சிங்காரித்துக் கொள்ளலாம். மூக்கம்மா சிங்காரித்துக் கொண்டாள்.

ரொம்ப நாளைக்கு ஒதுக்கம் கொண்டிருக்க முடியாது. கலை நிகழ்ச்சிக்காக வேகு, வேகு என்று ஓடிக்கொண்டிருக்கிற போதும் வாழ்க்கைப் பாதையில் சாலையின் மேடுபள்ளங்களை உன்னிப்பாகப் பார்க்க வேண்டும். நொடிகளில் வண்டி குடை சாயாமல் சாதுரியமாய்ப் பயணிக்க வேண்டும்.

உறவு, சொந்தங்களின் மேடு, பள்ளம் கண்டு எங்கெங்கே நிதானப்பட வேண்டுமோ அங்கே நிதானப்பட்டாள். அவனுடைய சொந்தங்கள் அவளுக்கும் சொந்தங்கள். அப்படித்தான் அவனுடனான உறவு இறுகிக் கொண்டது.

ஒரு சொல் கொடுத்து, அவனை ஏற்றுக் கொண்டு வந்தாகிவிட்டது. வாக்குத் தந்து வந்ததினாலேயே அவனை மட்டும் நம்பிப் போக முடியாது. ஒரு நோய் நொம்பலத்தில் விழுகிறபோது துயரத்தின் பாதாளத்திலிருந்து கை தூக்கிக் கூட்டிப் போகிறவர்கள் உறவுகள்தான்.

தொலைநோக்கில் பார்த்தபோது, வாழ்வின் நுட்பங்கள் அவளுக்குப் பிடிபட்டன; கண் நேர்பார்வைக்குத் தெரியாமல் மறைந்திருக்கும் வளைவுகள் தென்பட்டன. மூத்த குடியாளுக்குக் கிடைத்தவை தாலியிட்டு வந்த உரிமைகள். சொந்த சாதியிட்டு கிடைத்த உரிமைகள். தாலியும் இல்லை, சாதியும் இல்லை. மூத்த குடியாளுக்கு இருக்கிற உரிமைகள் தனக்கிருப்பதாகச் சொல்ல முடியுமா? அவனுடைய சொந்தங்களையே கூட, தன் சொந்தமாக அழைக்கிற அளவுக்கு இன்னும் பழக்கம் கைகூடவில்லை. எந்த வயசுக்காரராக இருந்தாலும் வர்றேம்மா. போறேம்மா என்று பொத்தாம் பொதுவாக 'அம்மா' போட்டுத்தான் பேச முடிகிறது.

அதனால் அவள் ஒரு முடிவெடுத்தாள். என்ன தலைபோகிற காரியமாக இருந்தாலும், அவனுடைய சொந்தக்காரர்கள் வீட்டிற்குப் போய், உட்கார்ந்து நாலு வார்த்தை பேசிவிட்டு வருவது. மாறி மாறிப் போய் பேச்சுக் கொடுத்தாள். 'கலைவாணி' என்ற அங்கீகாரத்தோடு மின்னுகிறவள், தங்கள் வீட்டுக்கு வந்து உட்காருவது அவர்களுக்கு பிரமிப்பைக் கொடுத்தது 'வாங்கக்கா' என்று வாய் நிறைய அழைத்து, உறவுக்குள் அவளை எடுத்துப் போனார்கள்.

மகள் மதுரை மீனாவை ஒருநாள் அழைத்து ''போய் பெரியம்மாவைப் பார்த்து வா'' என்று சொன்னாள். ''நீங்க, அவளைக் கூட்டிட்டுப் போங்க. ஒத்தையிலே போக, சின்னப்பிள்ளை தெகைச்சிப் போகும்'' என்றாள். முதலில் ராமக்காளை சுணக்கம் செய்தபோது, 'அக்காவை எனக்குத் தெரியும். அவங்கள பூப்போட்டுக் கும்பிடனும்' என்று அனுப்பி வைத்தாள். மனச் சம்மதம் இல்லாமே ராமக்காளை, மதுரை மீனாவைக் கூட்டிக் கொண்டு போனான்.

பார்த்து திரும்பி வந்த மகளிடம், 'பெரியம்மா நல்லா பேசினாங்களா?' என்று கேட்டாள். தாயாரின் கழுத்தைக் கட்டிக் கொண்டு மீனா சொன்னாள்;

''ஒம் மக முகத்தைப் பார்த்தா தெரியலயா? இங்க பாரு'' என்று மலர்ந்த முகத்தை விரித்தாள்.

3

''வெட்டை, கட்டையில போகும்'' என்பார்கள்.

''வெட்டை வெடிசூலை
வட்டறத் தீராது காண்'' என்று சொல்கிறது மருத்துவ நிகண்டு.

வெள்ளை ஒழுக்குப் போகிற வெட்டை நோயும், அடிவயிற்றைச் சுற்றித் தீராத வலி கொண்டு எரிகிற சூலை நோயும், மண்டையோடுதான் போகும். 'வட்டறத் தீராது' என்றால், உயிர் போகிறவரை போகாது என்று பொருள்.

கிராமத்தில் ஒவ்வொரு நோய்க்கும் ஒரு கைப்பக்குவ மருந்து உண்டு. ஓரொரு வீட்டுக்கு ஓரொரு நோய்க்கு கைப்பக்குவமாய் மருந்து சேர்த்துக் கொடுப்பார்கள்.

கண்ணில் எரிச்சல்,வெள்ளையாய் பூ விழுதல் ஆகியவற்றிற்கு ஒரு பச்சிலை உண்டு. நல்ல கொழுந்து இலையாக நாலு பிடுங்கி, கைகளில் நன்றாகக் கசக்கி கண்ணில் பிழிந்து விடுவார்கள். ஒரு நேர மருந்துதான்.

எவ்வளவு ஆழமான வெட்டுக் காயம், பிளவு எதுவாக இருந்தாலும், மிளகாய் வத்தலை கரி மாதிரி கருக்குவார்கள். மரவையில் போட்டு நல்லெண்ணெய் விட்டு ஒரு கட்டையை வைத்துத் தேய்ப்பார்கள். கன்னங்கரேல் என்று மைப்பாகமாக வந்தவுடன், வெட்டுக் காயத்தில் களிம்பு மாதிரி அப்பி, கட்டுக் கட்டி விடுவார்கள். ஒரு கட்டோடு சரி. அப்படியே புண் சுக்கு மாதிரி காய்ந்துவிடும். மிளகாய் வத்தல், நல்லெண்ணெய்க் கூட்டினுடைய

பலனா அல்லது தேய்க்கிற மரவைக் கட்டையோட மூலிகைப் பலனா என்று இதுவரை அந்த வீட்டார் சொல்லவில்லை.

பக்கத்திலிருக்கிற பெருமாள் பட்டியில் மஞ்சள் காமாலைக்கு மருந்து கொடுப்பதில் பேரெடுத்த ஒருவர் இருக்கிறார். போகிறபோது, நாலு காசுக்குக் கடையில் மிளகு மட்டும் வாங்கிப் போக வேண்டும். ஒரு பச்சிலை, எந்தக் காட்டில், எந்த மூலையில் கிடக்கிறதென்று, அந்தப் பெரியவருக்குத் தெரியும். வீட்டில் எப்போதும் அந்தப் பச்சிலைச் செடி பிடுங்கிக் கிடக்கும். பச்சிலையில் மிளகை வைத்து சுருட்டிக் கொடுப்பார். வாயில் போட்டு மென்று சாறோடு விழுங்க வேண்டும். இதுவும் ஒரு நேர மருந்துதான். ரொம்ப முற்றிப் போன நோயாக இருந்தால் இரு நேர மருந்து.

மூத்த குடியாளுக்கு வெட்டை நோய் கண்டு, உதிரப் போக்கு ஆகியது. ஒன்னுக்கு, ரெண்டுக்கு இருக்கிற போதும் எல்லா நேரத்திலும் உதிர ஒழுக்கு போய்க் கொண்டிருந்தது. நாளுக்கு நாள் இளைத்து, உள்ளுக்குள் ஒடுங்கிக் கொண்டே போனாள்.

கோவில்பட்டி, மதுரை என்று பெரிய டாக்டர்களிடமெல்லாம் ராமக்காளை கூட்டிப் போய் காட்டினான். மட்டுப்படவில்லை.

மூக்கம்மா வந்து இரண்டு வருசம் தாண்டிப் போய்விட்டது.

இப்படியொரு கொடூர நோய் மூத்த குடியாளை வாட்டி எடுக்கிறது என்று ராமக்காளையும் சொல்லவில்லை; அந்த அக்காவும் காட்டிக் கொள்ளவில்லை. ''எனக்குத் தெரியாமலே வச்சிருந்தீகளாக்கும்'' என்று அவனைச் சடைத்துக் கொண்டாள்.

சோற்றுக் கற்றாழை மடலை முள் போக சீவி, தோலையும் சீவிவிட்டு, துண்டம் துண்டமாய் நறுக்கி உள்ளுக்குச் சாப்பிட வேண்டும். பொல்லாக் கஃப்பு கசக்கிறதென்று முன்னால் பின்னால் இனிப்பு சேர்த்து விடக்கூடாது. கண்ணை மூடிக் கொண்டு வாழைப்பழம் சாப்பிடுவது போல் உள்ளே தள்ளிவிட வேண்டும்.

அந்த நோய்க்கு அந்த ஒத்த மருந்துதான் என்று சொல்லி, கையோடு சோற்றுக் கற்றாழையை வெட்டி, சீவி, துண்டம் போட்டு மகள் மீனா மூலம் கொடுத்தனுப்பினாள் மூக்கம்மா.

ஊர் ஊராய்த் திரிந்த காலத்தில், அங்கங்கே கேட்டுத் தெரிந்து கொண்டது இந்த கைப் பக்குவ மருந்துகள். அதையே இன்னொரு இடத்துக்குப் போகிறபோது பிரயோகப்படுத்தினாள். அனுபவங்களின் குவிப்பில் பலவிதமான நோய்களுக்குக் கைப்பக்குவம் பார்க்கிற, மூலிகைக் குணம் தெரிந்த மருத்துவச்சியாகவும் தேர்ச்சி கொண்டிருந்தாள்.

முன்னாலாவது மூத்த குடியாள் வீட்டுக்குப் போக வர இருந்தான் ராமக்காளை. இப்போது போக்குவரத்து அறவே நின்று போனது. புஞ்சைக் காட்டு மழை ஒரு நேரம் நினைத்தால் வெள்ளக்காடாய் சகட்டடி அடிக்கும். நின்றால் வருசக்கணக்கில் வெறுங்காடாய் போட்டுப் பார்த்துவிடும்.

'அப்படி, சடார்னு நிறுத்திட்டா?' என்று எதிர்க்கேள்வி போட்டாள் மூக்கம்மா. அவனிடமிருந்து சரியான பதில் வரவில்லை.

'அப்படித்தான்' என்றான்.

'அவ தோற்றத்துக்கு தான் அப்படி. மனசுக்குள்ள நெருப்பை எரிய விட்டிக்கிட்டிருக்கா. உள்ளுக்குள் பலதும் நினைக்கிறா. தனக்குப் பிள்ளையில்லையேங்கிற வெறுப்பு. எல்லாம் புகையும் கங்குச் சிதறுலுமா எரிஞ்சிக்கிட்டிருக்கு. தன்மையான பழக்கம், பேச்சு, அமர்ந்த குணம். முன்ன இருந்துச்சு. இப்ப இல்ல.'

''எப்ப? என்ன கூட்டிட்டு வர்றதுக்கு முன்னால தானே?'' மூக்கம்மா கேட்டாள்.

அவனிடம் பதில் இல்லை.

''அப்படித்தான் இருக்கும். அதுக்கு மேல வேற எப்படி? நானா இருந்தாலும் அதானே'' என்றாள் மூக்கம்மா.

‘அப்படித்தான்’ என்ற சொல்லுக்கு, அவன் மனதடியில் ஓடும் நீரோட்டங்கள் வேறாக இருந்தன. மீனாவை அவளுடைய வீட்டிற்கு அடிக்கடி அனுப்ப வேண்டாம் என்றான். தேவையில்லாமல் எரிச்சலும் மனநோயும் உண்டாகும் என்று தட்டிவிட்டான்.

‘நீங்கதான் போகலை, அதுக்காக பிள்ளையையும் நிறுத்திர முடியாது. நீங்க சொல்றது சரியாய் இல்ல’ என்று கோபமாய்ப் பேச்சை முடித்துக் கொண்டாள்.

4

பச்சையப்பன், மதுரை ‘ஆர்வி’ மில் தொழிலாளி. 'ஆர்வி’ மில் இப்போது ‘மதுரா கோட்ஸ்’ என்று பெயர் மாற்றமாகி நிற்கிறது.

அமைதியான நதியின் நெஞ்சில் பாறாங்கல் உருண்டு விழுவது போல், சமுதாயத்தின் நெஞ்சு அதிர்கிற மாதிரி சில சம்பவங்கள் நடந்தன.

இவற்றில் சில - விஞ்ஞான வளர்ச்சியை வாழ்க்கையோடு துல்லியமாகப் பொருத்தாமையால் ஏற்பட்டவை - அரியலூர் ரயில் விபத்து, ராமேசுவரம் புயல், சாஸ்நலா சுரங்க விபத்து, போபால் ‘கார்பைடு’ விஷவாயு விபத்து போன்றவை.

சிலர் - பொற்காலத்தை வேகமாய்க் குறுக்காகப் பாய்ந்து பிடித்துவிட வேண்டும் என்று ஆசைப்பட்டதால் விளைந்தவை - ஆளவந்தார் கொலை வழக்கு, பதுக்கல் கொள்ளை, கள்ளச் சந்தை

சிலர் - வேகமான நகர் மயமாதலின் ஊடே நகரத்து மயக்கங்களில் ஆத்மாவைத் தொலைத்துவிட்ட உதிரிகள். மணிக்குறவன், கரிமேட்டுக் கருவாயன், சண்டியர்கள் வகை.

சமுதாயத்தின் ஏறுக்கு மாறான நடை பிசகால் விளைந்த அதிர்ச்சி சம்பவங்களை, கவியாகத் தொடுத்துத் தருவதில் சமர்த்தர் பச்சையப்பன். கவி தொடுத்துப் பாடவும் செய்வார்.

இந்த நூற்றாண்டின் தொடக்கத்தில் கிராமங்களிலிருந்து மக்கள் பிழைப்பு தேடி நகரங்களில் தொழிலாளிகளாய் மாறுகிறார்கள். இப்போது நகரங்களில் வாழ்பவர்கள் எல்லோரும் அங்கேயே வேர் ஊன்றி, மூலமாய் இருந்தவர்கள் இல்லை. நகரத்தின் வேர்களுக்குள் கிராமங்கள் இருந்தன. தொழிலாளியாய் நகரத்தை வந்தடைகிறபோது, வெள்ளந்தி ஆத்மாக்களாக வந்தார்கள். ஆத்மாவின் உள்ளிருந்து வீசும் மண்வாசனையோடு, மண்வாசனை பிரவகிக்கும் கலைகளோடு வந்தார்கள்.

இடுப்புக் குழந்தைகயாகத் தொத்திக் கொண்ட கலைகளை, இறக்கிவிடத் தயாராக இல்லை.

பறை, கஞ்சரா, சிங்கி, உடுக்கு, ஒயிலாட்டச் சலங்கை என்று ஒருத்தர் கையிலாவது ஒரு நாட்டுப்புற இசைக் கருவி இருக்கும்.

தன்னைத் தொத்திக் கொண்ட கலையுடன், குரல் வளத்துடன், கிராமத்தின் கருக்கு அழியாமல் 50 ஆண்டுகளுக்கு முன் மதுரை நகரம் ஏறியவர் பச்சையப்பன்.

நெல்லை மாவட்டம் கழுகுமலையில், ‘மதுரைக்காரர்கள் திருவிழா’ என்று தனியாக ஒரு நாள் நடக்கும். அப்போது மதுரையிலிருந்து, எல்லாக் கலைஞர்களும் வருவார்கள். பச்சையப்பனும் வருவார்.

கழுகுமலைக் கோயில் மண்டபத்தில் ‘மதுரைக்காரர்கள் சத்திரம்’ இருக்கிறது. மதுரையிலிருந்து வரும் பாட்டுக்காரர்கள், ஆட்டக்காரர்கள் அந்த சத்திரத்தில்தான் வாசம்.

பாட்டும் ஆட்டமுமாய் நுரை பொங்கும் மதுக்குடம் மாதிரி, கதகதப்போடு பச்சையப்பன் வருவார். 1956 ல் நடந்த அரியலூர் ரயில் விபத்துப் பாட்டு அப்போது அவருக்கு ரொம்பப் பேர் தந்த பாட்டு. மக்களுக்கும் அந்தப் பாட்டு மேல் ரொம்பப் பிரியக்கால் இருந்தது.

‘‘பெரியவரே, சிறியவரே

பிரியமுள்ள தமிழர்களே,
அரியலூரு ரயில் விபத்தை
அநியாயத்தைச் சொல்லிவாரேன்
அளவில்லாத சேதம் - பலர்
அழிந்தாரையா பாவம்.
- கிராமிய கலைஞனின் விரிந்த குரல் எட்டுக்காலச் சுதியில் ஓங்கி அடிக்கும்.

"சனி, ஞாயிறு திங்கள் செவ்வாய்
சரியான மழைவிழுக
அநியாயக் காலத்துக்கு
அடித்து வெள்ளம் கரை புரள
ஆனதிந்த மரணம் - ரயில்
அடித்ததையா கரணம்.

"பகவானை வணங்கச் சென்ற
பக்தர் கூட்டம் வருகுதையா,
நகை நட்டுச் சாமான்களோடு
நதியில் விழுந்து செத்தாரையா
ராமேசுவரத்துப் பக்தி - இந்த
நடுப் பாலத்திலே பல்டி

"மனம் என்ற சொல்லாலே
மாடி கட்டும் மானுடர்கள்
மர்மமாக மறைந்தார் - ஆற்று
மணலுக்குள்ளே புதைந்தார் - ஐயோ!"

ஐயோ என்று இழுக்கிறபோது, அந்தச் சொல் இழுப்பு, உயிரைச் சுண்டி இழுக்கும். இழந்த மனுசுக்காரர்கள் தாரை தாரையாகக் கண்ணீர்

பா. செயப்பிரகாசம்

சொரிந்தார்கள். கேட்டுக் கொண்டிருப்பவர்கள் சகல புலன்களும், அப்போதைக்கு பச்சையப்பனின் கை வசம் அடக்கம்.

"உயிர் என்ற காற்று - இந்த
உடலுக்குள்ளே இருக்குதையா
நிகர் என்ற மனிதர் கூட்டம்
நெஞ்சைத் தூக்கி நடக்குதய்யா
நிலையில்லாத ஆட்டம் - ஒரு
நிமிசத்தில் ஓட்டம் - ஐயோ
"தூத்துக்குடி எக்ஸ்பிரசும்
துயரமான ரயில் விபத்தும்
பார்த்து மனம் துடித்தார்
பச்சையப்பன் கவிதொடுத்தார்
பதிய வைத்தார் ஏட்டில் - இனி
பாடுவார்கள் நாட்டில்"

ஒவ்வொரு கதைப் பாடலிலும் அவர் பெயர் முன்னும் இருக்கும்; பின்னும் இருக்கும். பாடலை வடித்துக் கொடுத்த கவியின் பெயரை, எங்கயாவது சொருகி வைப்பது கிராமியக் கலைஞர்களிடம் மாறாமல் தொடரும் மரபு.

செவி வழியாகவும், வாய் மொழியாகவும் பரிமாற்றப்படும் இலக்கியம். படைத்தவனின் பெயர் சொல்லப்படாமல் போய்விடலாம் என்பதற்காக இவ்வாறு பதிவு செய்வார்கள்.

'வேம்பு திங்கிறவனுக்கு வேம்பு ருசி

கரும்பு திங்கிறவனுக்கு கரும்பு ருசி' - என்கிற மாதிரி இப்பவும் இந்தக் கலைகளை ரசிக்கிற கூட்டம் ரசிக்கத்தான் செய்கிறது. மண்ணின் பாரம்பரியக் கலைகளை அடையாளம் கண்டு, அதிலேயே

சொக்கி விழுகிற மனங்கள், எங்கே புலம் பெயர்ந்தாலும் திளைக்கத்தான் செய்கின்றன.

ராமக்காளையும், மூக்கம்மாவும் சின்னப் பிள்ளைகளாட்டம் முன் வரிசையில் உட்கார்ந்து பச்சையப்பனின் ஆட்டம் பார்த்தார்கள். அவரிடம் நெருக்கமான பழக்கம் இல்லை. அந்தக்கால 'வாய்ப்பாடு' அளவில் விற்கும் பச்சையப்பன் பாடல் புத்தகங்களை வாங்கி வைத்துக் கொண்டார்கள்.

ராத்திரி, ராத்திரியெல்லாம் நடக்கும் ஆட்ட, பாட்டத்தை கண் முழித்துக் கிடந்து கலை நிகழ்ச்சிகளை கண்டு கிறங்குகிற சுகம்.

ஒரு சுவையான கட்டத்தில் கிறங்கி, லயித்துக் கிடந்த அவர்களின் பின்னால் ஆதிரன் வந்து 'கொஞ்சம் இங்க வாங்க' என்று கூப்பிட்டான். ஆதிரன் குரலும் முகமும் வித்தியாசமாய்த் தென்பட்டன. அவர்கள் சுதாரிப்பாக இருந்திருந்தால் ஒரு சொல்லிலேயே எழுந்திருக்க வேண்டும். திரும்பிப் பார்க்காமல், ஆட்டத்தில் கண் பதிந்திருந்த அவர்களின் பின்னுக்கு நடுவில் உட்கார்ந்து, காதில் முணுமுணுத்தான்.

''ஐயோ போச்சே, போச்சே'' என்ற அலறல் மட்டும் மூக்கம்மாவிடம் கேட்டது.

ஊரில் மூத்தகுடியாளிடம் மகளைப் போய் இருக்கச் சொல்லிவிட்டு மூக்கம்மா வந்திருந்தாள். அங்கே இருந்தால் சிரித்துப் பேசி, விளையாடி இருப்பாள் என்று தான் இரண்டு பேரும் கழுகுமலைத் திருவிழாவுக்கு வந்துவிட்டார்கள்.

துணைக்குத் துணையாய், தாய்க்குத் தாயாக இருப்பாள் என்று நினைத்த நினைப்பு தப்பாகப் போய், மூத்தக் குடியாள் மனசில் வன்மம் வேலை செய்துவிட்டது. கருகரு என்ற மசங்கி வருகிற நேரத்தில், வெள்ளந்தியான மீனாவைக் கைப்பிடியாய் பிடித்துக் கொண்டு மூத்த குடியாள் வெளியேறியிருக்கிறாள்.

ஊருணிக் கரையில் உள்ள கிணற்றில் அந்த மயில்குஞ்சின் சடலம், குப்புற அடித்து மிதந்தது. மூத்தகுடியாளை எங்கேயும் காணவில்லை.

"எம்பிள்ளையக் கொன்னுட்டியா? அடியே வன்மம் வச்சிருந்து பழியெடுத்திட்டேயடி, சண்டாளி" ராமக்காளை தலையைத் தலையை அடித்துக் கொண்டு அழுதான். அப்படியொரு வங்கொலை சரித்திரத்து நிகழ்ச்சிகளில் இல்லை. நல்லதங்காள் கதையில் நடந்திருக்கிறது. மூளி அலங்காரியான அண்ணியின் கொடுமையால் சொந்தப் பிள்ளைகளையே கிணற்றில் ஏன் வீசியெறிந்த புராணக் கதை அது?

குடை அத்தி மரத்தடியின் வேரிலிருந்து புறப்பட்டு, முகப்பரப்பில் பூசணிப்பூவைக் கொண்ட ஒரு பொம்பிளையைக் காணாமல் தவங்கிப் போய் கிடக்கிறார்கள் கிராமத்துச் சிறுவர்கள்.

ஒரு துடைப்பத்தையோ, ஒரு சீப்பையோ தாய்மார்களின் கையில் கொடுத்து, கஞ்சியோ, கூழோ அந்த நேரப்பாட்டுக்கு வாங்கிப் போன சித்திரத்தைக் காணோம்.

கிராமத்தின் அந்திக் கனவுகளை அலங்கரித்தபடி வரும் -

பாட்டுத் திறத்தாலே புஞ்சைக் காடுகளைப் பாலித்தபடி வரும் -

இராமகாதையைப் பாட்டாய் வடித்து, நிலா வெளிச்சம் போல் வரும் -

ஒரு பெண் பிறவியைக் காணாமல் எங்கள் ஊர்ச் சிறுவர்கள் உணங்கிப் போகிறார்கள்.

இசையின் உலகங்கள் காய்ந்து கிடக்கின்றன. செவிப்பறைகள் தாகம் கொண்டு தேடுகின்றன.

காணி காத்த கலைஞர்கள்

"பொல்லாம் பொத்தலையா, பொல்லம். அம்மா, பொல்லம் பொத்தலையா பொல்லம்?"

காரவீட்டு முன் குறத்தி மயிலம்மை நிற்கிறாள். இடது கக்கத்தில் பனைநார்ப் பெட்டியும் வலது கையில் நார் கிழிக்கும் வளைவு கத்தியும்.

பனைநாரால், ஓலையால் முடைந்த சாமான்களை ஆக்கித் தருவதோடு, பழுதான சாமான்களைத் திருத்தித் தருவாள். பெயர் 'பொல்லம் பொத்துதல்'.

நிலம், நீச்சு இல்லாத சலவைத் தொழிலாளர்களுக்கு (வண்ணார்) 'கல்லுப்போட்ட இடம் காணி' என்று சொல்வார்கள். துவைப்புக் குழியும் துவைப்புக் கல்லுமே அவர்களது சொத்து. துவைப்புக்கல். எந்தெந்த ஊரில் போடுகிறார்களோ அந்த ஊரெல்லாம் அவர்களது காணி. முறம், கூடை நெய்கிற, பொல்லம் பொத்துகிற தொழிலாளிகளுக்கும். கால் ஆதாரம் கொள்ள கையளவு பூமி இல்லாவிட்டாலும் ஒதுக்கப்பட்ட ஊரெல்லாம் அவர்கள் காணி, இத்தனை ஊர்கள் என அவர்களுக்குக் காணியாகப் பிரிக்கப்பட்டன. அந்த ஊர்களையெல்லாம் சொந்தக் காணியாக நினைத்து தொழில் செய்து காத்து வந்த மேன்மையால் காணிகாத்த கலைஞர்கள் ஆனார்கள்.

பா. செயப்பிரகாசம்

ஒரு குடும்பத்துக்கு இத்தனை ஊர்கள் என்று ஒதுக்கப்பட்டு குலமுறையாக வந்தது. பிள்ளைகள் வளர்ந்து, கல்யாணம், காட்சி என்றாகிவிட்டால், சொத்துப் பிரிவினைப் போல் ஊர்களைப் பிரித்துக் கொண்டு போனார்கள்.

கார வீட்டுக் கிழவி வெளியில் வருகிறாள். அவளுக்கு முன்னாலேயே அவள் குரல் வந்து சொடுக்குகிறது.

''கடகம், முறம் பொல்லாம் பொத்தனும், மத்தியானப் பொழுதா வா தாயி.''

''இப்பப் போடுங்கம்மா''

''மருமக வரணும். எல்லாம் காட்டுக்குப் போயிருக்காகளே.''

மயிலம்மையின் முதுகுக்குப் பின்னால் கட்டிய ஏனையில் பச்சைக் குழந்தை. அதன் முகத்தில் ஏறுவெயிலினால் பொடிப் பொடித் துளிகள்.

''இரு, ரெண்டு கை கூழ் கொண்டு வாறேன். பசியாறிட்டுப் போவே''

காரவீட்டுக் கிழவி உள்ளே போகிறாள். அவள் ஊத்திய கூழை, ஏனத்தில் (பாத்திரத்தில்) ஏந்தி பசியாற்றிக் கொள்கிறாள். மோர் விட்டுக் கரைத்த கூழ் குளிர்ச்சியாய், இன்னும் கொண்டா, இன்னும் கொண்டா என்று கேட்கிறது. தூங்கி எழுந்துவிட்ட பச்சைமண், மார்புப் பாலுக்கு கையை காலை உதைக்கிறது. ''செத்த (கொஞ்சம்) அதைப் பசியாத்து. ஓம் பாலுக்குத்தான் குடல் அந்தத் துள்ளு துள்ளுது''

பெரிய மனுஷியின் காதுகளில் ஆடும் தண்டட்டியைப் பார்த்தபடியே உட்கார்ந்து குழந்தைக்கு மார்பு கொடுக்கிறாள்.

அது அவள் வளர்த்து, மாட்டியது. பெண்களின் காதுகளின் அடிப்பகுதியைத் துளை செய்து, காது வளர்க்கும் வேலையை அவளை மாதிரி குறவ இனப் பெண்கள் செய்தார்கள். ஒரு விரல் அளவுக்குக் காது துளையாக்கப்படும். காது வளர்ந்த பின், 'காணி காத்த கலைஞர்' குலப்

பெண்களுக்குக் கோழி அடித்துச் சோறு போடுவார்கள். ஒரு மரக்கால் அல்லது எட்டுப்படி தானியம் கொடுப்பார்கள்.

"தண்டட்டி பாம்படம் காதில

தளுக்குறாளில்லே பேச்சில' என்று காட்டுகிறது சொலவம்.

தண்டட்டி போடுவதாலேயே தளுக்கும், குலுக்கும் கூடிவிடுகிறதாம். செல்வந்த கம்பீரியம் கூடவே தொத்திக் கொள்ளுமாம். இல்லாத வீடுகள்கூட காது வளர்த்துக் கொள்வதுண்டு.

இன்றும் தென் மாவட்டங்களில் காது வளர்த்த, தண்டட்டி, சவுடி போன்ற காதணிகள் குலுங்குகிற மூதாட்டிகளைத் தரிசிக்க முடியும். நவ நாகரீகம் கண்டு பேதலிக்காத நடமாடும் மூதாட்டிகள் அங்கங்கே எதிர்ப்படுவார்கள்.

"தண்ணிக் குடமெடுத்து

ஏ, சிணுக்கான் கொட்டுக் கூடை

ஏ, சிணுக்கான் கொட்டுக் கூடை

தாரணியாள் தண்ணிக்குப் போறேன்

ஏ, சிணுக்கான் கொட்டுக் கூடை"

நரிப்பூர் சுப்பையாத் தேவர் எனப் பேர்கொண்ட கீகாட்டுக் கலைஞன். கடலாடிக்குப் பக்கமிருக்கிறது நரிப்பூர். பெண் வேஷம் கட்டி, அதுவும் மாமியார் வேஷம் கட்டி, தளுக்கிக் குளுக்கி, தண்டட்டிகளை ஆட்டிக் கொண்டு பாடிவரும் பாடல், ராத்திரி கோயில் திருவிழா கூத்தில் மிதந்து வருகிறது. குறவன் குறத்தி கதம்ப நிகழ்ச்சியில் இந்த மாமியார் ஆட்டம் இடைச் செருகல். குழுவில் பெண் ஆட்டக்காரர்கள் இல்லை. ஆண்களே பெண் வேடம். ஊர் ஊராய்ப் போய் ஆட்டம் நடத்துகிறவர்களுக்கு பெண் கலைஞர்களை வைத்துக் கொள்ள தோதுப்படுவதில்லை.

ஊர்ப் பண்டிகை நேரத்தில் பெட்டி, கூடை, முறம் முடைவது, போனது வந்தது, பொல்லம் பொத்துவது என்று நிறையப் போடுவார்கள்.

பண்டிகைக்கு இரண்டு நாள் முன்பே வந்து கிராமங்களில் தங்கிவிடுவார்கள்.

ஒரு அய்ம்பது வருசங்களுக்கு முன். கல்யாணம், பூப்புனித நீராட்டு என்று மங்கலக் காரியங்களுக்கு சீர்வரிசை நார்ப்பெட்டியில் போகும். இடைவெளி தெரியாமல், ஒன்னுபோல் வரிவரியாய்க் கட்டப்பட்ட நார்ப்பெட்டிகள் களை எடுக்கப் போகையில் பெண்டுகள் இடுப்பில் தொத்திக் கொள்ளும். கையில் களைக்குச்சியோடு நார்ப் பெட்டியோ, ஓலைப் பெட்டிக் கடகமோ போகும். (கட்கத்தில் இடுக்கும் பெட்டி - கடகாப் பெட்டி)

உள்ளாஞ் சுருக்குப் போட்டு, கைச் சுண்டு விரலில் கட்டியிருக்கும் கம்பறுகத்தி (கம்மங்கருது அறுக்கும் கத்தி) கைவிரலில் படாமல், தலையிலிருக்கும் நார்ப்பெட்டியில், மீன் துள்ளல் லாவகத்தில் கருதுபோய் விழுகும்.

மயிலம்மை பின்னிக் கொடுத்த நார்ப்பெட்டிக்கு நல்ல பேர். தண்ணீர் ஊற்றினாலும் ஒரு துளி கீழே போகாதாம்.

ஓரனேர் விவசாயி முதல் பெருங்கொண்ட விவசாயி வரை, வீடுகளில் பனைநார்க் கட்டில் போட்டுப் படுப்பார்கள். மேல் விரிப்பு அனாவசியம்.

நார்க்கட்டில் ஒரு மந்திரக் கம்பளம். முகம் ஆகாயம் பார்த்துக் கிடக்க, கண்களுக்குள்ளும் உடம்புக்குள்ளும் சந்திர சோதி நுழைய, வீசுகிற உப்பங் காற்றுக் குளிர்ச்சி ஒவ்வொரு அணுவிலும் இறங்க, முற்றத்து வெளியில் போட்ட கட்டில், தூக்கத்தை சுகமாய் ஏந்திக் கொடுக்க, விவசாயி சொர்க்கத்துக்குள் பதமாக நுழைவான். காலையில் முழிப்புத் தட்டுகிறபோதுதான், மந்திரக் கம்பளம் ஆளைக்

கீழிறக்கிவிடும். மறுநாளைக்கு எத்தனை ஏக்கர் நிலமானாலும் விவசாயி உழுது புரட்டி எடுத்துவிடுவான்.

காணியாக விடப்பட்ட ஊர்களில் கூடை, பெட்டி, கடகம், சுளகு, முறம், கொட்டான், நார்ப்பெட்டி, கடகாப் பெட்டி, கட்டில் எல்லாமும் இந்தக் கலைஞர்கள் பின்னித் தந்தார்கள்.

கூலியாக, கஞ்சி, சோறு, தவசம், தானியம்.

எண்பது வயதை எட்டிய காணிகாத்த கலைஞர் முத்தையா, கிராமத்தில் ஆணி அடித்தது போல் நிலைத்து விட்டார்.

நான் போய் நின்றதுமே ஏழெட்டுக் குட்டிகளோடு உறுமிக் கொண்டு நின்றது பன்றி. குடிசையின் தட்டிக் கதவைத் திறந்து கொண்டு வந்தார் முத்தையா.

''கண் பார்வை சரியில்லே. கவட்டை கவட்டையாத்தான் (இரண்டிரண்டாக) தெரியுது'' சொல்லியபடி நின்றார்.

''பண்ணி வளக்குறீங்க?''

''என்ன பண்றதுங்க! ...''

''சரி, எந்தத் தலைமுறையோடு இந்தப் பொல்லம் பொத்துற தொழில் போனது?''

முத்தையா யோசிக்கிறார். இடுக்கிய கண்கள் வழியாக இருந்த வெளிச்சம், யோசிப்பில் உள்ளுக்குள் போகிறது. அந்த வெளிச்சம் அப்படியே மேல் நோக்கிப் போய் மூளைக்குள் ஏறுகிறது என்பது தெரிந்தது.

''அது ஒரு முப்பது நாப்பது வருஷம் இருக்குமா?''

நம்மையும் அந்தக் கேள்விக்குள் இணைத்துக் கொள்கிறார். அது ஒரு கிராமத்து மனுஷனுக்கேயுரிய, தன்னியல்பான பேச்சுப் பாணி.

''அப்ப ஒங்க காலத்திலயா?''

"ஆமாமா!"

"எச்சில் எடுப்போர்க்கு எச்சில்
எத்திப் பிழைப்போர்க்கு மச்சில்
அப்படிங்கிற மாதிரிதான் நாடு ஆகிப்போச்சு" என்றார் முத்தையா.

மூத்த மகன் நகரசுத்தித் தொழிலாளி. இரண்டாவது மகன் துப்புரவுத் தொழிலாளி.

பேரப்பிள்ளைகளுக்கு, சிற்றுண்டிச் சாலைகளில் இலைத் தொட்டி, கழிப்பறைகளைச் சுத்தம் செய்யும் வேலை.

யார் யாருக்கோ வந்த ஒளிமயமான எதிர்காலம், அவர்களின் வாசலுக்கு வரவில்லை. வாழ்க்கையை ஒரே தாவாய்த் தாவி இன்னொரு திசையில் போய் விழமுடியவில்லை; அதே திசையில்தான் போய் விழுந்தார்கள்.

காணி நிலம் இல்லை. காலங்காலமாய் காணி காத்து, விவசாயிகளை ஒரு சின்னக் கிரகமாய்ச் சுற்றிய கைவினைக் கலைஞர்களின் வாழ்வு இன்று நகர ஓரங்களில்.

நமக்குப் பக்கத்தில் ஒரு கலைஞன்

கல்யாண வீட்டுப் பந்தலை வேட்டி, சேலையால் அழகு செய்தான். பந்தி நடக்கிறபோது மாற்று விரித்தான்.

கல்யாணத்தில் சோறு வடித்துக் கொட்டுவது, அவன் கொடுத்த வேட்டி. பந்தி முடிந்து, சந்தடி ஓய்ந்து, வேட்டியோடு மீதமாகும் சோறு அவனுக்குச் சொந்தமானது.

மாப்பிள்ளையும் பொண்ணும் மணவறையில் இருக்கிறபோது, மனைக்குக் கீழே இருப்பது அவன் விரித்த வேட்டி. வேட்டியில் நெல் குவித்து, சடங்கு நடத்தி, திருப்பூட்டு முடிந்துவிட்டால் வேட்டியோடு நெல்லும் அவனுக்கு வந்து சேர்ந்தது.

கல்யாண வீட்டோடு நின்று விடுவதில்லை அந்தக் கலைஞ்னின் சேவை. கிராமத்துக்காரர்களின் வாழ்க்கை எங்கெங்கு போனதோ, அங்கெல்லாம் அவன் வாழ்க்கை போய் நின்றது. சில நேரங்களில் அது சுடலைக்கும் ஏகியது.

அதோ ஒரு 'பூப்பல்லக்கு' போகிறது. அந்தப் பல்லக்கு முன்னால் அவன் துணி மாற்று விரித்துக் கொண்டே போகிறான்.

ஊர்க்கோயில் திருவிழாவில் சாமிக்கு முன்னால் தீப்பந்தம். உலகின் எந்த மூலையிலும் மின்சார ஒளி ஏற்றப்படாத போதே, ஊருக்கு தீப்பந்தம் ஏந்தினான்.

ஊர்ப்பண்டிகையின் போது ஆடு வெட்டுவது நடந்தால், தலை அவனுக்குச் சேரும். யார் வெட்டினாலும், ஆட்டுத் தலைக்கு அவன் உரியதாரி.

‘வண்ணான் ஆட்டுத்தலைக்குப் பறந்த மாதிரி’ என்ற வாய் வெட்டும் உருவானது.

தலை கொடுக்கிற விசயம் ஒரு காலத்தில் தாராளமாய் இருந்திருக்கலாம். ஆனால் காலம் மக்களையும் கணக்குப் பார்க்க வைத்தபோது, பத்து ஆடு வெட்டினால் ஐந்து என்று கணக்கு காட்டினார்கள். பிறகு யாருக்கும் தெரியாமல் விடியுமுன்பே வெட்டி கமுக்கமாய் வீட்டுக்குக் கொண்டு போனார்கள்.

முடிதிருத்தும் தொழிலாளியான குடிமகனுக்குப் பாத்தியப்பட்ட கிராமங்கள் உண்டு. ஒருவருக்குப் பாத்தியப்பட்ட கிராமங்களில் அடுத்தவர் தொழில் செய்ய முடியாது. ஆனால் சலவைத் தொழிலாளிக்கு இந்த வரையறை கிடையாது. எல்லா ஊர்களும் பாத்தியப்பட்ட கிராமங்கள்.

திருச்சுழிக்குப் பக்கத்தில் ஓடி வருகிறது அந்தக் காட்டாறு. மண்டல மாணிக்கம் என்ற ஊர் வழியாக ஓடுகிறது. அது ‘உப்போடை’ எனப்படுவது உண்டு. பெருகி வழிந்த ஆற்றின் மேலாக உவர்மண் படியும். கோடையில் ஆற்றில் தண்ணீர் சுண்டச் சுண்ட உலை வைக்கிற போது கொதி காணுமே அதுபோல் மண்ணுக்குள் இருக்கிற தண்ணீர் கொப்புளம், கொப்புளமாய் மேலே வந்து வெடிக்கும். வெடிப்பு காய்கிற போது உவர்மண் ஆறு நெடுக பருத்தி வெடிப்பாய் கண்ணைப் பறிக்கும்.

‘உவரி’ என்றொரு கத்தி. ஓலை போல் மெல்லிசாய் இருக்கும். அடிமண் வராமல் மேலாக உவர் மட்டும் சுரண்டி எடுக்க அந்தக் கத்தி லாயக்கு.

உவர்மண் போட்டு வைக்க எல்லா சலவைத் தொழிலாளிகளின் வீடுகளிலும் ஒரு கூடு உண்டு. உவர்மண் கூடு. வீட்டுக்கு வெளியே கூடு வைக்கக் கூடாது. வெயில்பட்டு, மண் வெளுத்துப் போகும். வெயில் படாத இடத்தில் வீட்டுக்கு உள்ளே உவர்மண் கூடு, விவசாயிகளுக்கு தானியம் போட்டு வைக்க பட்டறை போல, சலவைத் தொழிலாளிகளுக்கு உவர்மண் கூடு.

தெக்கத்தி ஆத்மாக்கள்

நிலத்துக்கு மேலே இருப்பது பட்டறை. நிலத்துக்குக் கீழே கட்டுவது கூடு. பட்டறையின் தானியச் சேமிப்பை மேலிருந்து எடுக்க வேண்டும். உவர் மண் சேமிப்பைக் கீழிருந்து வடிக்க வேண்டும். இரண்டு அடி, மூன்று அடி ஆழம் தோண்டி, கிணற்றுக்கு உறை இறக்குவது போல் சுற்றிக் கட்டி, அடியில் கையளவு ஓட்டை வைத்து அதிலிருந்து தேவைப்பட்ட அளவு உவர்மண் வடித்துக் கொள்வார்கள்.

அழகர் செண்பகம் சொன்னார்: ''கைப்பிடியளவுதான். கைப்பிடி மண்ணெடுத்து தொட்டியில் கலக்கினால், பத்துப் பதினைந்து உருப்படிகளைத் துவைக்கலாம். நிலா அடிச்ச மாதிரி வெளுப்பு கண்ணைப் பறிக்கும்''

''இப்ப யாரும் உவர்மண் எடுக்கப் போறதில்லையா?''

''இல்லே. மண்ணுலே தலையாய மண். அதனாலதான் மண்தலை மாணிக்கம்னு பேர். இப்போ அது மண்டல மாணிக்கம் ஆகிப்போச்சு. உவர்மண் துவைப்பும் இல்லேன்னு ஆயிருச்சி. மண்டல மாணிக்கம் ஆறே காணாமப் போயிருச்சே. ஆத்துக்குத் தண்ணி வர்ற கால்வாய், ஓடைக்கால்களெல்லாம் அடைபட்டிருச்சி. அங்கங்கே புறம்போக்கு நில ஆக்கிரமிப்புக்குக் கணக்கில்லே. ஆத்தைக் கண்டதாரு, தண்ணியக் கண்டதாருன்னு இருக்கு. உவர் விளைச்சலும் இல்லே''

அந்தத் தொழிற்கலைஞனின் குரல் இளகுகிறது.

வெள்ளாமை களத்து மேட்டுக்கு வருகிறபோது ஒரு கோணிப் பையுடன் உரிமையோடு வந்து நிற்கிற அழகர் செண்பகத்தைக் காணோம்.

அவருக்குக் கொடுக்கப்படுகிற விளைச்சலின் ஒரு பகுதி- சுதந்திரம் வாங்குகிறேன் என்று அவனும், அதற்கு 'அளப்பு' என்று அந்த சம்சாரியும் பெயர் வைத்தார்களே அது அத்துப்போய் விட்டது.

ஒரே நாளில் இது நிகழ்ந்து விடவில்லை: ஒரு நாடகக் காட்சியைப் போல, படிப்படியாக கிராமத்துக்கும் வந்தது. தலைமுறைகளும் நகர்ந்திருந்தன.

நெல் அடித்தால் ஒரு கட்டுக் கருக்காய்.

மிளகாய் வந்தால் ஒரு மானம் சண்டு வத்தல்.

சோளம் விளைந்தால் கொஞ்சம் பொங்கு (பொக்கு) சோளம்.

வேர்க்கடலை விளைந்தால் முறத்தில் சலங்கை மணி மாதிரி வேர்க்கடலைகள் உருட்டாகத் தங்கிவிட, வெளியே விழும் சோடை.

இப்படி தரம் பிரித்து தள்ளி விடுவது முதலில் ஆரம்பித்தது.

பிறகு சன்னம் சன்னமாய் அளப்பு குறைந்து, அதுவும் விலகிப் போனது.

"எத வச்சிக் கொடுக்கிறது? காடு கொடுத்தாத்தானே நாங்க கொடுக்கிறதுக்கு? பத்து வருசமா காடு நம்மளைத் தானே சோதிக்குது. பட்டணக் கரையில் இருக்கிறவனை ஒன்னும் பண்ணலையே"

அந்த விவசாயி சொன்னபோது கைவினைத் தொழிலாளிகளின் உறவுக்கு எல்லை கட்டப்பட்டுவிட்டது தெரிந்தது.

இவர்களுடைய ஆதாரம் விவசாயி. ஆனால் விவசாயியின் ஆதாரமே கழன்று போனபோது?

சம்சாரி வாழ்க்கை சாண் ஏறி முழம் சறுக்கிறபோது, அவரை யார் பிடித்துக் கொண்டு மேலே ஏறுவது?

கூலி வேலைக்கு அழகர் செண்பகம் நகர்ந்தார். கூலியளக்க வேண்டிய விவசாயி இடுப்பொடிந்த கோழி போல் அவருக்கு முன்னால் வேலை தேடிப் போய்க் கொண்டிருந்தார்.

தன் முன்னோர் சேர்த்து வைத்த அறிவுச் சேமிப்பிலிருந்து அந்த சலவைத் தொழிலாளி வறண்ட புன்னகையுடன் ஒரு சொலவடையை எடுத்து வைத்தார்.

"மங்கை சூதகமானால் கங்கையில் குளிக்கலாம்.

கங்கையே சூதகமானால் எங்கே போய்க் குளிப்பது?"

தொலைந்து போன வாழ்க்கை

ஊர் மந்தையை மிதிக்கிறபோது விடியக்காற்றில் மெலிசான உறுமிச் சத்தம், கலகலவென்ற குலவையோடு சேர்ந்து ஒரு மங்கல வீட்டிற்கு அழைத்துப் போகிறது.

தலைச் சும்மாட்டின் மேல் முளைப்பாரிப் பயிர் ஜிலுஜிலுக்க வரும் பெண்களை, தோரணையாக ஊர்க் கோயில் கொடைக்குக் கூட்டிப் போகிறது.

ஒருநாள் ஒரு பெண் புதிதான பூப்புச் சடங்குக்கு; இன்னொரு நாள் விடியலில் சாவு விழுந்த வீட்டை அடையாளம் காட்டியபடி.

நாயனமும் ராஜமேளமும் இருந்தாலும், கல்யாணம், பூப்புனித நீராட்டு என்கிறபோது, வாழ்த்துச் சொல்ல உறுமிக்காரன் தேவைப்பட்டான். 'இன்ன விசேஷம்; தாயமாடாம (தாமதிக்காமல்) வந்திரு' என்று சொல்லி அனுப்புவார்கள்.

ஒவ்வொருவருக்குள்ளும் ஒரு தாகம் இருக்கிறது. அவரவருடைய வாழ்க்கை அமைப்புக்கு ஏற்றாற்போல், அந்தத் தாகம்.

பொருந்தாத தாகம் உண்டு. அதற்குப் 'பேராசை' என்று மனித சமூகம் சொல்லி வருகிறது.

எல்லா வகையிலும் தன்னை ஒரு கூத்துக் கலைஞனாக வெளிப்படுத்திக் கொள்ளவேண்டும் என்று உறுமிக்காரன்

பா. செயப்பிரகாசம்

நினைத்தான். அந்த நினைப்பைப் பேராசை என்று சொல்லி தட்டிவிட்டுவிட முடியாது. கையில் உறுமியையும் நாக்கில் வாழ்த்துச் சொல்லையும் கொடுத்து, அவனுடைய தகப்பன் 'இதுதான் ஒனக்கு லவிக்கப்பட்டது' என்றான். கடைசியில் நாலு இடத்திற்குப் போய் உறுமி தட்டி, மகசூல் காலத்தில் பொலி களத்திற்குப் போய் ரெண்டு மரக்கால் தவசம், தானியம் அளப்பை வாங்கிக் கொண்டு, அளவான வாழ்க்கையை நடத்துவது அவன் தாகத்தின் எல்லையாக நின்று போனது.

''தேவர்குல ...''

வாழ்த்து சொல்வதால் அவனுக்கு வந்த பெயர் 'புலவன்'. பழைய காலத்தில் மாமன்னர்கள், சிற்றரசர்கள், ஜமீன்களுக்குப் புலவர்கள் வாழ்த்து சொல்லியதை சிறிய அளவில் இவன் செய்கிறான். வாழ்த்து வைக்கிற எல்லோரும் தெலுங்கு இனத்திலேயிருந்து வந்தவர்கள்.

அவன் நேரடியாக வேளாண்மைத் தொழிலோடு சம்பந்தப்படவில்லை. விவசாயத்துக்கான துணைத் தொழிலும் இல்லை. ஆனால் அவன் வேளாண்மைச் சமூகத்தின் சடங்குகளோடு, விழாக்களோடு இணைக்கப் பட்டிருந்தான்.

அவன் கையிலிருக்கும் கருவிக்குப் பெயர் உறுமி. தென் மாவட்ட தேவராட்டக் கலைஞர்கள் 'தேவதுந்துபி' என்றார்கள். இந்த தேவதுந்துபி கருவியும், தேவராட்டமும் ராஜகம்பளத்தார் என்றழைக்கப்படும் சில்லவார் சமூகத்தைச் சேர்ந்தவர்களால் இசைக்கப்பட்டது. ஆடப்பட்டது. இப்போதுதான் கலைமாமணி குமாரராமன் போன்ற ஒரு சிலர், இந்த இசைக்கருவியையும், தேவராட்டத்தையும் சாதிக்கட்டிலிருந்து விடுவித்து பொது அரங்குக்கு எடுத்து வந்துள்ளனர். இது மிகப்பெரிய கலைச் சாதனை.

கோவில் கொடை, ஊர்ப்பொங்கல், சாமி கும்பிடு, திருமணம், பூப்புச்சடங்கு விழாக்களிலும், சாவு நிகழ்ச்சியிலும் தேவராட்டம் நிகழ்த்தப்படும்.

பெரிய உடுக்கை போல் வடிவமைக்கப்பட்ட உறுமி தோளில் தொங்கி, இடுப்பின் முன்பக்கம் கிடக்கிறது. உறுமியின் ஒலி, எல்லா தோல் வாத்தியங்களிலும் தனித்த, வித்தியாசப்பட்ட ஒலி. ஒரு பக்கத் தோலில் வளைந்த நொச்சிக் குச்சியால் அடித்தும், இன்னொரு பக்கத் தோலில் அதே போல் வளைந்த நொச்சிக் குச்சியால் தேய்த்தும் இசைப்பார்கள்.

உறுமிக்கு எல்லா இடங்களிலும், எல்லா நிகழ்ச்சிகளிலும் ஒரே பேச்சுத்தான் உண்டு. ஆனால் தேவதுந்துபி, இடத்துக்கு தகுந்த மாதிரி, ஒவ்வொரு நிகழ்ச்சிக்கும் ஒவ்வொரு விதமாய்ப் பேசும்.

பூப்புச் சடங்கு என்றால் அதில் ஒரு விதம். தாலி கட்டும் திருப்பூட்டுக்கு அது ஒருவகை. கோயில் கொடை என்றால் அதற்கொருவிதப் பேச்சு. விடியற்காலை சாவு வீட்டில் ஒருவிதமாகக் கூப்பிடும். அதன் மொழி, எத்தனை விதமாய் வேறுபடுகிறது என்பது அதனூடேயே வாழ்ந்து நடந்த கிராமத்துக்காரர்களுக்குப் புரியும்.

வருசம் ஒரு தடவை மகசூல் களத்து மேட்டுக்கு வருகிறபோது அவன் வந்து நிற்பான் - ஒரு கடகாப்பெட்டியோ (நார்ப்பெட்டி) சாக்குப் பையோ கைகளில் கொண்டு. கம்பு, கடுக்காய், சோளம், சொங்கு கொடுப்பார்கள்.

பிள்ளை மாதிரி மார்பில் போட்டு வைத்துக் கொள்வான். ஆனால் ஆடை, கோடை என அத்தனை காலத்துக்கும் 'உறுமி' படியளக்குமா? களையெடுப்பு, கதிரறுப்பு, நாத்து நடுவது என்று பல சோலிகளுக்கும் போவான்.

ஐப்பசி, கார்த்திகை அடை மழையில் காடெல்லாம் களைவிழுந்து நெருநெருவென்று இருக்கிறபோது, கூலி ஆளுக்கு கிராக்கி றெக்கை கட்டிப் பறக்கும். 'கிராக்கின்னா கிராக்கி அப்படியொரு கிராக்கி! அவன் அகப்பட மாட்டான். எங்கேயாவது ஒரு ஊரில் ஒரு விசேஷம் என்று உறுமியைத் தூக்கித் தோளில் மாட்டிக் கொண்டு ஊர் விட்டு நீங்கியிருப்பான்

2

திருச்சி மலைக்கோட்டையின் கீழே ஒரு உணவு அங்காடி. பிராமணப் பிள்ளை போலிருந்த அந்தத் தொழிலாளி உணவு பரிமாறுகிறான். அந்த மேசைக்கு சாப்பிட வந்தவர்கள் ஆச்சரியத்தால் தெலுங்கில் கூச்சலிட்டார்கள். ''நம்ம உறுமிக்காரன் மகனில்லே இவன்''

பரிமாறுபவனின் கைகள் நடுங்கி முகம் வியர்த்தது. அவன் கைகளின் நடுக்கமும் முகத்தின் வியர்வையும் கல்லாவில் இருந்தவனுக்குக் காட்டிக்கொடுத்தன.

ஒரு பிராமணன் என்று சொல்லியல்லவா அவன் அங்கே வேலைக்குச் சேர்ந்தது.

பரிமாறிக் கொண்டிருந்தவன் சொல்லாமல் கொள்ளாமல் கொல்லைப்புற வழியாக வெளியேறுகிறான்.

ஊரைவிட்டு, வாழ்க்கையை விட்டுத் துரத்திய உறுமியும், சாதியும் இங்கே பணியிடத்திலிருந்தும் துரத்தியது.

''நீ செஞ்ச கேவலமான தொழிலில்லே எங்களை ஒரு இடத்திலே அண்ட விடாம விரட்டியடிக்குது. எதுக்கு இன்னியும் வினையை தலையில சுமந்துகிட்டு''

மகன் அப்பனோடு சண்டை பிடிக்கிறான்.

எரவானத்தில் தூக்கிக் கட்டிய உறுமியை உற்றுப் பார்த்தபடி 'பெரியாள்' சீக்கு வந்த கோழிபோல் குக்கிப் போய் உட்கார்ந்திருக்கிறான்.

''ஸ்ரீமுத்துக்குமாரசாமி ஆண்டையார் புத்திரராகிய ராமபிரானுக்கும், ஸ்ரீவீரபாண்டிய ஆண்டையார் புத்திரியாகிய சீதாதேவிக்கும் நடக்கும் சுபமங்கள...'' என்று வாழ்த்து வைப்பான். எந்த வம்சமாக இருந்தாலும் மாப்பிள்ளையும், பெண்ணும் ராமபிரானாகவும் சீதா

பா. செயப்பிரகாசம் 73

தேவியாகவும் உருமாறி விடுவார்கள். உயர்சாதி குல மரபுகளின் வழி எழுதி வைக்கப்பட்ட ஒரு ‘ஏடு’ அவன் வீட்டிலிருக்கும். அதிலிருந்து அந்த மாப்பிள்ளையும் பெண்ணும் எந்தக் கொடிவழி, எந்தக் கிளை வழி என்று தேடிக் கண்டுபிடித்து வாழ்த்துவான்.

பெரும்பாலும் அந்தக் காலத்தில் ‘குண்டா மாத்து கல்யாணம்’ தான்; (அவனுடைய தங்கையை இவனும், இவனுடைய தங்கையை அவனும் கட்டிக்கொள்வது) அக்கம் பக்கமாய் இருந்த உறவு தாண்டாமல் கல்யாணம் நடந்தது. அதனால் குலவழி, கொடிவழி கண்டு சொல்வதும் அவனுக்குத் தோதாக இருந்த்து.

‘‘முதலாவது வரலாறு இயற்றி வருகிறபோது, சாமி பேருக்குத்தான் முதல் பாட்டு. அதுக்கு வாழ்த்திட்டுத் தான் மற்றதே தொடங்கணும். சகல சாதிகள் இருந்தாலும் அன்னக்கொடி கட்டுனது நம்ம ஒரு சாதிதான்’’

‘‘ஆதி முதல் கிரேதாயுகம் சொக்கலிங்க மீனாட்சி சந்நிதாஸ்தானம், கன்னிகா தோத்திரம் நிதி தவறா யுகத்தில், கர்ணன், கிஷ்கிந்த அன்னக்கொடி,கோதையர்கள் கலியுகத்தில் கூதலப்புரம் சுவாமிகள் அன்னக்கொடி’’

என்று மூலக் கிரகத்தை வாழ்த்தி ஆரம்பிக்கிறான். பிறகு மணமக்களை வாழ்த்துவான்.

‘‘பொன்னாபரன் மல்லப்ப ராஜேந்திரன் வரத்தில் வந்த கருணாகரன் லெக்கு ராஜேந்திரன் இக்காசினியில் மன்னர்கள் கமழும் தமிழோங்கும் ரத்ன சிம்மாசனத்தில் எந்நாளும் மார்க்கண்டன் போரில் கொடி பிடித்து, ராஜாதி ராஜன், ராஜபோஜன் அடுத்தவரை எந்நாளும் தற்காத்து தழுவி, மெய்வாக்குச் சத்தியத்தில் மேதினியில் எல்லா உயிர்க்கும் பொய்வாக்குச் சேராத, சத்தியத்தில் தவறாத விற்பனன். அப்படிப் போல செவல்பட்டி மல்லப்ப ராஜேந்திரனின் புதல்வன் ரத்னமாணிக்கம் ராமலிங்கபுரம் கிராமத்தில் வாழ் ராஜபோஜன், அஷ்டான மன்னை, சொல்லுக்கரசன், பாரி வள்ளல், கொடை

வள்ளலும் பால் வண்ணம் முதலாளி என்றழைக்கும் செல்வச் சுகாதார வள்ளல்.

செவப்பட்டி ராஜாதி ராஜன், ராஜகுலோத்துங்கன் மல்லப்ப சாமிக்கும் ஓம் 24 சாஸ்திரகுந்த செலிலாகம் சேசி பெட்டின புண்ணியவாலு''

தமிழில் ஆரம்பித்து, தெலுங்கில் முடிக்கிறான் உறுமிக்காரன். அது தெலுங்குபேசும் சாதி மேம்பட வாழும் ஊர்.

பூப்பெய்தல் அதற்கும் இது போலத்தான் என்று சொன்னார். ஆனாலும் அவர் சொல்கை வித்தியாசப்பட்டு இருந்தது.

நாள் பார்த்து, நலம் பார்த்து, சகுனம் பார்த்து, நலமான உறவின் முறையார் தோன்றி பூப்பரித்து, அருகு நுனிச் சடங்கு செய்து பூவையர்கள் மாங்கிலியம் தரித்து, நன்றாய் மாப்பிள்ளையும் பெண்ணும் வந்தாய்ப் பொருந்தி மக்கள் பெற வாழி.

கதிர்கோளும் திங்களும்

காசினியில் உள்ளோரும் எந்தக்கால மட்டும்

சதுராக வாழ்ந்து பருகுவிரே

இத் தாரணியில்

மதுராபுரி சொக்கர் மீனாட்சி அம்மன் வரமருளால்

மக்கள் பதினாறும் பெற்றுப் பெருவாழ்வு வாழி''

அவன் ராகத்தோடு வாழ்த்து சொல்லி வருகையில் உறுமியும் அவனும் ஒன்றாய்ப் போவார்கள். மற்றவர்களும் இளகி, மனசை இழந்து போகிற தன்மையாலே 'பெரியாளு' அதைச் சொல்லு என்று கோரிக்கை வைப்பார்கள். அது சொல்லாமல் போனால் 'என்ன கொஞ்சம் கொறையுதே' என்பார்கள். 'முதலாளி' என்று தான் அவன் அவர்களைக் கூப்பிடுவது. இல்லையென்றால் 'சாமி'

‘இனிமேல்பட்டு, இந்த உறுமிக் கொட்டை நாந் தொடமாட்டேன், அந்தக் கேவலம் ஒம் மண்டையோட போகட்டும்’’ இளையவன் கேள்வி எழுப்புகிறான் - திருச்சி மலைக்கோட்டை அடிவாரத்தில் பிராமணாள் உணவு அங்காடியிலிருந்து (கிளப்) விரட்டி அடிக்கப்பட்டவன்.

உறுமிச் சத்தத்தை ஒரு ரேடியோச் சத்தம் தின்றுவிட்டது. மங்கள காரியம் என்றால், உறுமியைப் பேசவிடாமல் ரேடியோவும், ஒலிபெருக்கியும் சிம்மாசனமிட்டு உட்கார்ந்திருக்கின்றன. வாழ்த்துச் சொல்கிற வேலைகளையும் சேர்த்துச் செய்கின்றன.

எதிரே தெரிகிற கெட்டியான கருத்த இருளில் எத்தனை கைகளால் தேடினாலும் நம்பிக்கையின் விதைகள் அகப்படுவதில்லை அவனுக்கு.

அவள் நாக்கால் கோடை குளிர்வானது

"நம்ம நல்ல நிலைமையிலிருந்தா, வாழ்க்கை இப்படிப் போகுமா? நல்ல மனுசனுக்குக் கட்டிக் கொடுத்திருந்தா, இந்தக் கதிக்கு ஆளாயிருப்பமா? அம்மா, அப்பாதான் கட்டிக் கொடுத்தாங்க. அம்மா அப்பா இல்லேல்லே, நம்ம யோகம் படக், படக்னு எட்டு நாளையில போய்ட்டாங்க. இன்னும் கொஞ்சம் நாளைக்கு இருந்தாங்கன்னா, ஒத்தாசையா இருந்திருப்பாங்க. அவங்க இல்லேல்ல.

பிள்ளையத்தான் பெத்தேனில்ல, பிள்ளை பெத்தேனுமில்ல, பிள்ளை நமக்குச் செஞ்சானுமில்ல. அவன தூத்துக்குடி எங்கெங்க போய்ப் படிக்கப் போட்டு, பத்துப் பாஸாயிட்டா, அத வச்சி நல்ல வேலைக்குப் போகலாமில்ல. படிக்க முடியாதுன்னு ஓடி வந்துட்டான். அங்க போறேன். இங்க போறேன்னு இவனால எனக்கு நட்டம் தானே தவிர லாபமே கிடையாது. 'கால்துட்டு வேலைன்னாலும் 'கவண்மெண்டு' வேலைக்குப் போவான்னு பாத்திட்டிருந்தா எல்லாத்தையும் தவிடுபொடியாக்கிட்டான்.

புருஷன் தான் அப்படி, பிள்ளையாலயாவது பொம்பளைக்கு ஒரு சுகமில்லேன்னா, உலகத்திலேயே ஒரு கழிவான பொம்பிள நானு.. என்னை மாதிரிப் பொம்பிளை யாருமில்ல சாமி. நாந்தான் இன்னும் உயிர் வச்சிருக்கேன்"

பா. செயப்பிரகாசம்

தொடங்கித் தொடங்கித் தொடருகிறது மேல்மாந்தை சண்முகத்தாய் வாழ்க்கை. ஆத்தங்கரை, சேத்தூர், எட்டயபுரம், காடல்குடி(இசை மகா சமுத்திரம் விளாத்திகுளம் சுவாமிகள் காடல்குடி ஜமீன் வாரிசுதார்) என்று அங்கனக்கூடி ஏழெட்டு ஜமீன்கள். மேல்மாந்தை சின்ன கிராமம். அந்த சின்னப் பட்டியில் பந்தாவான ஜமீன் உண்டு. ஜமீனுக்கு உள்ளடங்கி, பிறகு அதிலிருந்து உருவிக்கொண்டு விளாத்திகுளம் வந்தடைந்தது தாழ்த்தப்பட்ட ஒரு குடும்பம்.

'' இங்கிருந்து எட்டுமைல் தூரத்திலிருக்கிற விருசம்பட்டி போய் களைவெட்டிட்டு வர்றேன். பஸ் ஏறி, எறங்கி, ரெண்டு மைல் அங்கனயிருந்து களை வெட்டுக்கு நடந்து போகணும். இந்தக் காலுரெண்டும் வாதம் மாதிரி வந்து நடக்க முடியல. அப்படியும் காலை இழுத்திட்டு இழுத்திட்டுப் போய் களைவெட்டு, காட்டு வேலைன்னு போய் வந்து கஞ்சி குடிக்கேன். காலுரெண்டும் இத்தாந் தண்டி வீங்கிருச்சி. நடக்க முடியல. ரெண்டு நேரக் களை, அவக வேலையைத்தான் பாப்பாகளா? நேரத்தைப் பாப்பாகளா? ''

'அந்தம்மாளுக்கு நடக்க முடியலப்பா, களையெடுப்பு தவங்குது. அந்தம்மாள விட்டுட்டு வந்திருங்கப்பா, நா வேன்னா சண்முகத்தாய்க்கு சம்பளத்தப் போட்டுக் கொடுத்திர்றேன்' என்கிறார் புஞ்சைக்கார முதலாளி.

''அப்படியா சொல்றீக முதலாளி. என்னால முடியலேன்னாலும் மத்த ஆள்களுக்குச் சரிக்குச் சரியா களை எடுத்துக் குடுத்திடறேன்னேன். ஆனா சொன்னா சொன்னபடி முடியல. ரெண்டு நாள் போனேன். மூனா நாளு என்னால முடியல. காலு வீங்கிருச்சி. இனிமேல நாம உயிர்வச்சி இருக்கவே படாது. தாய், தகப்பன் ஒருத்தனுக்குப் பிடிச்சிக் கொடுத்தாங்க. ஆனா அவன் புருஷனா இல்லே; ஒன்னு புருஷன் செய்யணும். இல்லே புள்ள செய்யணும். நமக்கும் ரெண்டும் இல்லேன்னு அந்தாக்கில நாடார் உரக்கடைல

போயி ஒரு 'பக்டோன்' பூச்சி மருந்துப் பாட்டில வாங்கிட்டு, காலைல எல்லாரோடயும் வேலைக்குப் போறேன். அவகளோடு சேந்து களை வெட்டிட்டு சாப்பிடச் சொல்றாக, சாப்பிட்டேன். சாப்பிட்ட பெறகு மருந்தைக் குடிச்சா வாந்தி வரும். வெத்து வயித்தில குடிச்சாத்தான் மருந்துக்கு 'பவர்'

"அங்ஙன இருந்து பெறப்பட்டு ஊருக்குள்ள வரலையில, 'ஏ சண்முகத் தாயி, நீ என்ன இப்படி அலைஞ்சிக்கிட்டு இருக்கிறே. லம்பி விழுந்திருவ போல இருக்கம்மான்னுட்டு ஒரு அம்மா ஓடி வந்து பிடிச்சாங்க. இல்ல, நா போய்ருவேன்னுட்டுப் போறேன். அங்ஙன ஒரு பெரிய வேம்பு. அது மூட்டில போய் உக்காந்து, பாட்டிலத் திறந்து அண்ணாக்கில விடப் போறேன், மேலே பெரிய பாம்பு. கிட்டத்துல வர்றந்தண்டியும் தான் அது பாம்புன்னு தெரியுது. அதுவரை பாம்புன்னே தெரியல. அப்படியே மாரியம்மன் கோயிலுக்குப் போய்

'எனக்கு சோதனையைக் கொடுக்காத ஆத்தா. எனக்குப் பிழைக்க வழிகாட்டு இல்லேன்னா என்னை எடுத்துக்கோ'ன்னு, அழுதேன். 'நாந்தாண்டி இன்னி ஒனக்குத்தாயி. ஒன் பொழைப்புக்கு வழி காட்டுறேன்'ன்னுட்டு, மறுநாள் அந்த வேம்புக்குக் கீழே வேப்ப முத்துப் பொறுக்கிட்டு இருக்கேன். அப்ப நீ பாடுடி, என்னைப் பாடுடின்னு ஆத்தா சொல்றா. அன்னைக்குப் பிடிச்சதுதான், இன்னை வரை பாட்டை நிறுத்தலே"

உடல் இயங்க அனைத்து உறுப்புகளும் சமமாய் இயங்க வேண்டும். எல்லா நேரங்களிலும் எல்லா உறுப்புகளுக்கும் சமமாய் உழைப்பு வழங்கப்படுவதில்லை. ஒரொரு அங்கத்துக்கும் ஒரொரு வேலை. அது இல்லாததினாலே ஆக்கங்கெட்ட நோய்கள், இதுவரை காணா நவீன மருத்துவமனைகள் பெருகி விட்டன; சண்முகத்தாய்க்கு சிறுசிலே இளம்பிள்ளை வாதம் வந்து ஒரு காலைக் கேட்டுவிட்டது. இடது கையை முழங்கால் மேல் ஊன்றி இன்னொரு காலை இழுத்து 'சவக் சவக்' என்று நடந்தாள். ஆனால் ஒரு மனிதனில் ஒரு உறுப்பு

செயலிழந்து விட்டால், மற்று உறுப்புக்கள் அந்த இடத்தை நிறைவு செய்கின்றன. இந்த வெற்றிட நிரப்புதலின் பெயர் மாற்றுத் திறன். காலில்லா சண்முகத்தாய், செவியை, நாக்கைத் தீட்டிக் கொண்டாள். கேள்வி ஞானமும் நா அசைப்பும் பாட்டும், பகடியும் கதையும் வாழ்வாய் வெளிப்பட்டன.

முதல் செவ்வாய் ஊர் சாட்டி, அடுத்த செவ்வாய் பொங்கல், ஏழுநாள் தங்கல். முளைப்பாரி வளர்த்தாள். பின்பாட்டுப் பாட கூடமாட துணைக்குக் குருவம்மாவைச் சேர்த்துக் கொண்டாள்.

கரிசல் பிரதேசக் கூத்துக் கலைஞர்கள், நாதசுர மேளக்காரர்கள் சொந்த வாழ்க்கையைக் கூட்டிப்பெருக்கி முற்றம் தெளித்து, கோலம் போட்டுக் கொள்கிற காலம், சித்திரை வைகாசி ஆனி மாதங்கள். மூன்று மாதச் சேமிப்பில் வருசம் முழுசும் ஆட்டை நடத்தியாக வேண்டும்.

" எலுமிச்சம் பழமின்னு எடுத்தனையா கையில
கச்சைக் குமட்டின்னு கண்டவங்க சொல்லல;
வெள்ளை நல்ல பூவுன்னு முடிஞ்சனய்யா தலையில
பால்கொரண்டிப் பூவுன்னு பாத்தவக சொல்லல
புறாப்பட்டு சேலைன்னு இடுப்பிலதான் கட்டினேன்
அரிபூச்சி சேலையின்னு அறிஞ்சவக சொல்லல
ஆவாரம்பூ தங்கத்தாலி ஆசாரிதான் செஞ்சாரு
பித்தாளைத் தாலியின்னு பாத்தவுக சொல்லல
தாலி கட்டின நாள் முதலா சண்டையாத்தான் கெடந்தது
என்னோட வாழ்க்கையைத் தான்
ஆண்டவன் தான் பாத்தானே
நாவில் வந்து நின்னதாலே எங்க முத்து மாரியம்மா

மாரியம்மா கதையை நான் படிக்க

நாட்டிலெல்லாம் பேரானேன்'

வேப்பந் தூரில் உட்கார்ந்த பிறகு, மேல்கொப்பில் பாம்பு படமெடுத்தாடிய பிறகு, அது மாரியம்மாவாய் ஆகி அவள் வாழ்க்கையை மாற்றிய பிறகு, சண்முகத்தாய் வேறொரு ரூபம் கொண்டாள். சூம்பிய காலுக்குப் பதிலாய் நம்பிக்கையை ஊன்றி, சப்பழிந்த வாழ்க்கையைச் சக்கென நிமிர்த்திக் கொண்டாள். கோடைப் பொழுதாய் கிடந்த வாழ்க்கை அவள் நாவால் குளிர்பொழுதுகள் ஆகின.

சண்முகத்தாய் விளாத்திகுளம் மேற்கு முகணையில் இருக்கிறார். சாக்கடைக் கால்வாய் நடக்கிற புறம்போக்கு நிலத்தில் ஒரு புளிய மரத்தினடியிலுள்ள குடிசையில் இருப்பு. இன்னும் அந்த கையலக புறம்போக்கு நிலத்தைப் புண்ணியவான் யாராவது வந்து பட்டாப் போட்டு கொடுத்திற மாட்டார்களா என்ற ஏக்கம்.

11 வயசில் ஆளாகி, 13வயசில் கல்யாணமாகி, 14வயசில் பிள்ளை பெத்து 17ல் புருசன் விட்டுட்டுப் போய் நாசக் காடானது அவள் வாழும் பருவம் .நாலு மாசம் வயித்தில இருக்கிறபோது புருசன் விட்டு விட்டுப் போய் இன்னொரு கல்யாணம் செய்து கொள்கிறான். ''அவகளுக்கு நா நல்லா இல்லையாம்.அவக மூஞ்சியப் பாத்தா கஞ்சி குடிக்க முடியாது. பகல்ல பாத்தவங்க ராத்திரிக்கு கஞ்சி குடிக்க மாட்டாக. அவம் மூஞ்சிக்கு நா நல்லா இல்லையாம்''

சாணிப்பால் மெழுகிய மண்தரை; கீற்று கீற்றாய் பெயரும் பொருக்கு. வாழ்க்கையும் வாக்கப்பட்ட நாள் முதல் பொருக்கு பொருக்காய் பெயர்ந்து போனது. என்னதான் நொய்மண் எடுத்து தீத்தி தீத்தி வைத்தாலும் வாழ்வும் தரை போல் மேடு பள்ளமாக இருக்கிறது.

சுப்புலாபுரம் புஞ்சையில் களையெடுப்பு, இந்தப் புஞ்சை ஒரு நிரையில் இவள், அந்தக் கடைகோடி நிரையில் பரதேசம் போய்விட்ட இவளைக் கட்டின மாப்பிள்ளை. இவளை விலக்கிவிட்டுப் போனபிறகு நம்ம விட்டுப் போனவன்கிட்ட நமக்கென்ன பேச்சு என்று களையெடுத்துக் கொண்டிருக்கிறாள். புஞ்சைக்கார முதலாளி பெறத்தாலேயே வந்தவர்,

"ஏலே, சுண்டைக்கா, அங்க சண்முகத்தாயைப் பார்றா, எப்படிப் போகுது நிரை. இப்படிப்பட்ட பொண்டாட்டிய விட்டுட்டுயடா, மடப்பயலேன்னு" பொரிஞ்சிட்டு புஞ்சை முதலாளி அடுத்த பக்கம் போய்ட்டார். நா அவனைக் கண்ணுட்டும் பார்க்கலே. காதுட்டும் வாங்கலே.

"எங்க போய்விடும் காலம்" அப்படின்னார் என்னைக் கெட்டினவரு. பெறகு,

"எத்தனை காலந்தான் ஏமாத்துவா

இந்தப் பொம்பிளை, பொம்பிளை" என்று பாடுகிறார்.

அவ்வளவுதான். பிடிச்சேன் பாருங்க. அந்த வெறிச்சில., வவுத்தெரிச்சில்ல, ஆங்காரத்துல அங்கன பய பறட்டைன்னு பேசுறதுக்கு முடியாதில்ல. வெலம் வந்து பிடிச்சேன் பாட்டை.

"பத்தூரும் பாக்கு வச்சி

எனக்கொரு பதிஞ்ச மனை தராம

பாடத்தெரியா மூடனுக்கு

நா ஒரு பார்வதியாக் கைகொடுத்தேன்"

"எட்டூரும் பாக்கு வச்சி

எனக்கொரு இசைஞ்ச மனை தராம

ஏடறியா மூடனுக்கு

நா ஒரு ஈசுவரியாக் கைகொடுத்தேன்"

‘ஒனக்கும் நா ஒரு பொண்டாட்டியா இருந்திருக்கிறேன்’டா மடப்பயலேன்னு’ நெனைச்சிக் கிட்டு நா படிக்கேன். இந்த முதலாளி ஒட்டமா ஓடிவந்து என் கையைப் பிடிச்சுக் குலுக்கீட்டு சிரிப்பாச் சிரிக்காரு.’’ மடப் பயலே, பாத்தியாடா, இந்த ஒரு பாட்டுக்கு நீ ஆவியாடா, இப்பேர்ப் பட்ட பொண்டாட்டிய விட்டுட்டு ‘எத்தனை காலந்தான் ஏமாத்துவா இந்தப் பொம்பிளை அப்பிடின்னு பாடுவியாடா’ங்கிறார். காட்டில ஒருபிள்ளை களை எடுக்கலே. எல்லாம் விழுந்து விழுந்து சிரிக்குது.. அப்படியே கண்ணீர் சுத்துது எனக்கு.

பெறகு அவரு ஏன் அங்க நிக்கப் போறாரு? ‘டே, டே’ ன்னு புஞ்சைக்காரர் கூப்பிட கூப்பிடக் கேட்காம, களைக் குச்சியை விசிறி எறிஞ்சிட்டுப் போனார். எம்மேல கோபமின்னா களைக்குச்சி என்ன செய்யும்? ’’

சொந்தப் புருசனைக் களையெடுப்புக் காட்டில் கிழித்து வீசியெறிந்த பாட்டு சண்முகத்தாயுடையது. அது வாயால் எழுதிய எழுத்து. அவள் பட்ட பாடெல்லாம் வரும்.

முளைப்பாரிப் பயிர் போட்டு, வளர்க்கிற எடுக்கிற பக்குவம் தெரியும். அம்மன் பண்டிகை, ஊர்க்கோயில் விழா, தெப்பத் தெருவிழா என்று முளைப்பாரி வளர்க்கக் கூப்பிடுவார்கள். மொத்தம் பத்துக் கிலோ என்றால், அதில ரெண்டு கிலோ மொச்சை நாலுகிலோ தட்டாம் பயறு, ரெண்டுகிலோ பாசிப்பயறு, கம்பு, கேப்பை விரவிப் போட வேண்டும். இதையெல்லாம் நனைச்சி ஒரு சாக்குப் பையில் காற்றுப் போகாமல் கட்டிப் போட்டுவிடுவாள். திங்கள் காலையில் போட்டால் செவ்வாய்க்கிழமை காலையில முளைப்பூ வந்திரும். எரு, ஆட்டாம் புழுக்கை எருவை தூளாக்கிப் போடுவாள். சிலர் மிதித்து தூள் பண்ணுவார்கள். மிதிக்கக் கூடாது.அது சாமி காரியம். சண்முகத்தாய் மிதிக்கமாட்டாள். இரண்டையும் ஒன்னாய்க் கலப்பாள். இது தனியா, அது தனியா வைப்பதில்லை. ஆட்டுப் புழுக்கை சூடு.

ரெண்டையும் ஒன்னு போல்விரவி, ஓட்டில (கொறுவாப் பானை) அஞ்சாறு வைக்கோல் பரப்பி அதன்மேல் ஒரே உயரத்துக்கு குச்சிகளை நட வேண்டும். முதல் தட்டில் மொச்சிப் பயறு, இரண்டாவது தட்டில் தட்டாம்பயிறு, பிறகு பாசிப்பயறு என்று அடுக்கடுக்காகப் போட வேண்டும். ஏற்கனவே சாக்குப் பையிலோ, கடகப் பெட்டியிலோ முளைப்பூப் போய்க் கிடக்கிறது பயிறு. மொச்சிக்கு ஏன் முதல்தட்டு என்றால் விருட்டென்று அது மேலே வந்து விடும். தட்டை, பாசிப் பயறுக்கு வளத்தி கம்மி. எல்லாம் மறுநாள் 'ஜில்லின்னு' வந்து சிங்காரமா நிற்கும். முளைப்பாரியை ஒரு வீட்டில மொத்தமாய் முத்தத்தில வச்சி அம்மா மேல பாட்டுப் படிப்பாள். அதுவும் அம்மா மேலதான் படிக்கவேண்டும். முற்றத்தில் வைத்து சண்முகத்தாய் பாட்டுப்படிக்க, பெண்டுகள் கும்மியடிக்க என்று நடந்து, பிறகு மச்சுவீட்டில் எடுத்து வைப்பார்கள். இப்படி ஒவ்வொரு நாளும் பக்குவம் பார்த்து, ஒரு வாரம் கழித்து 'அம்மாவை சிரிப்போடு' கோயிலுக்குத் தூக்கிப் போவார்கள்.

2

பொன்னுசாமிப் பாண்டியன் விளாத்திகுளம் சப் இன்ஸ்பெக்டர். மதுரை நீதிமன்றத்துக்குச் செல்கையில் குருவார்பட்டி அருகில் 'லயன் பஸ்' மோதி அடிபட்டு விடுகிறார். உடனே கோவில்பட்டி மருத்துவமனைக்குக் கொண்டுபோய் விடுகிறார்கள். சண்முகத்தாய் குருவார்பட்டிக்கு களை எடுப்புக்குப் போன போது ஒரு ஈ காக்கா இல்லை. 'என்ன ஆரும் காணலியே?' என்று நிற்க,

'ஏ கோட்டிக்காரி, பொன்னுச்சாமி பாண்டியன் அடிபட்டு ஆஸ்பத்திரில கெடக்குறாரு. சனங்கள்ளாம் அங்கப் போயிருக்கு. நீயும் போய்ப் பார்த்திட்டு வா'என்று தகவல் சொல்கிறார் களையெடுப்புக் காட்டுக்காரர்.

''கூட்டம்னா கூட்டம் கோவில்பட்டி ஆசுபத்திரியில. கூட்டம்னா போலீஸ் தடியைத் தூக்கிருமே, ரெண்டு அடியையும் வாங்கிட்டு,

அந்தாக்கில போய்ப் பாத்திட்டு, மருத்துவமனை வராண்டாவில் உக்கார்றேன். அழுகையா வருது. நானா பாடுறேன். பாட்டு தன்னாலே வருது, எப்படி வந்து?

விளாத்திக்குளத்தில போலீசு ஸ்டேசனில

அபாயத் தந்திவர அவசரமாப் புறம்பட்டாரு

சப்இன்ஸ்பெக்டரு

குருவார்பட்டி எல்லையில்

'லயன்'வண்டி வருகையில

அவசரமா ஜீப்புப் போக

ஆக்ஸிடென்ட் ஆனதில

அவதிப்பட்டார் இன்ஸ்பெக்டரைய்யா -

சனங்க அழுது கண்ணீர் விட்டார்

கோவிப்பட்டி டாக்டரு தான்

திருப்தி வேங்கடாசல பதியாம் பேரு

பக்கத்துல இருந்த பொம்பிளை, அழுதிட்டுப் போறா, அந்தப் பொம்பளை அழுதுக்கிட்டே ஓடுறதைப் பாத்து, யாரும்மா ஒனக்குச் சொல்லிக் கொடுத்தா? 'ன்னு ஏட்டையா கேட்டார். 'யாரும் சொல்லிக் கொடுக்கல. தானாத் தான் பாடுறேன்'

'அப்ப இன்னும் பாடு'

அவர் கேட்க, சண்முகத்தாய் இன்னும் இரண்டு பாட்டு எடுத்துக் கொடுக்கிறார்.

''நெல்லு குறிச்ச வண்டி

நெல்லுக்குத்தான் போறவண்டி

நெல்ல எறக்கி விட்டு - எனக்கு

அட்டியலும் வாங்கி வாங்க பொன்னையா
எனக்கு அட்டியலும் வாங்கி வாங்க பொன்னையா"
"இளங்காளை மாட்டுவண்டி
மாயவரம் போற வண்டி
மாயவரம் போயிறங்கி - எனக்கு
பட்டுச் சேலை ஒன்னு வாங்கி வாங்க பொன்னையா
பட்டுச் சேலை வாங்கி வாங்க பொன்னையா"
"ஊருக்கு வடபுறமாம்
வைகைநதி தோட்டத்தில
கத்தரிக்கா ஏத்திப்போகும் கண்ணையா
மார்க்கெட்டு போயிறங்கும் கண்ணையா
மார்க்கெட்டு போயிறங்கி
கத்தரிக்கா வித்தாலுமே - எனக்கு
என்ன பொருள் வாங்கி வாறே கண்ணையா"
"ஜிமிக்கி அலங்காரமாம்
கொண்டைக்குக் குப்பிகளாம்.
மரிக்கொளுந்து வாங்கிவாரேன்
மரிக்கொளுந்து வாங்கிவாரேன் கண்ணம்மா"
-என்று நொட்டுக்க அப்படியே பாடிக்கொண்டே இருந்தாள்.

3

கிராமியப் பாடகர், கூத்துக் கலைஞர், வாத்தியக் கலைஞர் (மிருதங்கம், சிற்றுடுக்கு, சிங்கி, சப்பளாக் கட்டை, வில்லடிக் குடம், கஞ்சரா போன்ற இசைக்கருவிகள் இசைப்பவர்) போன்றோர் மழைக்கால பயிர்க்காடு போல் மேல்வந்த காலம் 1950 கள், 60-கள்

இருக்கும். பெரிய, சிறிய, நடுவாந்தர நகர்ப்புறங்களில் பஞ்சாலை, நூற்பாலை என நவீனத் தொழிற்சாலைகள் உண்டாக்கப்பட்ட காலம். முறைப்படுத்தப்பட்ட தொழிலாளர் தொகுதி, ஆலைகள் வட்டத்தில் உருவாகிக் கொண்டிருந்தது. இன்னொரு பக்கம் வேலை கிடைக்காத ஒரு கூட்டம் வெளியில் நிற்கிறது. காலா காலமற்று, வேளா வேளை அற்று நினைத்த பொழுதில் விவசாய வேலையைச் செய்யவும் நாதியற்று நகரம் அடைந்து கொண்டிருந்த கூட்டம் அது.

தனுஷ்கோடி- இராமேஸ்வரம் புயல் அடிப்பு, அரியலூர் ரயில் விபத்து , மதுரை சர்ஸ்வதி பள்ளிக்கூடம் இடிந்து மாணவியர்கள் சாவு, தூத்துக்குடி ''டூரிங் டாக்கீஸ்'' தீப்பிடித்து 123 பேர் மரணம் என்று 1960-களில் அடுத்தடுத்து நிகழ்ந்தன. கூலிகளாய், ஆலைத் தொழிலாளியாய் நகரம் வந்தடைந்த கலைஞர்கள் தங்களின் கைவசம் கொண்டு வந்திருந்த கலையினால் இந்த துன்பியல் நிகழ்வுகளை வசப்படுத்தினர். கதைப் பாடல்கள் உருவாகின. இந்தக் கதைப் பாடல்களை கிராமியப் பாடகர்,வில்லுப் பாட்டுக்காரர், குறவன் - குறத்தி ஆட்டக் கலைஞர் எல்லோரும் வெந்நீரில் பச்சைத் தண்ணீர் கலந்து குளிப்புக்கு இதமாய் விளாவி வைப்பது போல், ஆட்டத்தினூடாக கலந்து தந்தார்கள். கிராமியக் கலை நிகழ்வுகளில் கதைப் பாடல் முக்கிய சேர்மானம் ஆயிற்று. வில்லுப் பாட்டு நடக்கிறபோது கதைப்பாடல் பாட சண்முகத்தாயைக் கூட அழைத்துக் கொண்டார்கள்.

வாதலைக்கரைப் பாட்டுக்காரர், சண்முகராசு பாட்டுக்காரர், சுப்பலாபுரம் சிற்றுடுக்கு வாசிப்பவர் என்று நாலைந்து பேர் சண்முகத்தாயைப் பார்க்கக் குடிசைக்கு வந்தார்கள். சண்முகத்தாய் அப்போதுதான் வேலைவிட்டு வந்து வீட்டுக்குள் காலடி வைக்கிறார்.

'என்ன முதலாளி, எல்லாரும் சேந்து வந்துருக்கீக?'

'இல்லையம்மா, ஒன்னைய பொன்னுசாமிப் பாண்டியன் கூட்டீட்டு வரச்சொன்னாரு'

'நா எந்தக் குத்தமும் பண்ணலையே? என்னைய ஏன் ஸ்டேசனுக்கு வரச் சொல்றாக?'

'அட, கோட்டிக்காரி' வந்த கலைஞர்கள் விளக்கினார்கள். இரண்டு, மூன்று படிக்கச் சொன்னார்கள் அப்போதுதான் அவர்களுக்கே ஒரு சேதி 'பளீரெனத்' தெரிந்தது. மண்ணிலிருந்து தோண்டி எடுக்கப்படும் கிழங்கு, வெள்ளைவெளேர் நிறத்தில் வருவதுபோல், அறியப்படாத ஒரு பாடகர் கருவங்காட்டுக்குள் கிடக்கிறார் என்பது. பொன்னுச்சாமிப் பாண்டியனுக்கு கிராமியக் கலைஞர்களைத் தெரியும். இந்த சண்முகத்தாயைத் தெரியாது.

பொன்னுசாமிப் பாண்டியன், உடம்பு சரியில்லாமல் வீட்டில்தான் இருந்தார்.

'எல்லாப் பொம்பிளைகளும் ஒன்னையப் பற்றிப் பெருமையாச் சொல்றாங்களேம்மா, ரெண்டு, மூனு பாட்டுப் படிங்க' என்றார். படிக்க, படிக்க, அவர் கேட்க, சந்தோசமாகி விட்டது.

பொன்னுசாமிப் பாண்டியன் நேர்மையான அதிகாரி.

'தெம்மாங்கு பாட்டுப் படிக்கச் சொல்லு, தெம்மாங்குப் பாட்டுக்கு அந்தம்மா குரல் நல்லாருக்கும்' என்று நெல்லை வானொலி நிலையத்துக்கு எழுதிப் போட்டார் பொன்னுசாமிப் பாண்டியன்.

'கூலி வேலைக்காப் போறீங்க? இனிமே வேண்டாம். இங்க போலீஸ் ஸ்டேஷனை சுத்தம் செய்ற வேலை. ஒரு நாளைக்கு இருபது ரூபா, நா போட்டுத் தாறேன்' என்றார். நாளைக்கு ரெண்டரை ரூபா சம்பளத்துக்குப் போய்க் கிட்டிருந்தவளைக் கூப்பிட்டு 20-ரூபான்னா கேக்கவா வேணும். ஸ்டேசனுக்குத் துப்புரவுக்குப் போன நேரம் போக, குளித்து, முழுகி பாட்டுக்களை நெஞ்சில் சேகரித்துக் கொண்டு வந்தார். பொன்னுசாமிப் பாண்டியன் அதை 'டேப்பில்' பதிவு செய்ய ஏற்பாடு செய்திருந்தார்.

யார் இதையெல்லாம் செய்கிறார்?

ஆத்தா செய்வதாக நம்புகிறார் சண்முகத்தாய் என்ற தலித்.

'ஒங்கள் மாதிரி ஆட்களிட்ட ஆத்தா குறிச்சிக் கொடுத்து , நீங்க கேட்கையில அது என் வாக்கில வருது'

கேள்வித்திறத்தால், அவருக்குள் மண்டிக்கிடக்கும் ஊற்று திறத்தால் பாட வாய்ப்புகள் வருகின்றன. வெளிப்பட வேண்டிய நேரத்தில், இடத்தில் வாகாக வெளிப்படுவதால் சேருகிறது அங்கீகாரம். அதை அவர் ஒப்புதல் கொள்ளவில்லை.

'அவ சொன்ன வாக்குத்தானே. ஒம்பொழப்புக்கு வழி காட்டுறேன்னு சொன்னாள்லே. அது நடக்குது'

விருதுநகர் மாரியம்மன் திருவிழா. சண்முகத்தாய் என்ற பெயர் மெல்ல மெல்ல எட்டு வைத்து விருதுநகர்வரை போய்ச் சேர்ந்திருந்தது. அழைத்திருந்தார்கள். வில்லுப்பாட்டு, குறவன்-குறத்தி ஆட்டம், கும்ப ஆட்டம் என்று சகல நிகழ்ச்சிகளும் வந்திருந்தன.

'நா தனிப் பாட்டுக்காரி கிடையாதே' என்கிறார்.

'நீ எத்தனை பேரைக் கூட்டிட்டு வர ஏலுமோ, அத்தனை பேரைக் கூட்டீட்டுவா தாயீ' என்கிறார்கள் மறுபக்கம்.

ஒரு தவில், ஒரு நாதசுரம், ஒரு உறுமி, பின்பாட்டுக்கு வாங்கிக் கொடுக்க ஒத்தப் பொம்பிளை என்று நாலுபேருடன் போகிறார் சண்முகத்தாய். வேறயார் நிகழ்ச்சியும் எடுபடவில்லை. ஏழு நிகழ்ச்சி முடிந்து எட்டாவது நிகழ்வுக்கு இவர் பெயர் வருகிறது. அது வரையிலும் அவர் சாப்பிடவில்லை. சாப்பிட்டால் அடிவயிற்றிலிருந்து, உந்திக்குள்ளிருந்து குரல் எழுந்து வராதே. சகல பாட்டும் படித்தார். கல்யாணப் பாட்டு மாத்திரம் எடுபடவில்லை, நல்லாத்தானே படிக்கிறோம். ஏன் எடுபடமாட்டேனென்கிறது என ஆக்ரோஷம் கிளம்புகிறது. பக்கத்திலிருந்த தவிலுக்காரப் பெருமாளு,

'எத்தை, (அத்தை) சுள்ளுன்னு, அடித்தை' என்கிறான்.

‘அடி, கடலோரம் ஏல மயிலேலோ

கோவில்பட்டி, அடி கோவில்பட்டி

போடு சவ்வாது போடு சந்தனப்பொட்டு’

போட்டி அடிச்சி உருட்டிவிடுகிறார். எழுதப் படிக்கத் தெரியாவிட்டாலும். பாட்டுக் கட்டும் ஞானமும் பீறிட்டடிக்கும் குரலும் கொண்டு சபையைக் கட்டிப்போடுகிறார்.

இந்த நல்ல நேரத்தில், நல்லது அல்லாத சிலதும் என் மனசுக்கு எண்ணத் தோன்றுகிறது. எழுதப் படிக்கத் தெரிந்தவர்கள் அவர்கள். கலாசாலை போன்ற உயர் மட்டங்களில் பணிசெய்கிறார்கள். பட்டம், பதவி அனுசரணை கொண்டவர்கள் உயர் மட்டங்களின் ஆசியில் கிராமியக் கலைகளில் கடன் வாங்கியதை இரண்டு கை அள்ளித் தெளித்துவிட்டு, அதனால் காலமெல்லாம் ஈரப்பதம் இருப்பதாய்க் காட்டி சபைகளில் ஏறி சகல மரியாதையும் தமக்காக்கிக் கொண்டு தம்மைத் தீராநதியாய்க் காட்டி வருகிறார்கள்.

சடங்காகிக் குமருகாத்த நேரம். காடு கரைக்குப் போவார். களையெடுப்பார். நாளெல்லாம் களையெடுத்தால் அன்றைக் காலத்தில் ஐந்துரூபாய். இப்போது கூடுதலாய்க் கொடுக்கிறார்கள். களையெடுக்கிற போதில், காட்டு வேலை செய்கிற வேளையில் காட்டில், கரையில், கருது பெறக்கையில், வெயிலுக்கு தைப்பாக வருகையில் ‘ஏதாவது ரெண்டு பாட்டுப் பாடுங்கடி’ என்று சொல்லிப் பாடினார்கள். அந்தப் பாட்டு, இந்தப்பாட்டு என்று ஆளுக்கொரு பாட்டு பாடுவார்கள்.

‘கஞ்சிக் கலயமின்னு நானிருந்தேன் தெய்வமே

நொண்டிக்கு வாக்கப்பட்டு

நொந்தகுடி நானானேன் போடு

தனனானே தனனானே தன்னானே.

கண்டேன் கருங்குயிலே கரையில்

பாத்தேன் பசுங்கிளிய பாதையில' - அப்படின்னு ஒருத்தி பாட,

'சந்தனக் கும்பாவில

சாதம் போட்டு உண்கையில

உங்கள நினைக்கையில

உண்கிறது சாதமில்லே

கண்டேன் கருங்குயில கரையில - ஒங்கள

பாத்தேன் பசுங்கிளிய பாதையில'

இன்னொருத்தி பாட இப்படியே தொயரும். அங்ஙன காட்டில் வேலை செய்து கொண்டிருக்கிற ஆம்பிளைகள் எதிர்ப்பாட்டுப் பாடினார்கள்.

'ஒத்தையடிப் பாதையில

ஒத்தையில போகையில

பின்னிருந்து பேச நானும்

அத்தை மகன் வாரனேடி

கண்டங் கருங்குயிலே கரையில - ஒன்னைப்

பாத்தேன் பசுங்கிளிய பாதையில'

கம்மம்பயிர் போல் வளர்ந்த அந்தப் பெண்பிறப்புக்கு வாழ்க்கை வேறொன்றாய் விடிந்தது. தன்னை விட்டு நீங்கிப் போன விடியலை நெடுந்தூரம் போய் தன்னை நோக்கித் திருப்ப வைத்தார் சண்முகத்தாய்.

சுயானுபவத்தை சிலர் கதையாக்கியுள்ளார்கள். சிலர் கவிதையாக்கினார்கள். பலர் கட்டுரைகளில் எழுதி வைத்தார்கள். களைக்குச்சியால் தெண்ணி, களையைத் தூர வீசியெறிந்தது போல்,

சொந்தப் புருசனைக் களையெடுப்புக் காட்டில் கிழித்து வீசியெறிந்த பாட்டு சண்முகத்தாயுடையது.

முப்பத்தைந்து வருசமிருக்கும். சீத்தலைக்கரை ஊரில் அப்போது குடிக்க, துவைக்க குளத்துத் தண்ணி. ஆடு மாடு அலைந்து வந்து வாய்வைப்பது அதே தண்ணி. கண்மாயில் எடுத்து வந்து கரையில் வைத்து மனுசர் குளிக்கும் தண்ணீர் மறுபடி கண்மாய்க்குள் தண்ணியாய்ச் சேரும்.இந்தத் தண்ணியைக் குடிக்கவும் செய்தால் ஆகமாய் இருக்கும்.

ஆழ்துளைக் குழாய் ஊன்றி அடி குழாய்போட எங்களுக்கு தாக்கல் வந்திருக்கிறது என்று அரசாங்க ஓலையைத் தூக்கிக் கொண்டு வந்தார்கள் அதிகாரிகள். 'எங்களுக்கு கணக்கு 60 அடி. ஓங்க ஊருக்கு 60அடி ஆழம் போட அனுமதியாகியிருக்கிறது' என்றார் பொதுப் பணித்துறைப் பொறியாளர்.

'ஓங்க கணக்கு ஓங்களோடயே இருக்கட்டும். பேரேட்டில் அப்படி பதிவு செய்துக்கோங்க. எங்க ஊர்ல எங்ஙன தோண்டுனாலும் 40 அடி தான் நல்ல தண்ணிக் கணக்கு. தேங்காய்த் தண்ணியா இருக்கும். அதுக்குக் கீழே போச்சுன்னா வெளங்காது. தண்ணீ மாறீரும்: சவரு அடிக்கும்' ஊர்க்காரர்கள் வேண்டுமட்டும் சொல்லிப் பார்த்தார்கள்.

பெருங்கொண்ட புள்ளிகள் மூணு பேர் ஆழ்துளைக் கிணறுபோட்ட அனுபவம் ஊருக்குள் இருந்தது.

அதிகாரிகள் கிணுங்கவில்லை. அரசாங்க ஆணைப்படி 60 அடி ஆழ்துளைக்கிணறு போட்டு, கணக்கு எழுதி முடித்துக் கொண்டார்கள்.

தண்ணீர் உப்பாய் வெளிப்பட்டது, ஆழ்துளைக்கிணறு ஊன்றும் கூத்து நடந்த நாட்களில் அவள் அங்கே முளைப்பாரி வளர்க்கப் போயிருந்தாள். அந்த அனுபவத்தை மனசின் முந்தியில் முடிந்து கொண்டு ஊரின் நாட்களைக் கடந்தாள்.

"நாப்பதடி ஆழத்தில
நல்ல தண்ணி கிடைக்குதுன்னு
எடுத்தெடுத்துச் சொல்லிப் பாத்தும்
ஏறலையே மெத்தப் படிச்ச புத்தியில
போடு தனனானே தனனானே தன்னானே"

"அறுபதடி ஆழம்தான் ஆர்டரு ஆனதின்னு
போட்டாங்களே ஆழ்குழாயும்
போடு தனனானே தனனானே தன்னானே"

"ஆத்துத் தண்ணி ஊத்துத் தண்ணி
அத்தனையும் இனிச்ச தண்ணி
அடிகுழாயில கிடைச்சதையா
அத்தனையும் சவத்த தண்ணி
போடு தனனானே தனனானே தன்னானே"

அதுதான் முதல்பாட்டு, ஊருக்குள் பிரபலம் ஆகி பிறகு அக்கம் பக்கத்து ஊர்க்காரர்கள் "எங்க ஊருக்கு ஒரு பாட்டுப் போடேன்" என்று கேட்டு வாங்கிப் போனார்கள். 'அதைக்கொஞ்சம் பாடிக் காட்டு தாயி' - போகிற ஊர்களில் அவளோடு இந்தப் பாட்டும் நடந்துபோய்க் கொண்டிருக்க, இருபது வயதில் பாட்டுக்கார சண்முகத்தாய் இப்படித்தான் உருவானாள்.

"கருவ மரத்தடியில் - என்
கவலையச் சொன்னமின்னா
எந்தன் தாயாரே - அந்த
கருவ இலை உதிரும் - எனக்கு
கருங்கிணறும் தண்ணீ ஊரும்

எந்தன் தாயாரே!''

''மகிழம்பூ சல்லடையாம் - என்
மனசில் நூறு வேதனையாம்
மனசைவிட்டுச் சொன்னமின்னா
எந்தன் தாயாரே - எனக்கு
மாசம் ஒரு சண்டையாகும்
பெத்த மாதாவே''

''நெருஞ்சிப் பூ சல்லடையாம் - என்
நெஞ்சில் நூறு வேதனையாம்
நெஞ்சம்விட்டுச் சொன்னமின்னா
எந்தன் தாயாரே - எனக்கு
நித்தம் ஒரு சண்டையாகும்
பெத்த மாதாவே.

ஊர்ச் சோகத்தைச் சொல்ல ஆரம்பித்து, தன் வாழ்வின் சொந்த சோகத்தையும் சோதனைகளையும் பின்னமில்லாமல் வெளிப்படுத்திய சண்முகத்தாய்.

இந்த துன்பியல் வாழ்வை துவைத்துப் பிழிந்தது ஒரு சண்முகத்தாய் தானா?

சமுதாயம் முழுசும் சண்முகத்தாய்கள்.

பாடிக்கொண்டும் வாழ்ந்து கொண்டுமிருக்கிறார் சண்முகத்தாய்.

தச்சாசாரியின் காலம்

"நாளொன்றுக்கு எட்டுத் தேர் செய்யும் தச்சன், ஒரு மாதமாய் உழைத்துச் செய்த தேர்ச் சக்கரத்தின் ஒரு ஆரக்கால் போன்ற போர்வீரன் எம்மிடமும் உள்ளான். சண்டைக்கு முண்டியடித்து வராதீர், பகைவரே"

அதியமான் என்ற சிற்றரசனுடன் பொருத வந்த பகையரசர்களைப் பார்த்து "எம் தலைவனுடன் மோதிப் பார்க்காதீர்" என்று எச்சரிக்கிறாள் அவ்வை. இது கவிதாயினிக்குரிய வார்த்தைச் சாதுரியமல்ல. ஒரு தச்சனின் தேர் செய்யும் திறமையை வீரனின் யுத்த ஆற்றலுக்குச் சமமாக நிறுத்துகிற வெளிப்பாட்டு மொழி. இந்த வாசகத்துக்குள் பதியமான கருத்தை உணர்ந்து கலகத்தைத் தவிர்த்து, எதிரிகள் பம்மிக் கொண்டார்கள். போர் புரியும் எண்ணம் மறந்தார்கள்.

களம்புகல் ஓம்புமின் தெவ்வீர்!
எம்மிலும் உண்டு ஒரு பொருநன்
வைகல் எண்டேர் செய்யும் தச்சன்
திங்கள் வழித்த கால்அன்னோனே

- புறநானூறு

எங்கள் வட்டாரத்தில் கை தேர்ந்த தச்சர்கள் இருந்தார்கள். 50 ஆண்டுகளுக்கு முன்பு ஒரு தச்சாசாரி இரும்பாணியைப்

பயன்படுத்தாமல் மரப்பெட்டி செய்தார். ஊர் மடத்தில் கொண்டு போய் வைத்து இதைத் திறப்பவர்கள் யாரும் உண்டா என்று சவால் விட்டார். திறப்பவர்களுக்கு சன்மானம் என்றும் அறிவித்தார். என்றாலும், அந்த ஒரு வில்லாளனுக்குத் தவிர வேறு யாருக்கும் திறக்கத் தெரியவில்லை.

தேர்ச் சக்கரங்களால் நடந்த முடியாட்சியுடனேயே, தோது போட்டபடி வண்டிச் சக்கரத்தால் உருளும் வேளாண்மைக் காலம் வந்து நின்றது. உருளுகிற சக்கரத்துக்குள்ளிருந்து கணகணவென்று நாதம் எழுப்புகிற குடம் வடித்தார்கள். ''இது சிங்கம்பட்டி ஆசாரி கைச் சரக்காகும்'' என்று பெருமையுடன் பேசியதைக் கேட்டிருக்கிறேன். தச்சாச்சாரிகள் பெருமையைக் காற்று, எங்கள் காதுகளில் கொண்டு வந்து சேர்த்த பால்ய காலம் அது.

தங்கத்தட்டில், வெள்ளித் தட்டில் சாப்பிட மேல் தட்டுக்காரர்கள் இருந்தார்கள். ஆசாரி செய்த 'மரவை'யில் (மரத்தட்டு) சாப்பிடுகிற சாதாரணர்கள் இன்னொரு பக்கமிருந்தார்கள். அகப்பை, அஞ்சறைப்பெட்டி, பல்லாங்குழி, பத்திரப்படுத்தி வைக்க பெட்டி, வசிக்க வீடு, வீட்டுக்குக் கதவு, சன்னல் என்று வாழ்க்கைக்கு வேண்டப்பட்ட அத்தனையும் ஆசாரியின் கைப் பொருட்களாக விளைந்தன. விவசாயி நிலத்திலிருந்து பொன்னை விளைவிக்கிற காரியம் செய்கிறார். பொன்னை விளைவிக்கும் கருவிகளை ஆசாரி செய்கிறார்.

இத்தொழில் செய்பவர்கள், ஆசாரி, கம்மாளன், விஸ்வகர்மா என்ற பெயர்களில் அழைக்கப்பட்டார்கள். கொல்லர், தச்சர், தட்டார், கண்ணார் (பாத்திரம் செய்பவர்) கல் தச்சர் என்ற ஐந்து வகையினரும் ஐந்து தொழில் செய்கிறபோதும், ஒரே இனம். பூணூல் அணிவார்கள். திருமணம் முதலிய சடங்குகள் செய்து வைக்க இந்த இனத்திலேயே ஒருவர் இருந்தார்.

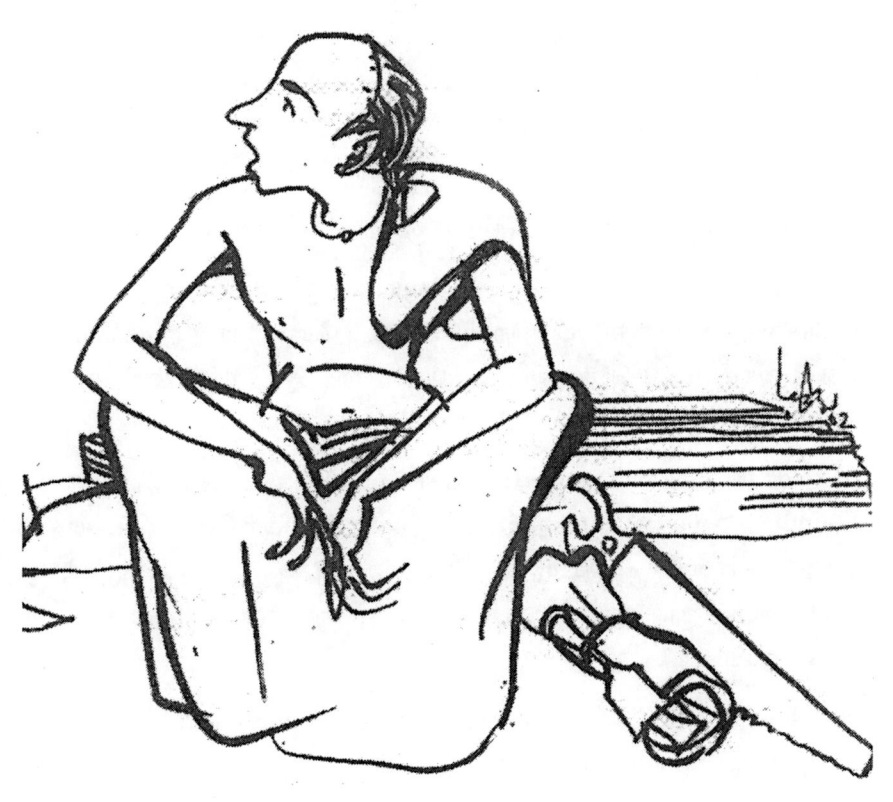

பா. செயப்பிரகாசம்

திருமணம் நடத்தி வைக்க, புரோகிதம் செய்ய பிராமணர்களை அழைத்ததில்லை. வாத்தியார் ஆசாரி என்று அவருக்குப் பெயர் இருந்தது. ஆசாரிகள் நடத்தும் திருமணச் சடங்குக்கு நாகவல்லி சாஸ்திரம் என்றார்கள்.

ஒரு விவசாயி தன்னிடம் விளையக்கூடிய தானியத்தை ஆசாரிக்குக் கூலியாக அளப்பார். ஒரு தச்சாச்சாரிக்கு ஒரு ஏக்கருக்கு 8 மரக்கால் தவசம் (தானியம்) வருசக்கூலி. அளப்பு கூடுதல், குறைதல் என்பதற்காக செய்திறனில் வித்தியாசம் வைத்தது கிடையாது. தன் கைவினையால் உதித்தவை பயன்படு பொருளாய் இருப்பதோடு அழகுப் பொருளாயும் இருக்க வேண்டுமென ஆசாரி நினைத்தார். கொஞ்சம் கூலி அளந்தவர் என்றோ, கூடுதல் அளந்தவர் என்றோ அவர் தனது மனதைச் சுருக்கி வைத்துக் கொண்டதில்லை. விசாலப்படுத்திக் கொண்டதுமில்லை. அத்தனையும் வேலைப்பாடு, கைத்திறன், கற்பனைத் திறன் என்று தொழில் தர்மம் நகக்கண் அளவுக்கும் குறையாது.

மனுசன் குறைந்தாலும், நேர்த்தி குறையக் கூடாது.

குழந்தை பிறந்ததும் 'குவா குவா' என்று அழவேண்டுமாம். பிரசவித்த தாய் எதிர்பார்க்கிறாள். அதைப் போலத்தான் ஆசாரியும் தன் கைவினைப் பொருள் எங்கேயும், எந்த இடத்திலும் எடுத்துப் பேசப்பட வேண்டும் என எதிர்பார்க்கிறான்.

மரவேலைகளில் அவன் கைக்கொண்ட சுயசிந்தனையும் கற்பனை வளமும், கலைநுட்பமும் நவீன காலத்தில் காணாமல் போய்விட்டன. யந்திரமயமாகி, டிராக்டர், இரும்புக் கலப்பை, கருதடிப்புக் கருவி, தொலியடிக்கும் சக்கரம், டயர் வண்டி என்று தச்சாச்சாரியை காலி செய்துவிட்டன.

சச்சதுரமாய், செவ்வகமாய் மரக் கதவுகள், சன்னல்கள் என அறுத்துத் தள்ளுகின்ற இயந்திரங்கள். வீடுகளே செங்குத்தாய்

லட்சணத்தில்தான் இருக்கின்றன. டிசைன் டிசைனாய் வேண்டும் என்றால் அதற்கு ஏற்ற மாதிரி இயந்திரத்தை உருக்கி வார்த்துக் கொள்ளவேண்டும். அப்போதும் அந்த இயந்திரம் ஒரு டிசைனில் மட்டுமே அறுத்துக் குவிக்கும். ஒரு கை செய்வதை இயந்திரம் செய்யாது. இயந்திரத்துக்குப் புத்தியில்லை. கைக்குப் புத்தியுண்டு.

அந்தக்கால வீடுகளில் கதவுகள் இருந்தன. யானை முட்டினாலும் தகராத, திண்ணமான கதவுகள். இந்தக் கதவுகளில் தங்கள் பாச்சா பலிக்காது என அந்தக் காலக் கள்ளர்கள் கன்னக்கோல் வைத்து சுவரைத் துளைத்துத் திருடினார்கள். நவீனத் திருடர்களுக்கு இன்றைய கதவு, சன்னல்களைக் கண்டுவிட்டால் கேட்கவே வேண்டாம்.

இயந்திரம் தச்சாச்சாரியை ஜீரணித்துவிட்டது. தச்சுவேலை செய்த அவன், தற்போது ‘சென்ட்ரிங்’ வேலைக்குத் தள்ளப்பட்டான்.

நவீன உற்பத்தி பெருகி, வணிகமயமாகி, நாலு காசு சேர்ப்பதே நல்ல உத்தி என்று வந்துவிட்டதும், சமுதாயத்தில் நடமாடுகிற எல்லோரைப் போலவே தச்சுக்கலைஞர்களும் மாறிப்போனார்கள். ஒருபோது பெருக்கெடுத்த கலைநயமும், தொழில் நாணயமும் இன்று நட்டுக்க வழுக்கி கீழிறக்கம் ஆனதால்,

‘‘பூசாரி பொய்யும், புலவனார் தம் பொய்யும்
ஆசாரி பொய்க்கு அரைப் பொய்க்குக் காணாது
கம்மாளன் பசுவைக் காதறுத்துப் பார்த்தா
அங்கேயும் செவ்வரக்குப் பாய்ச்சியிருப்பான்.
தாய்ப்பொன்னிலும் மாப்பொன்னெடுப்பான் தட்டான்’’

சொலகங்கள் பிறந்தன. ஒரு தனி இனத்தை இழிவு படுத்துகிற உட்பொருள் கொண்டதல்ல இவை. ஒட்டுமொத்த மனித சமூக குணங்களும், பண வேட்டையில் கிழிந்துபோய் நிற்கிறதை அடையாளப்படுத்துபவை. தன்னளவில் ஒவ்வொரு மனிதனும் குணம் புரண்டு போயிருக்கிறான் என்பதைச் சொல்கின்றன.

வேளாண் சாதிகளில் உயர் சாதிகள் தவிர்த்து, படி நிலைகளில் உள்ள சாதிகளில் உறவு முறைகள் இருந்தன. கொஞ்ச காலம் முன்வரை இஸ்லாமியர்களும் இந்துக்களும், மாமன் மச்சான், மாமி, மருகி முறைவைத்து அழைத்தது போல ஆசாரிகளுக்கும் குடும்பமாருக்கும் தகப்பன் - மகன் உறவு. ஆசாரி - தகப்பன், குடும்பன் -மகன், ஆசாரியை வயது வித்தியாசமில்லாமல் குடும்பமார் 'அப்புச்சி' என்று கூப்பிடுகிறார்கள். (குடும்பமார் : தலித்துகளில் ஒரு பிரிவினர். இவர்களை சாம்பாக்கமார் எனவும் அழைக்கிறார்கள்)

பிணச்சடங்கின்போது ஒருவருக்கொருவர் ஒத்தாசையாய் இருந்தார்கள். குளுப்பாட்டுவதற்குரிய எண்ணெய், சீயக்காய், நிரை நாழித் தானியம் போன்றவற்றைக் கொட்டு மேளத்துடன் கொண்டு போய் வைத்தார்கள். (இதற்குப் பச்சவடம் என்று பேர்) ஆசாரி வீட்டுச் சாவுக்கு குடும்பமார் குழிவெட்டுவார்கள். கடந்த சில பத்து ஆண்டுகளாக இப்பழக்கம் சன்னஞ் சன்னமாய் குறைந்து, மறைந்து போனது.

சரிந்து விழும் வாழ்க்கைக்குத் தச்சுத் தொழிலால் அண்டக் கொடுத்துவிட முடியாது என்று பிள்ளைகள் கண்டு கொண்டார்கள். கிராமத்தில் பிழைப்பற்றுப் போய், பக்கத்து நகரங்களில் உளி, சுத்தி, ரம்பம் என்ற பிழைப்புக் கருவிகளுடன் வீதியில், சந்தியில் காத்திருக்கும் தகப்பனை அவர்கள் பின்பற்றத் தயாராயில்லை. தெக்குச் சீமை என்றால் தீப்பெட்டி ஆபிஸ்களில், வட மாவட்டங்கள் என்றால் பீடித் தொழிலுக்குள், கொங்கு மண்டலம் என்றால் பவுண்டரி தொழிற்கூடங்களுக்குள் அவர்கள் புகுந்திருக்கிறார்கள்.

தச்சாசாரியின் காலம், காலமாகிக் கொண்டிருக்கிறது.

மலைவழி இறங்கி சமவெளி வந்தவர்கள்

"அத்தா பப்புகூடு கோண்டி வேயண்டா" (அத்தை பருப்புச் சோறு எடுத்து வந்து போடுங்க)

மின் விளக்கு தட்டுப்படாத இருளில் குரல் நடந்து வீட்டுக்குள் ஏறுகிறது. வாஞ்சையுடன் கொடுத்த குரல் சமையற்கட்டுவரை போகிறது.

கொம்புச் சீப்புக் கலைஞர்களின் குலவிருத்தியான மீனாம்பாள், பெரிய மனிதர்களை மாமா என்கிறாள்; மனுஷிகளை அத்தை என்கிறாள்.

தெலுங்கு பேசும் உயர் சாதியினரை, வாசற்படிக்கு வெளியே இருந்து மாமா, அத்தை உறவு முறைகளில் அழைக்க அதிகாரம் வழங்கப்பட்டிருக்கிறது. சொந்த உறவுகள் போல வீட்டுக்குள் ஏறி, பேச அனுமதியில்லை.

அதே உறவு முறைகளில், மருமகளே, மருமகனே என்று உயர்சாதிகள் திருப்பி அழைப்பதில்லை.

ஊர் ஊராய் அலைகிற இவர்கள், வீடுகளில் வாழ்பவர்களை எப்படி அழைக்க வேண்டுமென விதிகள் இருக்கின்றன. வீடுகளில் இருப்பவர்கள் வீதிகளில் வாழும் இவர்களை எப்படி அழைக்க வேண்டுமென விதிகள் இல்லை.

பா. செயப்பிரகாசம்

ஒரு வீட்டில் திருமணமாகாத குமரியோ, இளைஞனோ இருந்தால் பருப்புச் சோறு வாங்கமாட்டார்கள். முன்பு இருந்தது அப்படி.

மீனாம்பாள் ஏந்திய பாத்திரத்தில் சோறு போடப்பட்டதோடு, சிறு ஏனத்தில் குழம்பும் ஊற்றப்படுகிறது. அடுத்த வீட்டுக்குப் போகிறாள்.

எல்லாக் கிராமங்களிலும் மேற்கு மூலையில்தான் கண்மாய் அமைந்திருக்கிறது. வடகரை ஆலமரத்தடியில், அவள் எடுத்து வந்த அன்னப் பாத்திரம் பல கஞ்சியாய்க் கிடக்கிறது. பருப்புச் சோறு இல்லை. முன்னை மாதிரி இல்லை ஊர். ஊரை மாற்றிப் போட்டுவிட்டது காலம்.

ஊர் ஊராய் அலையும் இவர்கள், ஒரு ஊரில் தாமசிக்கிற போது பெரிய வீடுகளின் தாழ்வாரத்தில், மாடு, கன்னு கட்டும் தொழுவங்களில் தாமசித்துக் கொள்வார்கள். இப்போது வேறொரு காட்சியாகி விட்டது.

மாட்டுத் தீவன நாத்தும், கம்மந்தட்டைப் படப்புகளும் உள்ள கொட்டாரம்; வாதாங்கொட்டை மரமும், துணைக்குக் கருவேப்பிலைச் செடியும் ஆடுகிற கொட்டார அடியில் அவர்களைத் தங்க வைக்கலாம்.

''அங்க கூடாது. நாற அடிச்சிருங்க'' அம்மா, அய்யாவிடம் சொல்கிறாள்.

தாழ்வார முற்றத்தில் பந்து பந்தாய் பூக்கள் அசைகிற முருங்கை, பறவைகள் குதித்துக் கூத்தாடுகிற முருங்கை, கைகளில் குண்டுமணிப் பூக்களை ஏந்தி ஆடுகிற முருங்கை, சத்தமில்லாதத் தலையாட்டம் ஆடுகிற முருங்கை, எத்தனை காத்தைக் கொண்டு வந்து கொட்டினாலும் முருங்கைக்குச் சத்தமாய் சிரிக்க வராது. அந்த முருங்கைக்குக் கீழே அவர்கள் தாமசிக்கலாம் இல்லையா?

''கூடாது. காத்து, கறுப்பை விட்டுட்டுப் போயிருங்க. முருங்கை பலன் பிடிக்காம போயிரும்''

கொஞ்சம் கொஞ்சமாய் தள்ளிக்கொண்டு போய், பகலிலும், ராத்திரியிலும் ஆட்களைச் சுமக்கும் பொது மடத்தில் தங்கச் செய்தார்கள்.

பா. செயப்பிரகாசம்

இப்போது பொம்பிளப் பிள்ளைகளாவது, மடத்தில் ஓரமாய் ஒதுங்கிக் கொள்ளலாம் இல்லையா.

''சீ, சீ அவங்க நம்ம இனம் இல்லே, அவர்களுக்கு ஆலமரத்தடி, அத்தி மரத்தடி தான் லாயக்கு''

அத்தை, மாமா என்றழைக்கும் உறவுகளில் நின்றிருந்த அந்த இனம், இப்போது ஊருக்கு ஓரமாய், உறவில்லாத விளிம்பில் ஒதுக்கப்பட்டுவிட்டது. ஒரு காலத்தில் மலைவாழ் மக்களாய் மலையிலிருந்து இறங்கி சமவெளி வந்த இனம், கால வெள்ளத்தில் உருட்டிவிடப்பட்டு ஒதுங்கக் கரை இல்லாமல் தத்தளிக்கிறது.

எருமைக் கொம்பை அறுத்து, இழைத்து பொறுமையாக, நுணுக்கமாக சீப்புகள் செய்கிறான் மீசைக்காரன். கால்களுக்கிடையில் கட்டையை அழுத்தி, அதில் கொம்பை வைத்து அரம்கொண்டு ராவுகிறான். கையடக்கமான சிறு ரம்பத்தால் கோதுகிறான்.

''இப்போது சில வருஷமா நீங்க கொம்புச் சீப்பு விற்க ஊர், ஊராய்ப் போறது இல்லேன்னு சொல்றாங்களே, உண்மையா?'' நான் கேட்டேன்.

''நிஜந்தான்'' மீசைக்கார ஆழ்வார் தளர்ந்து போன குரலில், தள்ளாட்டமான வயதில் பேசினார்.

''ஊர் ஊராய் போய் வர்றதுன்னாலே அலைச்சலும் அலுப்புந்தான் மிஞ்சுது. ரெண்டாவது, வயசுக்கு வந்து பெண்டு, பிள்ளைகளக் கூட்டிட்டு ஊர் ஊராய்ப் போனா, ஒரு மாதிரி பார்க்குதுங்க. பெறகு, இப்ப எல்லாம் கொம்புச் சீப்பை யார் தேடுறா? கால் காசை விட்டெறிஞ்சா, கலர் கலரா சீப்பு கெடைக்குது''

சீப்பு, செப்பு, விளையாட்டுச் சாமான், சோப்புப் பெட்டி என்று பிளாஸ்டிக் யுகம் வந்துவிட்டதை நினைவுபடுத்துகிறார். கைத் தொழிலாய் செய்யும் கைவினைப் பொருட்கள் இடத்தில், உருக்கி வார்க்கப்பட்ட பொருட்கள் ஆகிவிட்டன. கைவினைப் பொருட்களைக்

கண்டு, கண்சிமிட்டி ஏளனமாய்ச் சிரிக்கின்றன. "ஓலையைப் பார்த்து, குருத்தோலை சிரிச்சதோம்" என்று கணக்கில், காலம் ஆகிவிட்டது.

"எங்க பொருட்கள இப்ப யார் மதிக்கிறா? நாங்க மனுசங்கள மதிக்கிறோம். ஆனா ஊர்க்காரங்க எங்கள அசிங்கமாப் பாக்கிறாங்க"

அந்தத் தொழில் சாதனங்களும் கலைப்பொருட்களும் தேடுவாரற்று ஒதுக்கப்பட்டதின் தொடர்ச்சியில், அவர்களும் தேவையற்றுப் போய்விட்டார்கள்.

அவருடைய ரத்தமும் சதையும் கொண்டு செய்த ஜீவனுள்ள சீப்பு, கை நழுவிப் போகிறபோது, காலம் முதுகுத் தண்டில் அறைந்ததைத் தாங்கிக் குன்னிப்போய் நிற்கிறார்.

நரைகொண்ட மூதாட்டி சிவகாமியம்மாள் ஆழ்வாரின் கொம்புச் சீப்பை இன்னும் பாராட்டுகிறாள் 'ஆழ்வார் கைப்பட செய்த கொம்புச் சீப்புக்கு வருமா? வருசம் பல போனாலும், பல்லு ஒன்னு போகாது'

"கூந்தலைத் தட்டி
கொண்டையாக்கும் முன்னே
சின்னப்பொண்ணு
கொம்புச் சீப்பாலே
பேனை நீக்கிடுவாள்"

கொம்புச் சீப்பு மட்டுமில்லை. ஈர்க்குவலி, பிள்ளைகள் விளையாட செப்புக்குடம், வீட்டில் அழகு பார்க்க கொக்கு, மீன், கதவுக் கைப்பிடி, அரிவாள் கைப்பிடி, குங்குமச் சிமிழ் என்று கொம்புகளிலும் யானைத் தந்தத்திலும் பல பொருட்கள் செய்வார்கள். துணையாய் வேறு சில தொழில்களும் செய்வார்கள். அப்போதுதான் ஈன்ற ஈத்து மாட்டுக்கு, ஏன் மனுஷிகளுக்கும் காத்து கறுப்பு அண்டாமல் கம்பளிக்கயிறு கட்டுவார்கள். பிள்ளை பெத்த ஈர உடம்புக்குக் கம்பளிக் கயிறு சூடு, இதமாய் இளஞ்சூட்டைத் தந்து கொண்டே இருக்கும். கழிப்பு, கழிக்கிற வேலைகூடச் செய்தார்கள்.

பா: செயப்பிரகாசம்

''இருந்தாலும் பேனை வழிக்கிறதிலே, கொம்புச் சீப்புக்கு வருமா?'' பேச்சைவிட மனசில்லை. எடுத்துக் கொடுக்கிறேன் நான்.

சுத்த கோட்டிக்காரப் பயலா இருக்கயே (பைத்தியக்காரப் பயல்) என்பது போல் என்னைப் பார்க்கிறார் அவர்.

''இப்பத்தான் பேன் பத்தாம இருக்குறதுக்கு ஷாம்பு, பவுடர், சோப்புன்னு வந்திருச்சில்லே. பேன், ஈரு இருந்தாத்தானே கொம்புச் சீப்புக்கு மவுசு? அதுவும் இப்ப எல்லாம் கொம்பும் கிடைக்கல. அடிமாடுகளாய் கேரளாவுக்குக் கொண்டு போயிர்றாங்க. இன்னிக்கு நெலைமையில நாங்க வாழவே முடியாமப் போகுது.''

''பிள்ளைக?''

''ஊர் ஊராய் சுத்தினதால, பிள்ளைக படிக்க முடியாம, இப்ப தீப்பெட்டி கம்பெனிக்குப் போறாங்க. தொழில் செஞ்சா கூலி. கவுரவமான தொழிலாத் தோணுது''

பெயர்களுக்குக் குறைவில்லை. மலையிலிருந்து இறங்கி வந்த காலம் முதல் எங்கெங்கே பிழைப்புக்காக ஒட்டினார்களோ, அந்தப் பகுதி தெய்வங்களைச் சூடிக்கொண்டார்கள். மீனாள், உமையாள், வள்ளிமயில், சிவகாமி, பாண்டிவீரன், முத்து நாட்டான், ஆண்டாள், ஆழ்வார்.

ஊர் ஊராய், நாடோடியாய் அலைந்த வாழ்க்கையும் குலத் தொழிலும் நாசமானதை நாசம் நல்லதுக்குத்தான் என்கிறார் ஆழ்வார்.

தளர்ந்த காலத்திலும், ஆழ்வார், கொம்புகளைப் பாதங்களுக்கு இடையில் இடுக்கிக் கொள்கிறார். தீப்பெட்டி ஆபீஸ் போய் வந்த ஓய்வான நேரங்களில் பேரன்மார்களும், அரம், உளி, கொம்போடு உட்காருகிறார்கள்.

''இப்பவும் கொம்பில் செய்கிற சாமான்கள எங்க கொண்டு போய் விக்கிறீங்க?''

"மதுரை சித்திரைத் திருவிழா, வீரபாண்டி தேர்த் திருவிழா, விருதுநகர் மாரியம்மன் திருவிழா, குற்றாலத்திலே சாரல் விழுற சமயம், இப்படி எம் பேரன்மார் வித்து வருவாங்க. நானும் போய் வருவேன்."

"இந்த விழாக்காலங்கள்லேதான் எங்க குலத்தைச் சேர்ந்தவங்கள பார்க்க முடியுது. அதைப் பயன்படுத்தி கல்யாணம், காட்சிகளைப் பேசி முடிச்சிக்கிறோம்" என்கிறார்.

"இந்த மண்ணை, இன்னைவரை எங்க சொந்த மண்ணா நெனைக்க முடியல. தலை நிமிர்ந்து வாழ்ந்தால் தானே சொந்த மண். தலை குனிவான வாழ்க்கை. எங்க மூதாதையர் வந்த மலங்காடுகளத் தேடிப் போயிரலாமுன்னு தோணும். குலத்தொழில் அடியோடு நாசமாகிறது நல்லது. பெறகாவது என் மக்கமார், பேரமார் தலை நிமிந்து வாழ்வாங்கன்னு நம்புறேன்."

காலத்தின் தடந்தெரியாத குரல் அல்ல. தடம் தெரிந்து காலத்தை வென்று வருகிற குரல்.

பா. செயப்பிரகாசம்

சின்னதாய் ஒரு நெருப்பு

கள்ளிக்குடி கிராமத்திலிருந்து நகரத்தைப் பார்த்து பஸ் ஓடிக்கொண்டிருந்தது. அடுத்த ஊரில் நின்று ஆட்களை ஏற்றிக் கொண்டு நடந்தது. புளி மூட்டை போல் அடைத்து நிமிர்ந்து போய் வந்த பஸ்ஸில், அசதியில் தூங்கிக் கொண்டிருந்த ஒரு பொடியனை, அடுத்த ஊரில் ஏறிய ஒரு 'பெரிசு' தட்டி எழுப்பியது. "டே எழுந்திர்றா? நீ கள்ளிக்குடி அம்பட்டைப் பய இல்லே?"

இன்னொரு பெரிசுக்கு சாமி வந்துவிட்டது. அருள் கொண்டது போல் ஆடிக்கொண்டு வந்த அந்த மூட்டுப்பெருத்த ஆள் அறை கொடுத்ததில் அவன் கன்னம் பழுத்தது.

"உட்கார்றதுக்கு எடம் கேக்குதா? அந்த அளவுக்கு ஆளாயிட்டீங்களா?"

வார்த்தைகளின் வலியும், கன்னத்து வேதனையுமாய் தூக்கக் கலக்கம் போகாத சிறுபயல் எழுந்து முன்னுக்கு நகர்ந்தான்.

பேருந்து வேகத்தினும் கூடுதலாக வெளியே உலகம் ஓடிக் கொண்டிருக்கிறது. இந்தப் பெரிசுகளான கிராமத்து 'முதலாளிமார்'களின் உலகம் எதிர்த் திசையில் ஓடுகிறது என்பதை அவர்கள் அறியவில்லை. பழையகால இருட்டு எல்லைக்குள் உட்கார்ந்து அடிமனசுக்குள் மண்டிக் கிடக்கிற கொழுப்பு காந்தலாகி, கொதியாகி பஸ்ஸில் வழிந்தது.

அந்தச் சின்னஞ்சிறு பிராயத்தைத் தண்டித்த சாதீய ஆதிக்கத்துக்கு நீண்ட நெடிய வயது. நிலமானிய சமூகம் பிறப்பெடுத்து எத்தனை வயதாகுதோ, அந்த வயது நீளம். அதன் நீளத்துக்குத் தோதான

சின்னத்தனம், காட்டு மிராண்டி நூற்றாண்டிலிருந்தே இன்னும் எடுக்கப்படுகிறது என்பதற்குச் சான்றுதான் அந்த 'எடுபட்ட பய' பெரிசு, சின்னஞ் சிறிய பாலகனை அறைந்த சம்பவம்! சின்னச் சின்ன விசயங்களில் கூட, பெரிய பெரிய மரியாதைகள் காக்கப்பட வேண்டும் என்கிற வர்ணாசிரம தர்மத்தின் நீளமான விஷநாக்கு அது!

ஒரு கத்தரிக்கோலும், கத்தியும்,

ஒரு உளியும், இழைப்புளியும்

ஒரு துவைப்புக் கல்லும், துணியும்

ஒருபனைநார்ப் பெட்டியும், பொல்லம்பொத்தலும்

காலகாலமாய் அறிமுகப்படுத்திய கலைகள் பட்டியலில் இல்லை.

ஒரு துவைப்புக் கலைஞன் இல்லை.

நிலா வெளுப்பில் கிராமகாதை இசையை உருட்டி விடுகிற உடுக்கடிப் புலவன் இல்லை.

வீட்டுத் தேவைக்கு, காட்டு வேலைக்கு மரச் சாமான்கள் ஒண்டித்துத் தரும் தச்சாசாரி அதில் இல்லாமல் போனான்.

காலங்களின் வயசுப்பெருக்கத்தூடேயே, தன்னைப் பொருத்தி வளர்த்துக் கொண்டு வந்த முடிதிருத்தும் கலைஞன், இந்தக் கலைக் கணக்கிலிருந்து காணாமல் போயிருந்தான்.

ஒவ்வொன்றிலும் கலை விரல்களின் நளினம் அங்கீகரிக்கப் படாமலே போனது.

பொழுது போக்காய், சிருங்காரமாய், சீதளமாய் வந்ததையெல்லாம் கலை என்று பேரிட்டு, பொட்டிட்டு, பூப்போட்டு அழகு செய்தவர்கள், வாழ்க்கையின் நீண்ட பயன்பாட்டுக்கு கலை ஆக்கத்துடன் படைக்கிற விரல்களை மடங்கிவிடச் செய்தார்கள்.

உயர் குடியினருக்கு அணுக்கமான கலைகளில் வல்லவர்கள் இசை, பரத நாட்டியம், வாய்ப்பாட்டு, வீணை, வருமானம், வசதி மேடை என்று ஆனார்கள். அடிமட்டத்து மக்களின் விவசாயஞ் சார்ந்த துணைத் தொழில்களுக்கு கலை என்ற அங்கீகாரம் சறுக்கியது.

இவனுடைய ஐந்து விரல்களுடன், இன்னும் இரு விரல்களாய் அசைகிற கத்தரிக்கோல் மனிதர்களின் சிகையை அலங்கரித்திருக்கிறது.

மக்களுக்கு ஒரு வகை; மன்னர்களுக்கு ஒரு வகை; மந்திரி பிரதானிகளுக்கு இன்னொரு வகை.

வேறு வேறு வகையான ஓவியங்களை வரைவது தூரிகை என்றால், விதவிதமான சிகையலங்காரங்களை எழுப்புகிற கத்தரிக்கோலுக்குப் பெயர் என்ன?

காலங்கள் தோறும் மாறுபட்டு, மாறுபட்டு ராகங்களை மீட்டி வருவது வீணை என்றால், இவன் விரலிடுக்கில் பாடுகிற கருவிக்குப் பெயர் என்ன?

ஒரு கலைஞனின் ஆறாவது விரலிலிருந்து சிந்துவது கவிதை என்றால், ஒரு தச்சாசாரியின் ஐந்து விரல்களிலிருந்தும் வழிகிற நளினத்துக்கு என்ன பெயரிடுவது?

புராண கதாநாயகர்களுக்குப் பல பெயர்கள் உண்டு. அர்ச்சுனன் பேர் பத்து என்பார்கள். அதுபோல் இந்த முடிதிருத்தும் கலைஞனுக்கு ஒன்பது பெயர்கள் - குடிமகன், நாவிதன், மருத்துவன் என்று எத்தனை பெயர் கொடுத்தும், அவனுக்கு ஒரே ஒரு பெயர் மட்டும் இன்னும் வழங்கப்படவேயில்லை - மனுசன்!

எந்தப் பெயரும் அவனை உயர்த்துவதாக இல்லை. எல்லாச் சொல்லும் இழிவு குறித்தனவே. நிலவுடமை வேரூன்றிய நாட்டுப் புறத்தில், 'தொழிலாளி' என்றால் இழிசனம் குறித்ததே.

வண்ணான், குடிமகன் போன்ற விவசாயத் தொழிலாளிகளுக்கு (தொள்ளாளி) சாதிவாரி கூலி நிர்ணயம் உண்டு. வசதி படைத்த மேட்டுக் குடியினரிடத்தில் விவசாயம் 'போட்ஸாக' இருக்கும். அதற்கேற்ற மாதிரி தொழிலாளிகளுக்கு வேலை அதிகமாயிருக்கும். இந்த வகை வீடுகளில், நாளொரு பொழுதும் அவர்கள் வீடுகளுக்குப் போய் முகச் சவரம் செய்யவேண்டும். முடிவெட்டி விட வேண்டும். கூலி அதிகம் அளப்பவர்கள் இவர்கள்.

அவனுக்கு வேலை தந்து கொண்டிருந்த விவசாயிகளே வேலை தேடி நகரத் தெருக்களில் அலையும்போது, அவனுக்கு அங்கே அளப்பதற்கு யாரிருக்கிறார்கள்?

கிராமம் அனாதையாகிப் போனது. அவனும் அந்த கிராமத்தை அனாதையாக்கி ஒரு நாள் வெளியேறினான்.

சிறு விவசாயிகளுக்காவது அவர்களைக் கட்டிப்போட ஒரு காணி, அரைக்காணி என்று நிலமிருந்தது. அவனது கால்களை நிலத்தோடு கட்டி நிறுத்த எந்தச் சங்கிலியும் இல்லை.

பக்கத்துச் சிறு நகரம்.

முடிதிருத்தகம், ஹேர்டிரஸ்ஸஸ் - என்ற அலங்கார வாசகங்கள்.

அங்கே அவன் அடிமை இல்லை.

ஒரு தொழிலாளி. பேச்சுக்குப் பேச்சு சாதி சொல்லித் திட்ட அங்கே யாரும் இல்லை.

நிமிர்ந்த ஆள் அவன் இப்போது. முன்னால் கிராமத்தில் அவன் தேடிப் போய் முடிவெட்டிய 'சாமிமார்கள்' இப்போது அவனுடைய கடை தேடி வருகிறார்கள்.

முந்திய கால 'சாதிய உறவாக' இல்லை அது. நவீன 'வணிக உறவாக' மாறிப்போனது.

அந்தத் தொழிலாளியின் மனதின் அடியில் ஆறாத ஒரு வடு 'மின்னி மின்னி'ச் சுடர்கிறது. ஓடும் பேருந்தில், தூக்கக் கலக்கத்தில எழுந்திருக்கச் சொல்லி விரட்டிய கதையை நினைவுபடுத்துகிறது.

இரத்தக் குழாய்களுக்கிடையே, ஈரமான சதைக்கு மத்தியில் கிடந்தாலும் அது வடு அல்ல. சின்னதாய் ஒரு நெருப்பு.

ஒரு மெழுகுவர்த்திச் சுடர்போல் அவனுக்குள் மேலெழுந்து அசைகிறது அந்தத் தழும்பு.

லிங்கமரத்தின் கனத்த இருள்

குருவார்பட்டி கிராமத்தின் தென்கோடியில் எட்டு வீடுகள். ஊரை ஒட்டி இருந்தாலும் ஒட்டாத உறவிலுள்ள வீடுகள்.

ஊருக்குள் வசிப்பவரின் காலடியில் கிடந்தாலும், அவர்களின் மனசிலிருந்து வெகு தொலைவில் அந்த வீடுகள்.

நாலுபேர் கை சேர்த்துக் கட்டியணைத்தாலும் கைக்குள் அடங்காத தூர் பெருத்த லிங்கமரம். எந்நேரமும் இருளைச் சுமந்து நிற்கும் மரம் சேரியின் குறியீடு.

பகலில் குடிசைகளுக்கு ஈடான பொந்துகளில் ஆந்தைகள் தூங்கின. இரவில் கிளைகள் மேலிருந்து அலறின. பகலில் தூக்கம், இரவில் ஆட்டம் என்ற ஏலாப் பொருத்தம் அவைகளுக்கு.

பருத்த லிங்கமரத் தூரின் அடியில் நாலு எருமை, ஒரு பசு, சில ஆட்டுக் குட்டிகள்.

இரவில் சில நாளில் பறையொலியும் குழலும் தென்காற்றில் மிதந்து ஊருக்குள் தாவும். ஒரு பண்டிகையோ, பூப்புனித நீராட்டோ, கல்யாண வீடோ நாளை அவர்கள் பறை முழக்குவதற்காகக் காத்திருக்கிறது என்று அர்த்தமில்லை. இழவு வீட்டுக்கு, அடித்து நொறுக்க ஒத்திகை நடத்துகிறார்கள்.

பொது மடத்தில், வீட்டுத் திண்ணைகளில் கண்ணயர்ந்திருப்பவர்கள் எரிச்சல் தாங்க முடியாமல், "... கழுதைக, வீடு விட்டுப் போகிற மாதிரி

தெக்கத்தி ஆத்மாக்கள்   112

நிமித்துறானுக. எங்கனயாவது இளங்கன்னா (மாட்டுக் கன்று) ஆப்பிடிருக்கும். தாங்க மாட்டாம தட்டுறானுக"

அவர்கள் அதற்குள் ஒரு பழமொழியையும் திணித்து வைத்திருந்தார்கள்.

"கொட்டு, கொட்டுறான்னா, கொட்டமாட்டான்"

சொல்கிறபோது கொட்டமாட்டார்கள். அதில் ஒரு பீத்த பெருமை இருக்கும். ஆனால் வேண்டாத நேரங்களில் கொட்டி எழ வெடுப்பார்கள். பழமொழியைப் பிளந்தால் அத்திப் பழம்போல் அத்தனையும் புழு.

இவர்கள் வீடுகளில் இழவு விழுகிறபோது, இவன்தான் போய் நிற்கிறான். அந்த உயர் சாதி வீடுகளின் சொந்த பந்தங்கள், தூரத்து ஊர்களுக்குச் சேதி சொல்ல இவன் போகிறான். அசலூர் போய் இழவு சொல்கிற இடத்தில், கூரை நிழலில், அல்லது மாட்டுக் கொட்டகையில் ஓரமாய் ஒண்டுவான். விரித்து ஏந்திய கைகளில் கரைத்த கஞ்சியை ஊத்த, உறிஞ்சி உறிஞ்சிக் குடிக்கிறபோது, பக்கத்தில் 'பட்டமிளகாய்' வறுத்தது, கடித்துக் கொள்ளப் போடப்படுகிறது.

பஸ், கார், வேன் போக்குவரத்து தந்தி, தொலைபேசித் தகவல் பரிமாற்றம் - இல்லாத கிராமங்களில் நேற்றுவரை இப்படித்தான் நடந்தது.

பண்டிகையோ, கல்யாணமோ, தூரமாக நிறுத்தப்பட்ட அவன், இழவு வீட்டுப் பந்தலில் நிற்க அனுமதிக்கப் பட்டான்.

ஊர்க் கோயில் விழாவில், 'காப்பு கட்டுவதிலிருந்து' அவன் வேலை ஆரம்பிக்கும். ஊர் சாட்டுவது, ஊர் கூட்டுவது, ஊர்க் கூட்டத்திற்கு முதலாளிமார்களைக் கூட்டி வருவது, பண்டிகை முடிந்து கடைசியாய்க் காப்பு அவிழ்க்கிறது வரை அவன்தான்.

ஆனால் கோயிலும் சாமியும் அவனுக்குண்டோ?

பா. செயப்பிரகாசம்

கதவுகளே அற்ற கிராமத்துக் கோயிலிலும் அவனுக்குக் கதவுகள் சாத்தி இருந்தன. தீண்டாமை பற்றி அறியாத தெய்வம் கூட, தீண்டாமல் ஒதுங்கி நிற்க செய்யப்பட்டுள்ளது.

சிவன், திருமால், விநாயகர் போன்ற பெருந்தெய்வங்கள் ஊருக்குள் நின்றார்கள். முறுக்கிய மீசை, சிவந்த கண்கள், பிளந்தவாய், துருத்திய நாக்கு, பட்டாக் கத்தி பிடித்த கை, இன்னொரு கையில் வேட்டை நாயுடன் அவனுடைய 'கருப்பசாமி' ஊருக்கு வெளியே ஓடைக்கரை மேட்டில் நின்றார்.

அவர்கள் வாழ்க்கை போல, தெய்வமும் ஒதுக்குப் புறமாய்க் கிடந்தது.

"பறைச்சி பிள்ளைய பள்ளியில வைத்தாலும்

பேச்சி ஐயோ, ஐயோ என்னும்"

'பறை மீட்டும் கைகள், புத்தகம் ஏந்தக் கூடாது' என்கிறது இந்தக் கட்டளை,

"மேலப்பட்டிப் பள்ளப் பய

காதைப் பார்றா மூளிப் பய"

தாழ்த்தப்பட்டவர்கள் காதுகுத்த உரிமையில்லை என்பது இதன் பொருள்.

"பள்ளன் எந்தக் காலம்

பல்லக்கு ஏறுனது"

'பல்லக்கு சுமந்தே பழக்கப் பட்டவர் பல்லக்கு ஏற அருகதையானவர் அல்ல' என கேலி செய்கிறது சொலவம்.

அவர்கள் வீட்டுப் பெண்டிர், கூந்தலிலே பூச்சூடக் கூடாது.

"தாலியிலே பூச்சூடவேண்டும்"

பா. செயப்பிரகாசம்

எழுதப்படாத வேத வரிகள் உயர்குலத்தினரின் தகப்பன் இந்த நாக்கிலிருந்து பிள்ளைக்கு. பிள்ளை நாக்கிலிருந்து அவன் பிள்ளைக்கு. தொப்புள் கொடியிலிருந்து தொப்புள் கொடிக்கு மாற்றிக் கொடுக்கப்பட்டது.

குருவார்பட்டி ஊர்க்காரர்கள் கனவு கண்டிருக்கமாட்டார்கள், ஒரு இடி வந்து இறங்கியதை. கோயில் குருக்களும் தத்தளித்து, 'ததபுத்' என்று குழறியிருக்கமாட்டார். அவர் காட்டிய தீபாராதனைத் தட்டு முன் இரண்டு கருத்த கைகள் நீண்டதைக் காணாமல் இருந்திருந்தால்.

வேறெங்கோ மையம் கொண்டதாய் கேள்விப்பட்ட புயல், மூடுண்ட கிராமத்திற்குள் வந்தது. ஒரு நாள் லிங்கமரத்தின் கனத்த இருளிலிருந்தும் உரிமை நாதம் கிளம்புமென்று, கனாக் கண்டிருக்க முடியாது.

"எங்களுக்கும் துண்ணூறு (திருநீறு)
கொடுங்க சாமி"

கோயில் குருக்கள் மலைத்துப் போய்ப் பார்த்தார். "நீ அப்பாலே போ. அப்பாலே போ"

அவர்கள் பின்னாலே போகத் தயாராய் இல்லை. அவர்கள் இப்போதிருக்கும் இடத்திற்கும் பின்னால் ஒரு இடமும் கிடையாது.

சாதி ஆணவம் தலைகளிலும் உடம்பிலும் மட்டும் இருப்பதல்ல. கம்பு, ஈட்டி, அரிவாள் என்ற ஆயுதங்களாகவும் வெளியேறுகின்றன.

2

நகரத்தின் பலமாடிக் கட்டிடத்தின் குளிர்ந்த ஏ.சி. அறையில் அந்த மனிதர். லிங்கமரத்தின் கனத்த இருள் இல்லை; ஏ.சி. அறையின் மங்கலான இருள். லிங்கமரத்தின் இருளிலிருந்து விடுபட்டு வந்த அவர் ஒரு மருத்துவர், பொறியாளர், வழக்குரைஞர், நிர்வாக மேலாளர், கல்லூரி முதல்வர்.

இப்பொழுது அவர், கோவலன், மாடன், பச்சை, இருளாண்டி இல்லை.

ரமேஷ், தினேஷ், வசந்த், சுரேஷ்.

லிங்கமரத்தின் இருளிலிருந்து விடுபட்டதை, பெயர்கள் அடையாளம் செய்தன. மனிதனாக இருப்பதிலிருந்து விடுபட்டு, இன்னொரு நவீன இருளுக்குள் அவர்கள் புகுந்து விட்டதை - பாதி, பாதியாய்க் கத்தரிக்கப்பட்ட இந்தப் பெயர்கள் காட்டின. அவர்கள் வீடுகளுக்குள் 'உயர்சாதி'க் குழந்தைகளும் விளையாடுகின்றன.

வீட்டுமுன் எழுதப்பட்ட அறிவிப்புப் பலகை 'நாய்கள் ஜாக்கிரதை'.

எழுதப்படாத ஒரு அறிவிப்பும் தொங்குகிறது. 'உறவுகள் ஜாக்கிரதை'

அண்ணன், தம்பி, அக்கா, தங்கை, சொந்தம், சுருத்து என்று சொல்லிக் கொண்டு யாரும் வீட்டுப் படியேறிவிடக்கூடாது. தாய், தகப்பனுக்குரிய சாப்பாட்டுத் தொகையைக் கூட, இரண்டாம் பேருக்குத் தெரியாமல் கொடுத்தனுப்புகிறார்கள்.

கிராமத்திற்குள் பின்னிப் பிணைந்து கிடந்த கொடூரமான தீண்டாமை வாசகம், நகரத்தின் தலைக்குள்ளும் புகுந்துவிட்டது இந்தப் புதிய மக்கள் வடிவில்.

பங்களா, வரவேற்பு அறை, நடுக்கூடம், சாப்பாட்டு மேஜை, படுக்கை அறை, சமையல் கட்டு, கண்கவரும் கலைப்பொருட்கள் போன்றன எல்லாம் லிங்க மரத்தின் குடிசையிலிருந்து மட்டுமல்ல, எண்ணத்திலும் அவர் மேலே வந்துவிட்டார் என்பதைச் சொல்கின்றன.

லிங்கமரத்தின் கனத்த இருள், அவர் வீட்டிற்குள்வாழ்கிறது.

பா. செயப்பிரகாசம்

காட்டு மேகம்

'' வெத்தலை வியாபாரம் வயித்துக்குச் சோறு போடுதா?''

''மாரியம்மா தான் போடுதா. நாள் முழுதும் வித்தா ரெண்டு மூணு ரூபா கிடைக்கும். அந்தா அங்கே போய் படிச்சா மாசாமாசம் ஐநூறு ரூபா கொடுப்பாக'' வடக்கே கை காட்டுகிறார்.

''அங்க வீடுதான் இருக்கு பெரியம்மா?''

''அங்கனேன்னா அங்ஙனயேயா?'' டிவி என்று ராகமாய் இழுக்கிறார். அவர் கை நீட்டிய திசையில் தூத்துக்குடி வானொலி நிலையம் இருக்கிறது.

என்ன படிச்சீங்க அதிலே?

''தெம்மாங்கு படிச்சேன்''

''இப்ப தோணற தெம்மாங்கெல்லாம் சொல்லுங்க''

''பேச்சு கீச்சு இதெல்லாம் வேணாம். அத மேடையில போய்த்தான் பாக்கணும். நா பாட்டுத்தான் படிப்பேன். காட்டுப்பாட்டு''

''சரி, படிங்க''

சொல்லு மயிலே சொல்லுமயிலே - அந்த

செந்தில் வடிவெடுத்த தண்டபாணி முருகனிடம்

சொல்லு மயிலே

ஆறு படை வீடுகொண்ட சொல்லு மயிலே

அண்ணனவன் கணபதியாம் சொல்லு மயிலே

கண்ணனுக்கு மருமகன் சொல்லுமயிலே - போடு''

இரண்டு கம்புக் கூட்டையும் தூக்கி, இரண்டு கைகளையும் பறவை செட்டையடித்துப் பறப்பது போல் அடித்து ஆட்டம் போடுகிறார். ஆட்டத்துக்குப் பாட்டு வருகிறதா, பாட்டுக்கு ஆட்டம் வருகிறதா? ஒன்னுக்கொன்னு அவ்வளவு இணைவாய் வெளிப்படுகிறது.

"கருத்துள்ள பால முருகன் சொல்லும் மயிலே - போடு

சொல்லுமயிலே போய் சொல்லும் மயிலே - இந்த

செந்தூர் வடிவெடுத்த சுந்தரமுருகனிடம் சொல்லும் மயிலே''

கடிதம் எழுதுகிறபோது, பதில் வரையவும், தகவல் தெரிவிக்கவும் என்று எதிர்காலச் செயலாகக் குறிப்பிடுவோம். இங்கே சொல்லும் மயில் என 'இம்' சேர்த்து முக்காலச் செயல்பாடாகப் பிறிதொரு அர்த்தம் கொள்ள வைக்கிறார்.

"தெம்மாங்குப் பாட்டு அது வேற துண்டா இருக்கு. அது வேற மெட்டு''

"பாடுங்க''

"ஏலோ ஏலோ ஏலமயிலே ஏலோ ஏலோ

காடைக் கண்ணி மாவிடிச்சி

கருப்பட்டிய சேத்திடிச்சி.

தின்னுருசி கண்டபய தேத்துராண்டி எம்மனச

ஏலோஏலோ ஏலமயிலே ஏலோ ஏலோ

"கண்டா சிரிச்சுக்கோங்க

கண்குளிரப் பாத்துக்கோங்க

ஆப்பிடுவா என்று சொல்லி

அந்த ஆசை வையாதீங்க

ஏலோஏலோ ஏலமயிலே ஏலோ ஏலோ''

பாட்டியின் வயசை அறியும் ஆசை, அடக்க முடியாமல் தத்தளித்தது.

''கார் கிடையாது அப்போ, பஸ் கிடையாது, ரோடு இல்லேல்ல. இந்த வேப்ப மரம் கிடையாது. நா வச்சி வளர்த்த மரம். அந்தக் காலத்திலேயே நா வாக்கப்பட்டு வந்திட்டனா, பிள்ளை பெத்திருக்கனா, இப்ப பிள்ளைகளுக்குப் பிள்ளைகளும் வயது வந்து கல்யாணம் நடத்திக்கிட்டாங்களா. அப்ப அதுக்கங் கிட்டு எத்தனை வயசுண்ணு பாத்துக்கோங்க''

நம்மிடம் வயசுக் கணக்கை போட்டுக் கொள்ளச்சொல்லி விடுகிறார். 'தலைக்கு மேல் பூ உதிர்க்கிற வேம்பும் அதன் சாட்சியில் நடந்த கல்யாணமும், பிள்ளைகளும் பிள்ளைகளுக்குப் பிள்ளைகளும் - இதெல்லாம் வாழ்க்கையின் சாட்சி. வயது அளக்கும் சாட்சிகள்டா மடப்பயல்களா' என்று சொல்லாமல் சொல்கிறார்.

''எம்மகளுக்கு அங்கன இருக்கு வீடு; எனக்கு இங்கன ஒரு ஓரமா ஒரு வேப்பமரத்தை நட்டு வச்சி மாரியம்மாவை விடாமப் பிடிச்சிக்கிட்டு இருக்கேன். இப்ப எங்கயும் பாட்டு படிக்கப் போறதில்ல''

பாட்டு எங்கெங்கே படிச்சீங்க?

''சடங்கில, கல்யாணத்திலே முளைப்பாரில. எவ சடங்கானாலும் பூமணியைக் கூப்பிடும்பாங்க''

சடங்குப் பாட்டு ஒன்னு சொல்லுங்க.

''சடங்குக்கு என்ன பாட்டு? ம். இப்பத்தான் வச்சிருந்தென். எங்கனயே தூரப் போட்டுட்டேன் போல இருக்கு''

''சட்டன்னு வரலயா? நெனப்பு வந்ததை சொல்லுங்க''

''நெனப்புக்குத்தான வரப்போகுது. வராமலா போயிரும்? (நெஞ்சைக் காட்டுகிறார்) அங்க கெடந்து அது என்ன செய்யப் போகுது? சடங்குன்னாலும் வாய்க்குள்ள வந்திட்ருக்கு, கல்யாணத்தைக் கிட்டக்கூட காணமா?''

''நாட்டுக்கு ராசா மக

நாள் பூத்தான்னு சொல்லி

நாட்டுக்கு நாடு நறுக்கெழுதி விட்டிருங்கோ

சீமைக்கு சீமை

சீட்டெழுதி விட்டிருங்கோ

பேரூரு ஆண்டிருக்கும் பெரியமாமா ஓடி வந்து

வாழைத்தார் கொண்டுவந்து வரிசையாத் தூக்கி வைத்து

பச்சைப் பனை கீறி பதினாறு தூண் நிறுத்தி

தூணுக்குத் தூண் துணை வாழைதான் நிறுத்தி

கோலெடுத்து திண்ணையிலே சாத்தி

குழைச்சி வச்ச மாவட்டு

வட்டு விழும் மாலை வரி வரியா கோல மெழுதி

திண்ணையிலொரு மாதா கிளிமொழியைக் கோலமிட்டு

தாழூரு ஆண்டிருக்கும் தாய்மாமன் ஓடியாந்து

சாத்தூரு ஆண்டிருக்கும் தாய் மாமன் ஓடியாந்து

ஒட்டஞ்சி கொட்டி ஊரடைஞ்சி கொட்டி வாரார்

தம்பத்தான் பாடிவாரார் தாசிமார் ஆடி வாரார்

நல்லகிணறும் நைக்கரும்புத் தோட்டமும்

உப்புக்கிணறும் உப்பரையும் புல்லும்

கோவையர் நீங்க கொடிக்கால் மண்டபத்தில

பாவையார் நீங்க பளிங்குக்கால் மண்டபத்தில''

சடங்கு சரிதானா பூமணிப் பாட்டி கேட்கிறார். சரியாப்போச்சா என்கிறார்.

''இப்படி நெடுகப் படிச்சிக்கிட்டிருப்பனே. காட்டுப்பாட்டு படிக்கிறதுக்கு என்ன இருக்கு? இந்த தாளம் தானய்யா மாறும். அஞ்சாறு தாளம் இருக்கில்லே. அதை எடுத்தாத்தானே பொருந்தும். டக் டக் குன்னு படிப்பேனே. கடலுக்குள்ள போயி படிச்சிருக்கேன்'' கப்பலில் போய் படித்ததைக் கடலுக்குள் என்கிறார்.

''அது யாரு அங்க போயி படிக்க வச்சது?''

''இங்க இருந்து கப்பலுக்கு வேலைக்குப் போறாங்கள்ளே. என் பாட்டைக் கேட்டதும் அவளை ஏத்திட்டு வான்னுட்டாங்க. ஆயிரம் ரூபா கொடுத்தாங்''

''அப்படிக் கடலோரம் கடலுரச

கடலுத் தண்ணி மீனுரச''

ரெக்கை கட்டிப் பறப்பது போல் உற்சாகமாய்க் கம்புக் கூட்டை உயரத் தூக்கித் தூக்கி ஆட்டுகிறார். சந்தோஷமாகப் பாட்டு வருகிற போதெல்லாம் அப்படிச் செய்கிறார்.

''கெழவிக்கு எகத்தாளம் போடுது''

ரெண்டு பொம்பிளைகள் சொல்லிக்கொண்டு நடக்கிறார்கள் ''தண்ணி வாங்கிக் கொடுங்க, இன்னும் நல்லா ஆட்டம் போடும்'' அவர்கள் கருத்தாக இருந்தது.

''ஒன்னோட நானுரச-போடு

உலகம் நல்லா பொறுக்கலியே போடு -

தன்னான தன்னான தன்னான தன்னான''

கடலுக்கும் கப்பலுக்கும் அப்படிப் பொருத்தமாய் இருக்கும் பாட்டு, கப்பல்ல ஏத்தி தீவெல்லாம் சுத்தி, பெறகு ஏரோப்பிளேன்ல ஏறி மூணுதடவை சுத்தி இறக்குனாங்க''

''ஏரோப்ளேன் பத்தி பாட்டு இருக்கா?''

''ஆமா

மாட மயிலக் கேளுங்க - ஏரோப்ளேன்

மதுரை வந்த சேதியக் கேளுங்க

தெக்க திருப்பதியாம் செந்தூரன் சன்னதியாம்

செந்தூரன் சன்னதியில் திருமுருகன் வாழ்ந்து வரும்

மாடமயிலக் கேளுங்க - ஏரோப்ளேன்

மதுரை வந்த சேதியைக் கேளுங்க''

நானா படிச்ச பாட்டுதான். வேற யார்ட்டயும் வாங்கிப் படிக்கறதில்லே, விடிய விடியப் படிச்சாலும் இன்னொருத்தர் பாட்டைப் படிக்க மாட்டேன். தெம்மாங்குன்னாலும் சரி, முளைப்பாரின்னாலும் சரி''

முந்திய இரவுக்குள்ளிருந்து பகல் வருகிறது. மூதாதையர்களின் வாயிலும் நாக்கிலிருந்தும் பாடல்கள் வந்து சேர்ந்தன. ஆனால் பூமணி மட்டுமல்ல, எந்த கிராமியக் கலைஞனும் இந்த நடப்பை ஏற்றுக் கொள்வதில்லை.சொந்தமாத்தான் பாடுறேன், ஆடுறேன் என்பார்கள்.

சமகாலத்தவார் பாடும் பாட்டை காதில் வாங்கிக் கொள்ள மாட்டேன் என்று சொன்னால் அவர் சொல்வதில் பொருள் உள்ளது. மற்றவர்களை மதிப்பதில்லை என்று அர்த்தமல்ல. அவருக்கு முன்னே பலர் வாய் மொழியாகப் பாடி, காதுகள் வழியாகக் கேட்டு அவருக்குள் ததளும்பி நிற்கும் ஊற்றின் மேல், தன்திறன் மேல், ஞானத்தின் மேல்கொண்ட நம்பிக்கை அது, தன்னையறியாமல் வெளியே வருகையில் தானாகப் பாடுவது போல் தெரிகிறது.

சொந்தமாய்ப் பாட்டுக் கட்டும் கைகூடிய திறமை அதுவே. மறுக்க முடியாது.

''எங்க படிங்க?'' நான் கேட்டேன்.

''முளைப்பாட்டுப் பாட அருள்புரி

சிந்தை தன்னில் வந்து தித்திட ஆதரி

சித்தி விளங்கிடும் முத்து மாரியம்மா

செப்புடன் மஞ்சள் சீரகப் பன்னீரு

அத்தர் புனுகு செண்டுகள் ஆட

சித்தி விளங்கிடும் முத்துமாரியம்மா கோயில்

ஆதாரம் உனையன்றி வேற துணையில்லே

பாதார விந்தம் பணிந்திட்டோம் நாங்கள்

சித்தி விளங்கிடும் முத்துமாரியம்மா கோயில

தொந்தியில் தாங்கிய சூலாயுதமுடனே

மங்கையர் கண்டு மயங்கிடத் தன்னுடல்

சோதி விளங்கிடும் முத்துமாரியம்மா கோயில்''

அதான் முளைப்பாட்டு - அப்படிப் படிக்கிறது

''ஒங்களுக்கு எந்த வருசம் கல்யாணம் ஆச்சின்னு ஞாபகம் இருக்கா?''

''நேத்து...'' ஊ என்று இழுத்துச் சிரிக்கிறார். எல்லோரும் சிரிக்கிறார்கள்.

கேட்கக் கூடாது. பொதுவாய் இதுமாதிரி கலைஞர்களிடம் உள்திறமைகளை வெளிக்கொண்டு வருவதைவிட உள்விசயங்களை அறிந்து கொள்வதில் எனக்கு விருப்பம் கூடுதல். கேட்டாகி விட்டது.அவரும் ஊடே கீடே புகுந்து கண்டறிய முடியாதபடி ஒரு பதில் சொல்லிவிட்டார்.

பூமணிப்பாட்டியின் பதில்.

''நாங்க அங்க பனங்காட்டுல கிடந்தோம். பனை சீவிக்கிட்டு பதனி காய்ச்சிக்கிட்டு. அப்ப காலத்திலேயே இங்க வந்திட்டமே. இந்த மரமெல்லாம் நா வச்ச மரம்தான். பெறகுதான் நெடுக வீடு வந்துருச்சி. பைப்பு கிய்ப்பு எல்லாம் கிடையாது. ஆத்தில போய் தண்ணி எடுத்திட்டு வரணும். எனக்குத்தான் மக்க பிறக்கிற போதே இங்க ரோடு கீடு ஒன்னும் கிடையாதே. அப்பப் பாத்துக்கோங்க?''

''மூத்தபையன் பிறந்து எத்தனை வருசம் இருக்கும்?''

''அவனுக்கு அம்பது வயது. எனக்கு மூணுமக்க. ஒருத்தன் பனை சீவுறான். ஒருத்தன் செங்கல் அறுத்திட்டு திரியறான் (செங்கல் சூளை வேலை). ஒரு பொம்பள இங்கன வேல செஞ்சிட்டு அலையறா''

''பனை சீவுனதா சொன்னீகளே பனங்காட்டுப் பாட்டு உண்டுமா?''

''நீங்க அதஇத கேக்கப் போயிதான் நா அங்கிட்டு இங்கிட்டுப் போயிட்டேன்''

பாட்டுக் கேக்கிறதைத் தவிர்த்து விட்டு, வாழ்க்கையைக் கேட்டதை லாவகமாய்ச் சுட்டிக்காட்டுகிறார்.

தன்னோட வாழ்க்கைக் கதையை எடுத்து வைக்க பாட்டி தயாராயில்லை. ஒளிப்பாகவே வச்சிருந்தார். அந்தப் பக்கம் லேசாய் நகர்த்தியபோது தஞ்சாவூர்ப் பொம்மை மாதிரி பழைய இடத்தில் போய் உட்கார்ந்து கொண்டார். நாங்கள் பூமணியம்மாவிடம் எதிர்பார்த்தது வாழ்க்கை. அவர் அதைக் கடந்து போய்விட்டார். நாக்கில்தான் அமுதசுரபியா வருதே, சொந்த வாழ்க்கை அதைச் சொல்லி வரக்கூடாதா? ம்கூம், எட்டிக்கூடப் பார்க்கவில்லை.

''அருகச் சருகருமை அத்தர் பன்னீர் பொட்டருமை

மதினி உறவருமை மனுஷ மக்க நமக்கருமை

அந்தா வாராண்டி மருதச் சுண்ணாம்பு தாண்டி

போனாப் போறான்டி புதுக்கடை போயிலதாண்டி

காரவீடு கூரவீடாம் கருங்கல்லுச் சாவடியாம்

சாவடிக்கு முன்னாலே சாமிதானே போறது

மணிச்சட்டாம் மணியே கிழக்கே மயில்சத்தம் கேட்க

கையலையாதே மனுசா காது கேளாது.

கேட்டு என்ன செய்ய பொன்னம்மா கிருபை பண்ணாம''

''அதான் காட்டுப்பாட்டு. பெறகு என்ன வேணும்''

''கல்யாணப் பாட்டு சொல்றேன்னுங்களே?''

ஆங்- வாயைத் திறக்க, அதற்குள் பூமணி அம்மாவின் வாயில் ஒருமுடி.

அதை எடுக்க முயற்சி செய்கிறார் நண்பர், எழுத்தாளர் ஸ்ரீதர கணேசன் நண்பரும் நானும் சேர்ந்து போயிருந்தோம் பூமணிப் பாட்டியை நேர்காணல் செய்ய, அவர் முடியை எடுத்து தூர வீசுகிறார். ''முடி எடுத்தாச்சி'' என்கிறார்.

''எடுத்திட்டீங்களா?அதை ஏன் அங்கனக் கொண்டுபோய் வெச்சீங்க''

குறும்புக்காரப் பாட்டி மட்டுமில்ல, கெட்ட வ்ார்த்தையா வையும். வசவு நோங்கிச் சின்னா, ஒக்கா... ஓத்தா என்றெல்லாம் வந்து விழும் என்றார்கள்.

தண்ணி வேணும் என்கிறார் பூமணியம்மா. நாங்கள் கொண்டு போன தண்ணீர்ப் புட்டியைக் கொடுத்தோம்.

''நீங்க சும்மா இருங்க. அது கூட்டுல அடைச்ச தண்ணி. எனக்கு நெசத் தண்ணி வேணும்''

கோபம் வந்து விட்டது.பொய்க் கோபம் தான்.ஆனால் பொல்லாத பொம்பிள என்பது சுற்றியிருக்கும் சனங்களுக்குத் தெரிந்தது, எங்களுக்கும் இப்போது புரிபடலாயிற்று.

''நெசத்தண்ணியா?''

''ஆமா ஊத்துத்தண்ணி: ஆத்தில ஊத்துத்தோண்டி எடுத்தது''

''கூட்டில் அடைச்சிப் போட்டுக் கொண்டு வாறீக. அது பொய்த் தண்ணி வெளங்குதா? தண்ணிய சாகடிச்சி கூட்டுக்குள்ள அடைச்சிக் கொடுக்கிறான். மதிகெட்டுப் போய் நாமளும் சவத்தை நாக்கில் வச்சி நமட்டன மாதிரித் தானே நமட்டுறோம். ஆத்துத் தண்ணி - எப்படி குளுகுளுன்னு குமரிப் பிள்ள கணக்கா இருக்கு பாத்துக்குங்க. ஆத்தில வெட்டிப் போட்டிருக்காங்கள்லே, தெப்பம் மாதிரி - அது இனீச்சிக் கிடக்கும்''

தொயந்து சொல்வார்.

''இனி என்னென்ன படிக்கனும்?''

குரல் அமர்த்தலாய் வந்தது. இத்தோட நிறுத்திக் கொள்ளலாமா, இல்லே வேணுமா என்கிற தோரணயாக இருந்தது. அவரை அளந்து பார்த்ததில் ஒன்று எங்களுக்குத் தெளிவானது. எந்த மனத்தடைகளும் இல்லை. இதைச் சொல்லலாமா கூடாதா வரையறைகள் இல்லை. இவங்க கேட்கறாங்களே கொடுக்கலாமா கூடாதா - கௌரவம் பார்க்கவில்லை.

''நான் ஒம்பது பிள்ளைக்கு மூத்தவ. பூராப் பனையேறிக. எங்கய்யா பனைதான் சீவுவாரு. ரெண்டுகொட்டான் மூணு கொட்டான் இருக்கும் பதனிச் சாறு. மண்டையில் இருக்கிற மயிருகூட ஒரு மட்டா (அளவா) இருக்காது. பதனிப்பானை சுமந்து காய்ச்சி இறக்கி சுமந்து மண்டை பொட்டு பொட்டாய்க் கிடக்கும். ஏழுபிள்ளைகளையும் இப்படித்தான் காப்பாத்தினோம் நானும் அய்யாவும். ஒரே ஒரு ஆம்பிளைப் பையன். அப்ப சின்னப் பையன் எங்க தம்பி. அவன் பிறந்ததிலிருந்து அத்தனை பொண்ணுகளையும் வளத்து ஆளாக்கி, கட்டிக்கொடுத்து, பிறகு அவக சம்பந்தமும் எடுத்திட்டாக. அத்தனை பேருக்கும் மூத்தவ நாந்தா''

''இப்ப ஒங்ககூட யார் இருக்காங்க?''

''தங்கச்சி புருஷன். இங்க எந்தங்கச்சி வீடு இருக்கு. அவளுக்கு ரெண்டு மகள்க. அவங்க கூட இங்க இல்லே. அங்க பனை மேட்டில் புருஷன்கூட இருக்காங்க. தங்கச்சி செத்துப்போனா. செத்ததிலிருந்து அவ புருஷன் எங்கூடத்தான் இருக்கான்''

''எப்ப இருந்து?''

''அவ என் தங்கச்சி சின்ன வயசிலேயே செத்துட்டாள்ளே அப்ப இருந்து. அவ புருசன் எங்கிட்டேதான் கஞ்சி குடிக்கான். இங்கன இருப்பான், நா அவனுக்கு ஆழாக்கு அரிசிய வாங்கிக் காய்ச்சி வைக்கிற தோஷம் தவிர வேற அறிய மாட்டேன். அவனைத் தொட்டது கூட கிடையாது. அவனையும் ஒரு மகன் மாதிரித்தான் வச்சிருக்கேன். இந்தச் சம்பளம் வருதில்லே (முதியோர் ஓய்வூதியம்) அதைத்தான் வச்சி ரெண்டுபேரும் கஞ்சி குடிக்கோம்''

பனங்காட்டுச் சத்தத்தைக் குடித்து குடித்து வளர்ந்த அவருடைய வாழ்க்கைதான் எங்களுக்குத் தெரியவேண்டும். சலசலப்புக்கு அஞ்சாமல் வாழ்ந்த பனங்காட்டு நரியின் வாழ்வுத் திறமை எங்களுக்குக் கிடைக்க வேண்டும். ஆனால் அதை மறைப்பாகவே வைத்துக் கொள்ள, எங்களுக்குப் பெரிய தொரனாட்டு ஆகிவிட்டது.

ஒவ்வொருவரும் வாழ்க்கையைப் புரிந்து கொள்ளல், அதனைக் கையாளல் வித்தியாசமானவை. இந்த வித்தியாசமானவைகளைக் கண்டறிவதில் சுவாரசியம் இருக்கிறது என்பது மட்டும் அல்ல. வாழ்வின் அணுகுமுறைகள், உண்மைகள் வெளிவருகின்றன.

தங்கச்சி புருஷனப் பார்த்தோம். அம்பத்தைந்தைத் தொட்டுக் கொண்டிருந்தார். கடைசித் தங்கச்சியாய் இருக்கக்கூடும். எந்தத் தங்கச்சி என்று நாங்கள் கேட்கவில்லை பாட்டிக்கு இப்போது 80 வயசாகிறது. தனக்கு ஒரு ஆதரவாக, துணையாளாக இருக்கட்டும் என்று சேர்த்துக்கொண்டாள் என்று தெரிகிறது.

சின்னப் பையன்கள் கூடிவிடுகிறார்கள். ''இவங்க போகணும். அப்ப படிக்கணும்'' என்கிறார்.

''இங்கன இருந்தாங்கண்ணா கண்ணுல மண்ணள்ளிப் போட்டுருவானுக''

சின்னப் பையன்கள் விளையாடுகையில் வரைமுறையற்றுப் நிஜமாகவே ஒருவர் மேல் ஒருவர் மண்ணள்ளிப் போடுவார்கள். மண்ணள்ளிப் போட்டால் ஒரு திக்காய் போய் முகத்தில் விழுந்தாலும் விழும். இல்லையென்றால் காற்றடிக்கிற திசையில் போய் மற்றவர் கண்ணில் விழும். இந்தப் பக்கிகள் கும்மறிச்சம் போடுவதில் அவருடைய பாட்டு சொல்கிற கவனம் சிதைந்து எங்கேயோ திரும்பி விடுகிறது உண்மைதான்.

''நாகலாபுரம் சந்தையிலே

நல்லாக் குத்துனேன் கேட்டுக் கோங்க

சீவலப்பேரி சந்தையிலே

சிரிச்சிக் குத்துனேன் கேட்டுக் கோங்க''

அந்தப் பொடிப் பயல்களைப் பார்த்து வக்கணை செய்கிறார் - இரண்டு கைகளையும் இடுப்பில் வைத்து இடுக்கியபடி 'இது குறத்திப் பாட்டு' என்றார்.

''பச்சை குத்திக் கொள்வாருன்டோ - ஏ, சாமி

இந்த நாட்டில்

பச்சை குத்திக் கொள்வாருண்டோ''

(இப்ப வேற மெட்டு)

''கொண்டு வா கொண்டு வாடி - அந்த

கோபாலனைக் கொண்டு வாடி

ரெண்டு கையும் தாளம் போட - எங்க

கோபாலனைக் கொண்டுவாடி
(வேற மெட்டு)
சந்தன வனந்தனிலே
நாங்க பொண்ணுக
செண்பகப் பொய்கை ஆடையிலே
செம்பைத் தாடி என்று கிருஷ்ணன்
செவிட்டுல அறைஞ்சாண்டி
புங்கைமரத்து மேல - எங்க கோபாலன்
புல்லாங்குழல் ஊதையிலே
புல்லாங்குழல் ஊதுறாண்டி - பொல்லாக்
காரணங்கள் பேசுறாண்டி
கொண்டு வா கொண்டு வாடி - எங்க
கோபாலனைக் கொண்டுவாடி
ரெண்டு கைத்தாளம் போட
கோபாலனைக் கொண்டு வாடி.''

''இது ஒரு சாமிப்பாட்டு. முத்துமாரியம்மனுக்குப் படிக்கிறதா இருந்தா அது வேறபாட்டு. அது படிச்சனா இல்லையா தெரியலயே'' என்கிறார்.

''தெக்கே விழுந்த சடை - எங்க முத்துக்கு
எங்க சோதி முத்துக்கு - அப்படி
தெங்கடலும் தீர்த்தமாடும் - எங்க முத்துக்கு
எங்க சோதி முத்துக்கு
வடக்கே விழுந்த சடை - எங்க முத்துக்கு
எங்க சோதி முத்துக்கு

வடகடலும் தீர்த்தமாடும் - எங்க முத்துக்கு

எங்க ஆதி முத்துக்கு''

அப்படி நெடுகப் படிச்சிட்டுப் போறது என்கிறார். வெளி விரிவாகிக் கொண்டே போக நாட்டுப்புறக் கலைஞனின் தன்னூற்றுப் பீச்சியடித்துப் பாய்கிறது.

(வேறமெட்டு)

தெற்கே நல்ல திருப்பதியாம் - தங்கம்

''செந்தூரான் சன்னதியாம்

செந்தூரன் சன்னதியில் - தங்கம்

திருமுருகன் வாழ்ந்திருப்பார்''

என்று அப்படிக்கூடி நெறைய படிச்சிக்கிட்டு போவேனில்ல. இன்னும் என்ன படிக்க - சாவுப்பாட்டா? அது நிறைய இருக்கு. எம் பொறப்பே அதாத்தானே இருக்கு. அதுக்கு தனியா ஒப்பேரு (ஒப்பாரி) வைக்கணுமாக்கும்''

அவரவர் வாழ்க்கை வாழ்ந்த விதம் ஒரு ஒப்பாரியாக இருக்கிறது. படித்த கூட்டம் பாதுகாப்பான வாழ்க்கையில் இருக்கிறது. அதனுடைய நலன்களைப் பேணிக்கொள்வதிலே கருத்தாய் நாட்கள் முழுதும் அலைகிறார்கள். எதிர்பார்ப்புகள் நிறைவேறாதபோது சில அதிர்ச்சிகள். எல்லாமும் தகர்ந்து போனது போல ஒடிந்து போகிறார்கள். கீழுலக சனங்களுக்கு அப்படியில்லை. வாழ்வின் எந்தப் பிதுங்கலிலும் இன்பம் என்பதை அவர்கள் தனியாகக் கண்டதில்லை. சூத்திரம் போல் பாட்டால் விளக்குகிறார் பூமணி.

''எனக்கு இருக்க நிழலுமில்லே

இருக்க நிழலுமில்லே

ஆதரிப்பார் யாருமில்லே - ஒனக்கு

வாக்கப்பட்ட நாள் முதலாய்

அடிச்சி விரட்டையிலே - எனக்கு

ஆதரிப்பார் யாருமில்லே

ஆதரிப்பார் யாருமில்லே''

இது அவர் சொந்த வாழ்க்கையில் நிகழ்ந்ததா? சொந்த நிகழ்வு என்பதின் சிறு அடையாளமும் இல்லை. நிகழ்ந்திருந்தாலும் ஞாபகத்திலிருந்து எங்கோ தூக்கி வீசியெறியப் பட்டிருக்கும். வயசு தான் எல்லாவற்றையும் தழும்பேறச் செய்து கடந்து கொண்டே இருக்கிறதே. மற்ற பெண்டுகளுக்கு விளைகிற பொதுச்சோகத்தின் வெளிப்பாடு இது என உணர்ந்தோம்.

''நா ஆத்திலே ஊத்துத் தோண்டி

ஆத்திலே ஊத்துத் தோண்டி

அழகுச் சம்பா நெல் விதைச்சேன் - எனக்கு

ஆத்திலே தண்ணி இல்லே - இப்போ

அழகுச் சம்பா வாடுதில்லே

புங்க மரமுண்டு - எனக்கு

போக வர நிழலுமுண்டு - நா

போக வர நிழலுமுண்டு - இந்தப்

பாவிமகனுக்கு வாக்கப்பட்ட நாள்முதலா

புங்கமரம் சாஞ்சிருச்சே

போக வர நிழலுமில்லே - எனக்கு

போகவர நிழலுமில்லே''

எதித்தாப்புல உட்காந்திருக்கிற ஒரு பெரிசு தோதாய் 'சரி அமரு அமரு' என்கிறார். நிஜமாக ஒரு ஒப்பாரிக்களமாக மாறிவிடுகிறது.

"ஆறெண்டால் ஆறுமா எம்மனசு

தீரென்றால் தீருமா எம்மனசு - எனக்கு

தீரென்றால் தீருமா - தாயே

தீரெண்டால் தீருமா எம்மனசு

வெள்ளிக் கிழமையிலே - நா

வீடுவாசல் மெழுகையிலே - எனக்கு

தந்தி வந்த நேரமென்ன

தந்தி வந்த நேரமென்ன - எனக்கு

தாக்கல் சொன்ன நேரமென்ன

தாக்கல் சொன்ன நேரமென்ன

அடிகிழக்கே அறுத்திட்ட முல்லைக் கொல்லை

முல்லைக் கொல்லை

காக்காய் அடித்திட்ட முள்ளுக்கொல்லை - அடி

காக்காய் அடித்திட்ட முள்ளுக்கொல்லை

கட்டழகி நானும் வாடுறனே"

"பெறகென்ன வேணும்? அழுதது போதுமா அதான் நிறையக் கெடக்கே"

அந்த நேரத்தில் அவர்கள் வேறொரு ஜீவனாய் ஆனார்கள். வாழ்க்கை என அவர்கள் வாழ்ந்தது கொஞ்ச காலம் என்றாலும் அந்தக் கணங்கள் நிரந்தரமானவை. நிரந்தரமான கணங்களை நெஞ்சில் கூடு செய்து தாக்காட்டி வாழ்க்கை முழுசுக்கும் வைத்துக் கொள்கிற நல்ல பழக்கம் அது.

"இது யார் வர்றா?"

"நாந்தான் பாட்டி நீங்க படிங்க" ஒரு அம்மா வந்து நிற்கிறாள்.

பா. செயப்பிரகாசம்

அதுபோல பொம்பிளைகளைப் பாடுற பாட்டு இருக்கா?

"இருக்கே. அது எப்படி இருக்குன்னா, அதுக்கும் அதுக்கும் சரிச்சரியா வச்சிருக்கனே"

"பச்சரிசிப் பலகாரம் பகுந்து திண்ணோம் சிலகாலம்

மறுவீடு போகுமுன்னே மசக்கீட்டாளே உள்ளூர"

"அப்படின்னா?"

"மறுவீடு கூடப் போகலையாம் மசக்கை யாயிடுச்சாம்

காடைக்கண்ணி மாவிடிச்சி

பளபள மணியே பன்னீரு குயிலே

பரமன் அருளே முருகன் ஐயாவே - அப்படி

கருப்பட்டிய சேத்திடிச்சி அன்னமே கிளியே

வச்சேன் ஒரு கரும்பை

நானா நைனா மீனா ஒயிலா

வேல்ராஜா வேலையாவே - அப்படி

வணங்க வேணும் தீங்கரும்பை

அன்னமே கிளியே"

"இதெல்லாம் பதிஞ்சி வச்சிருக்கீங்களா?"

"இங்கன இருக்கிற மக்க பதிஞ்சி வச்சிருக்காக. அப்பப்ப கேட்டுக் கேட்டு பதிஞ்சி வச்சிருவாக. பெறகு அத நான் என்னத்த கேட்டு வாங்க? வா வான்னு கூட்டிட்டுப் போய் எடுத்து வச்சிக்கிருவாக. அவுகளைத் தேடி ஒரு நாளைக்குப் போகவா, என்னப் பிடிச்ச கிரகசாரம்?

"கிழவன் செத்தானா

தெக்கத்தி ஆத்மாக்கள் 134

கிடந்து பாத்திட்டு கெழவி செத்தாளா

இருந்து பாத்திட்டு இளவட்டம் செத்தானா

பாத்துக்கிட்டிருந்து

பச்சப் பிள்ளையும் செத்தாப்பிலயா?

அந்தக் கதையாகிருமில்ல. அது எதுக்கு?

சங்கடத்தில் தாலிகட்டி

தாயும் பிள்ளையும் இழுபட்டாப்பிலன்னு''

பதிவு பண்ணியதைத் தேடிப் பிடிப்பதிலேயே தவிதாயப்பட்டுப் போய்விடும் என்று சலிப்படைகிறார். ஒருவரிடமிருந்து இரந்து பெற்று, அதன்பின் அதைத் திருப்பித் தராமல் ஏமாற்றும் மனுஷ குணத்தின் மேல் உண்டாகும் சலிப்பு அவருக்கு அக்கணத்தில் உண்டாகிறது.

திடீரென்று எதிரே வந்து நிற்கிற ஆளைப் பார்க்கிறார். இந்தா வருதில்லே, எம் மருமகன் என்கிறார். கடைவாயில் வழிகிறது குறும்பு. மருமகனுக்கு ஒரு பாட்டு வருகிறது.

''கழுகுலையிலே - ஒங்கப்பன்

கருவாடு விக்கையில - அட

நானுமில்லாட்டா - ஒங்கப்பன்

நாறிப் போவானே

பந்தல் குடியிலே ஒம்மக

பணியாரம் விக்கையில - அடி

நானுமில்லாட்டா ஒம்மக

நாறிப்போவாளே

சூரங்குடியிலே - அடி

சுண்ணாம்பு வித்தவளே

நானுமில்லாட்டா - ஒன்
சுண்ணாம்பு நாறிப்போகுமே"

- ஒருத்தரை ஒருத்தர் ஏசிக் கொள்கிற நாடகபாணி மாதிரி அரைப்பேச்சு அரைப்பாட்டுமாய் கொட்டி முழங்குகிறார். முடித்துவிட்டு "ஒக்கா...." என்று ஒரு கெட்ட வார்த்தை வீசுகிறார்.

"காலையில எந்திரிச்சி
கம்மங்கஞ்சியைக் கரைச்சிக்கிட்டு
கண்ண மூடிக் குடிச்சிப் போட்டு
களையெடுக்கப் போறதெல்லாம் அப்போ
நெல்லுச் சோற பொங்கிக்கிட்டு
சில்வர் சட்டியில வச்சிக்கிட்டு
நெனச்சபடி களைக்குப் போறா இப்போ
நாடு சும்மா கெடந்தாலும் கெடக்கும் - பாழும்
நாகரிகம் ஓடி வந்து கெடுக்கும்
எட்டணாச் சம்பளமாம்
ஆறணாக் கள் குடியாம்
ரெண்டணாவக் குடுத்துப்பிட்டு
திண்டு மிண்டு பேசுறாண்டி
நாடு சும்மா கெடந்தாலும் கெடக்கும் - பாழும்
நாகரிகம் ஓடிவந்து கெடுக்கும்.

இந்தப் பாட்டை வேறெங்கோ கேட்டது போல் தெரிகிறது. மதுரைக்கார நாடக நடிகர்கள் பாடுவதைக் கேட்டிருக்கிறேன். ஆனால் தனக்கு மட்டும் தெரியும் தன்னிடமிருந்தே பிறந்தது என்பதுபோல் பூமணி ஏற்கனவே பேசியிருக்கிறார்.

முன்னால் நிற்கிற பசங்களைக் கண்ணாலயே அளவெடுக்கிறார். பாட்டு பாட்டாக இருக்கிறபோதே எண்ண ஓட்டம் ஓடிக் கொண்டிருக்கிறது.

''இவங்கெள்ளாம் எப்படி ஆடுவாங்கண்ணு தெரியுமா? சும்மா பாலுகூட குடுக்கமாட்டாம இவன் அம்மா களைக்குப் போயிட்டா. இவன் ரோட்டில் கெடப்பான். ஒக்கா.... (கெட்ட வார்த்தை) இப்ப இவன் பண்ற வேலை எப்படி? அன்னைக்குக் குஞ்சானைப் பிடிச்சிக்கிட்டு கீழே கிடந்து அழுதபய இன்னைக்கு அதுக்கு ஆள் தேடறான்''

அந்தப் பயல் வெக்கப்பட்டு சேக்காளிகளோட நகர்கிறான்.

அவங்க போகிற போக்கைக் கண்ட படியே

''அரைக்கைச் சட்டைகளாம் அதுக்கு மேலே கவுனுகளாம்

பச்சைக் கல்லு மோதிரமாம் பகட்டுதய்யா ஒங்க முகம்

நாடு சும்மா கெடந்தாலும் கெடக்கும் - பாழும்

நாகரிகம் ஓடிவந்து கெடுக்கும்.

இப்ப நெல்லுச் சோறு பொங்கனுமிங்கு

நேரியல் துண்டு கட்டுனுமிங்கு

தாசிவீட்டுக்குப் போகனுமிங்கு

சங்கு புங்குனு குதிக்கனுமிங்கு

சொன்னாலும் கேக்க மாட்டேங்கு - எம்பூனை

சோத்த வச்சா திங்க மாட்டேங்கு

(இது ஏதோ கெட்ட பேச்சுப் போல் தென்பட பாட்டி பொக்கை வாய் திறக்கிறார். எல்லோருக்கும் சிரிப்பு)

''இப்பத்தான் எவர்சில்வர் வந்திருச்சி. ஏகமா பிளாஸ்டிக் சாமான் ஆகிப் போச்சி. நெல்லுச் சோறு வடிக்கவேனுன்னு வந்திருச்சு. அப்ப

ஆளுக்கு ஒரு செம்பு பதனி குடிக்கிறதுதான். பத்து பதினஞ்சு பானை பதனீர் இருக்கும். அதக்காய்ச்சி, இறக்கி ஊத்தி ரெண்டு கொட்டானுக்கு வடிச்சி வச்சிட்டு, பதனீ வச்ச அடுப்பிலயே கம்மஞ்சோத்துக்கு ஒலை வைக்கிறது. அதுக்குப் பிறகு மீனு வந்திரும். எனக்கு ஒரு தேரமாவது நெச வெஞ்சனம் (தொடுகறி) இருக்கணும்''

''நெச வெஞ்சனமா? அப்ப பொய் வெஞ்சனம் வேற இருக்கா?''

''அதான் மீனு'' மீனூஊஊ என்று இசை மாதிரி உச்சரிக்கிறார். மீன் என்றால் பாட்டிக்கு பிரியக்காடு தான். வேப்ப மரத்தில் தாடிக் கொப்பில் கருவாட்டுப் பொட்டலம் தொங்குகிறது.

''அங்க கருவாடு தொங்குதே?''

''அது அவனுக்கு, எனக்கு வெள்ளங்காட்டி வருகிற மீனு (அங்கிருந்து கடல் 15 கி.மீதான்) அதான் நம்ம வெஞ்சனம். கறி சமைக்க முடியாதில்லே, அதை வாங்கனுமின்னாலும் இங்க சமைக்க வழியில்லை, பெறகு அத எங்கனக்கூடி சமைக்கிறது? எங்க அய்யா வீடுன்னா ஒரு கோழி அறுத்திடுவோம். ஆடிக்கு ஒரு ஆடு பிடிச்சிருவாக. தீபாவளிக்கு ஒரு குட்டி பிடிச்சிருவாக. பிறகு இன்னைக்குப் போல கறி எடுத்துக்கிட்டிருக்கனுமாக்கும். அதப்போய் எப்படி எடுத்து, எப்படி செஞ்சி எப்படி அதுக்குப் பதினாறு பக்குவகும் வச்சி- கிழவி சமைஞ்ச மாதிரிதான்''

''ஆமா. பொழுது ஆகுது. பொங்கித்தானே திங்கணும். சோறு பொங்கித் தந்தா திம்பேன். அதுவும் ஒரு கரண்டி. அதுக்கும் என்னமாச்சும் வெஞ்சனம் இருக்கணும். கறிதிங்க பல்லு இல்லேல்ல. ஆடு முழுசா அறுத்த ரத்தத்தை வதக்கி அதத்தான் திம்பேன். இவன் ரத்தத்தை வதக்கிக் கொடுப்பான். இவன்தான் செய்வான், தங்கச்சி புருசன்''

''இந்த வெள்ளையம்மா - பாதர் வெள்ள கதை இருக்கில்லே, அதுலே கொஞ்சம் படிங்க''

''அதெல்லாம் ரெம்ப இருக்கு. அதெல்லாம் ராகம் போட்டு படிக்கணுமில்லே.

பொறந்ததிலிருந்து அழியுந்தட்டியும் சொல்லி வரணுமில்ல''

''கட்ட பொம்மு கதை நா படிக்க

காளியம்மா நல்ல துணையிருக்க

ஊமத்துரை கதை நான் படிக்க

உமை பார்வதி துணையிருக்க - அப்படி

தன்னன்னாதினம் தன்னன்னான

இங்க நீங்க வெள்ளையம்மா வாக்கப்பட்டு வாறதைத் தானே அப்படிக் கூடி கொண்டு வந்துருவீக. கட்டமொம்மு, ஊமத்துரை - அவுகளுக்குப் பொண்டாட்டிக உச்சி அழியாம பிள்ளை பெத்தது. அதெல்லாம் சொல்வாகளா, சொல்லமாட்டாங்களே. ஈஸ்வரி, ஈஸ்வரனுக்கா பிள்ளை பெத்தா? அப்படியே உச்சி அழியாமத்தான உலகமெல்லாம், ஊரெல்லாம் பிள்ளையாகீருச்சி. அதுக்கப் பிறகுதான் உலகத்தில புருஷன் பெண்டாட்டின்னு வந்தது.

இதெல்லாம் பெறந்தது பிடிச்சி எனக்கு வந்தது. நா யார்ட்டயும் வாங்கிப் படிச்சதில்ல. நானாப் படிச்சி நானாத்தான். அது என்னமாவது பொருத்தமில்லாமலா வருது? எந்தப் பாட்டும் கோட்டமிருக்காது. மாரியம்மாளுக்குப் படிச்சாலும் சரி, முருகனுக்குப் படிச்சாலும் சரி. நானா எடுத்துதான் படிச்சிருக்கேன். முளைப்பயிர் வளக்கிறதும் நாந்தான். கும்மியடிக்கறதும் நாந்தான். அந்த மாரியம்மாதான் சோறுபோடுறா. இங்கன ஒரு ஓரமா வேப்பமரத்தை நட்டுவச்சி மாரியம்மாவை விடாம பிடிச்சிக்கிட்டேன்''

சொல்லி வந்ததிலும் பாடி வந்ததிலும் மேலான அதிசயம் ஒன்றிருக்கிறது . பூமணிப் பாட்டி ஒரு கிருத்துவர்.

அவர் எங்கயும் மூச்சுக்காட்டவில்லை. அது அவருக்குப் பொருட்டில்லை. வாழ்க்கையை எது நடத்திப் போகிறது? நம்பிக்கை.

அது எதுவாயினும் சரி நடத்தியாக வேண்டும். கேட்டுக்கொண்டால் கிறிஸ்து மீதான தோத்திரங்களை மடமடவென்று கொட்டுவார். நாங்கள் கேட்டிருக்க வேண்டும். தோன்றவில்லை. இப்படித்தான் எவ்வளவு சுதாரிப்பாக இருந்தாலும் அவ்வப்போது புத்தி ' சில்லந் தட்டிப்' (மந்தம் விழுந்து விடுதல்) போய் விடுகிறது.

பூமணி பெயரைக் கேள்விப்பட்டதும், அதைத் தாண்டி யோசிக்கத் தோன்றவில்லை.

அவர் பேசியது, பாடியது எல்லாமும் அவரைப் பற்றிய 'சட்டகத்தை' எங்களுக்குத் தந்துவிட்டது. அவரைப் பற்றியும், அவருக்கு வெளியேயும், வீதியிலும், சமூக வெளியிலும் இந்த மாதிரி 'சட்டகங்களை' உடைக்காமல் அலைந்து கொண்டிருக்கிறோமே எனத் தோன்றுகிறது.

சாதி கழற்றிய சதங்கை

கையைக் காலைப் பரப்பிக் கொண்டு தலைவிரி கோலமாய் ஆறு பெருக்கெடுத்து ஓடிய நாட்களுண்டு. உப்புப் பரிந்துபோன கருவாடு போல் விளாத்திகுளம் ஆறு செத்துக் கிடக்கிறது.

பெரிய்ய குடைகளை விரித்து வைத்தது மாதிரி நதிக்கரையோர ஒடை மரங்கள். நகரின் விளிம்பு, ஒடைமரக் காட்டைத் தொட்டு ஆத்துக்குள் இறங்கிவிடுவேன் என்று பயமுறுத்துகிறது. நாலைந்து ஒடைகள் மடக்கி உயர்த்திய கை முஷ்டி போல் தனித்துத் தெரிகின்றன. நாலுதுளி மழை தராத ஆகாயத்தை, 'வா இன்னைக்கு ஒன்னோட சண்டை போட்டுத்தான் தீர்வது' என்று உயர்த்திய கையோடு நிற்பது போல் ஆடுகின்றன.

இயற்கைக் காட்சிகளை வரைந்து தள்ளுகிற ஒரு ஓவியனை அந்த இடத்தில் கொண்டுபோய் நிறுத்துகிறோம். அடுத்தடுத்து அசைந்து நடந்த தூரிகை பனை ஓலைக் குடிசையில் போய் முட்டி நிற்கிறது. அந்த இடத்தில் குற்றுயிரும் குலையுயிருமாய் ஒரு வாழ்க்கை கிடப்பதைப் பார்க்க வாய்க்கிறது. தொட்டுத் தீட்டுவதற்கும் அப்பாற்பட்ட கிழிந்த வாழ்க்கையைத் தூரிகை திகைத்துப் பார்க்கிறது.

ஆற்றோரக் காட்டுக்குள்ளிருந்து, கடற்கரை என்ற தாழ்த்தப்பட்ட இனத்துக் கலைஞர் குடிசைக்கு வந்து கொண்டிருக்கிறார் ஆடு, மாடு மேய்த்தபடி.

குறவன் குறத்தி ஆட்டக் கலைஞரான அவரின் கடந்த காலம் வேறொன்றாக இருந்தது.

கிராமம் கிராமமாய் சாமி கும்பிடு - கோயில் பண்டிகை - பங்குனி, சித்திரை, வைகாசி மாதங்களில் வெகு விமரிசையாய் குறவன் - குறத்தி ஆட்டக் கதம்ப நிகழ்ச்சி விடிய விடிய ஓடும்.

ஆட்டக்குழுவில் எட்டுபேர். மூன்று பெண் வேஷம். மூன்று காமெடி, ஒரு தவில், ஜால்ரா, கடற்கரைக்குக் கோமாளி வேஷம்தான். பண்ணையார், சாமியாடி, பேயாட்டம் என்று ஒரு மணிக்கொருதரம் பிரிவு பிரிவாய்ச் செய்வார். இந்த மாதிரி கதம்ப நிகழ்ச்சிகளில், ஒரு கதை இருக்காது. பல கதைகள் இருக்கும்.

தூத்துக்குடி மாவட்டம் விளாத்திக்குளத்தில் அன்னைக்குப் பாத்து மே(ல்) காத்து அடித்தது. எதிரே வந்த மயிலேறி நாடார் கடற்கரையிடம் ''இன்னைக்கு எங்கே ஆட்டம்'' என்றார்.

''இங்கன பத்ராசலபுரத்தில''

''அப்ப நம்ம பனையடியில ஒரு செம்பு பதனி குடிச்சிட்டுப் போரும். ஆட்டம் நல்லா வரும்'' கூப்பிட்டுப் போனார்.

மே காத்து அடித்தது. எதிர்த்து இரண்டு போலீஸ்காரர்கள் சைக்கிளில் வந்தார்கள். மே காத்துக்கு வாடை அடித்திருக்கும் போல. குபீர் என்று கடற்கரை கையைப் பிடித்துக் கொண்டார்கள்.

''என்ன வாடை அடிக்குது?''

''ஐயா, நா ஆட்டக்காரன். ஒரு செம்பு பதனி குடிச்சேன்''

''சரி, வா ஸ்டேஷனுக்கு''

காவல் நிலையத்தில் அப்போது மாலையா பிள்ளை சப்-இன்ஸ்பெக்டர். ''அட முருகா! ஒன்னையவாடா கூட்டி வந்தாங்க'' என்றார். பிறகு விளாத்திக்குளம் மருத்துவமனைக்குப் பரிசோதனைக்கு அனுப்பினார்.

பா. செயப்பிரகாசம்

‘‘நம்ம நேரம் அங்க டாக்டர் இல்லை. பிறகு கோவில்பட்டி மருத்துவமனைக்குக் கூட்டிப் போனாங்க. அங்கயும் டாக்டரு இல்ல. பிறகு ஒரு நர்ஸம்மாதான். ‘கண்ணு செவந்திருக்கு’ என்று எழுதிக் கொடுத்தது. வாங்கிட்டு வந்து காட்டினேன். சரி, போடான்னு அனுப்பிட்டாரு மாலையா பிள்ளை’’

இங்கே பத்ராசலபுரத்தில் இன்னும் காணோமே என்று கூட்டம் அலைமோதிக் கொண்டிருந்தது. ஏற்பாடு செய்தவர்கள் தவிதாயப்பட்டுப் போனார்கள். ராத்திரி பதினோரு மணிக்குப் போய்ச் சேர்ந்த கடற்கரை, ‘‘எனக்குப் பாதுகாப்புக்கெல்லாம் ஆள் வந்தது. போலீஸ்காரங்க நல்லா சுறுசுறுப்பா வேலை செய்றாங்க. போலீஸ்காரங்களுக்கு எம் பேர்ல நல்ல ஒத்தாசனை. பாதுகாப்பா கூட வந்து பாதுகாப்பா கொண்டு வந்து சேத்திருக்காங்க’’ போலீஸ்காரர்களுக்கு நல்ல கொடுப்புக் கொடுத்திருக்கிறார்.

ஒரு கலைஞனுடைய சுதந்திரம் எல்லையில்லாதது. போலீஸ்காரர்கள் அவர்களுக்குரிய எல்லையில் நின்று கடமையை முடிக்கிறபோது, விரிந்து கிடந்த கலையின் எல்லையில் நின்று சுதந்திரமாய், கச்சிதமாய் சொல்லி முடித்தார் கடற்கரை. அன்னைக்குத் தேதியில் ‘அதைப் பேசாதே. இதைப் பேசு, அப்படிப் பாடாதே, இப்படிப் பாடு’ என்று விரல் நீட்டிச் சொல்ல ஆள் கிடையாது. அப்படிச் சொன்ன ஒரு கிராமத்தில் ஆட்டத்தைப் பாதியிலேயே முடித்துவிட்டு வந்திருக்கிறார்கள். அந்தக் கம்பீரம் கலைஞர்களுக்குண்டு.

ஆட்டக்குழுவில் ஒவ்வொருவருக்கும் ஒரு திறமை. ஆடத் தெரிஞ்சவன் ஆடுவான். பாடத் தெரிஞ்சவன் பாடுவான். ரெண்டும் இல்லாதவன் வாய் வார்த்தையிலேயே சமாளித்து வந்துவிடுவான். கடற்கரை கால் கெச்சத்தை (சலங்கையை) வைத்தே சக், சக் என்று காலிலேயே ஆட்டத்தை முடித்து வந்துவிடுவார். நின்றபடி அவருக்கு கால் பேசும். வாய் பேசும்.

முன்னக்கூட்டியே திட்டமிட்டுப் பேசி வைத்து, ஆட்டத்தில் அரங்கேற்றுவது இல்லை. ''இப்ப நீங்க ஒண்ணு சொல்லுவீக. நா ஒண்ணு சொல்லுவேன். இப்படி ஒண்ணுக்கொண்ணு பேசி வளத்திட்டுப் போறதுதான்''

''எங்க, அப்படி ஒண்ணு பேசுங்க ...''

''எதிர்த்தரப்பில ஆள் இருக்கணுமில்லே, இருந்தாத்தான் வரும்''

எதிர்த்து உட்கார்ந்திருந்த தேவராட்டக் கலைஞர் குமாரராமன், ''இப்ப நான் இருக்கேன். பேசுங்க'' என்று முன் வந்தார். அவர் கடற்கரையின் பல ஆட்டங்களைக் கண்டவர்.

''ஐயாவுக்கு எந்த ஊரு?''

''தூத்துக்குடி மாவட்டம், பிள்ளையார் நத்தம் தாலுக்கா, சித்தவ நாயக்கன் பட்டியிலிருக்கும் வெறும் பண்ணையார் ஆ... பெரும் பண்ணையார்''

''பிள்ளையார் நத்தம் போஸ்ட்தானே, அது என்னைக்குத் தாலுகா ஆனது?''

''ஒரு பேச்சுக்கு வச்சிக்கிற வேண்டியதுதானே. கழுதை என்ன காசா கேக்குது?''

''நிலபுலம் இருக்கா?''

''காடுகரை எக்கச் சக்கம். கலப்பை சாத்த எடம் கிடையாது. ஆடு, மாடு எக்கச்சக்கம். பால் பீய்ச்ச கன்னுக்குட்டி கிடையாது. இவ்வளவு சொத்துக்கும் வாரிசா நா ஒரு பயதான்... பெரும்ம்... பண்ணையார்''

''நிலபுலம் எங்கே இருக்கு?''

''திருச்செந்தூருக்குக் கிழக்கே ராமேசுவரம் வரையிலும் நம்ம நிலந்தான். ராமேசுவரம் கோயிலுக்குக் கிழக்கே உள்ளதும் நம்ம நிலந்தான்''

‘‘அங்க கடல்லே இருக்கு..!’’

‘‘கடல்தான். எம்பேரச் சொல்லாம அங்க யாரும் தண்ணி அள்ளிக் குடிக்க முடியாது. அப்படியே குடிச்சாலும் நாலு அஞ்சு வாட்டி வாந்தி பண்ணத்தான் செய்வான்’’

‘‘ஒம்ம பேரு?’’

‘‘முருகன்’’

‘‘முருகா, முருகா ... ஒனக்குத்தான் கடலெல்லாம் சொத்தா இருக்கே. ஒனக்கெதுக்குப்பா கோயில், குளம், உண்டி, நிலபுலம் இவ்வளவு சொத்து’’

மொத்தக் கூட்டமும் முருகா, முருகா என்று சிரிக்கிறது.

‘‘எப்ப இருந்து ஆட ஆரம்பிச்சீங்க?’’

‘‘1950-தில் வேஷம் கட்டினேன். அன்னைக்குக் கால்ல கட்டுன சலங்கை இன்னும் அவுக்கலே. அய்ம்பது வருஷம் தொய்வில்லாம ஆடியிருக்கேன். 65 வயது வரையிலும் ஆடினேன்’’

‘‘இப்ப ஆட்டத்துக்குப் போறதில்லையா?’’

‘‘வயசாச்சில்லே’’

‘‘என்ன வயசு?’’

‘‘எழுபத்திரண்டு ஆகுது’’

‘‘கால்ல கட்டுன சதங்கையைத்தான் கழட்டினீரு. கையில பிடிச்ச கம்பை உதற முடியலயே’’

‘‘ஆடுமாடு மேய்க்காம நம்ம வயித்துக்குத் தீவனம் கெடைக்குமா?’’

‘‘என்னென்ன வேஷம் போடுவீரு?’’

‘‘பண்ணையார், மாமியார், சாமியாடி’’

கடற்கரைக்கு சாமியாடி வேஷம். சாமிக்கு மருள் வந்து ஆய், பூய் என்று குதிக்கிறது. சாமியிடம் ஒரு பெண் கேட்கிறாள் ...

"சாமி, ரொம்ப சிக்கலா இருக்கு, சாமி"

"வெளங்குற மாதிரி சொன்னாத்தானே, சாமிக்குத் தெரியும் ..."

"குடும்பத்தில ரொம்ப கஷ்டம் சாமி"

"கஷ்டமா இருக்கோ?"

"ஆமா சாமி"

"சாமிகிட்ட பத்து நூறு கடன் வாங்கிட்டுப் போகலாம்னு வந்தயா புள்ளே?"

"அப்ப நீங்க வட்டிக்குப் பணம் கொடுக்கறீங்களா?"

"நூத்துக்கு 85 ரூபா வட்டி!"

"வெளங்குமா சாமி?"

"வெளங்காதுதான். வெங்காமத்தானே நம்ம எல்லோரும் இப்ப இந்த ஜோலி பாத்துட்டுத் திரியுறோம்"

காலில் தைத்த முள்ளை முள்வாங்கி கொண்டு குத்தி எடுக்கிற போது, வலி கொடுக்கத்தான் செய்யும். கலைவாணர் என்.எஸ்.கிருஷ்ணனிலிருந்து கடற்கரைவரை, இப்படி நகைச்சுவையோடு கூடி, கருத்துகளைச் சொல்லிக் கொண்டே வருகிறார்கள். அது எங்கேயாவது, யாருக்காவது தைத்து வலி எடுத்ததாய்த் தெரியவில்லை. வலி எடுக்காததினால் தான் இன்றைக்கும் நூற்றுக்கு இருபது பேர் இந்த வட்டித் தொழிலைச் செய்து கொண்டிருக்கிறார்கள்.

கலை நிகழ்ச்சியில் தோணாமல் வைக்கும் கருத்துக்கள், முண்டியடித்து வரும் நகைச்சுவைகள், அளவுக்கு மீறிய கொச்சைகள், இவைகளுக்குள் அல்ல - இவைகளைத் தாண்டிய இடத்தில்தான் எனக்கு ஒரு முக்கியமான கேள்வி இருந்தது.

பா. செயப்பிரகாசம்

இதுவரை யாரும் தொடாத அந்த இடத்தைத் தொட வேண்டியது அவசியம் என்று பட்டது.

‘‘கண்டேன், கண்டேன் சபையோரே

உங்களைக் கையெடுத்துக் கும்பிடறேன் சபையோரே

தாய் தந்தையர் பணிந்தேன் சபையோரே

தலத்து வளம் பணிந்தேன்.

நரிப்பூர் சுப்பையா வாக்கியப்படி நடப்பேன்.

கண்டேன், கண்டேன் சபையோரே’’

நரிப்பூர் சுப்பையாத் தேவர் ஆட்டக்குழுவின் தலைவர். குழுவில் கணபதிப் புலவர் தவிர மற்றெல்லாரும் தாழ்த்தப்பட்ட சமுதாயத்துப் பிள்ளைகள். ஆட்டக்குழுவின் வாத்தியாராக இருந்த சுப்பையா உயர்சாதிக்காரர்.

‘‘உயர்சாதிக்காரரான சுப்பையா உங்களை எப்படி நடத்தினார்?’’

அந்த உறவு மையத்திற்குள் போய் உண்மை அறிவது எனக்குத் தேவைப்பட்டது.

‘‘வவுத்துப் பிள்ளைகளைக் கூட அப்படி யாரும் நடத்தியிருக்கமாட்டார்கள்’’ என்றார் கடற்கரை.

‘‘எப்படி?’’

‘‘சுப்பையா சாதி வித்தியாசம் பார்க்கமாட்டார். அந்த ஐதீகம் கிடையாது அவரிடம். அடிச்சிச் சொல்லலாம். சாதி வித்தியாசம் பாராமல் தன் பிள்ளைகள் போல் நடத்தியது மற்றவர்களுக்குப் பிடிக்கவில்லை. பள்ளு-பறை எல்லாத்தையும் ஒண்ணாச்சேத்து வச்சிக்கிட்டு ஆடுறான்னு சொந்தபந்தம் பேசிச்சி. நரிப்பூரே எதிர்த்து நின்றது ஒரு காலம். அவர் அப்பா இருக்கிற காலத்திலேயே ஊர் சேர்ந்து, பஞ்சாயத்துக் கூட்டி ஊர்விலக்கம் செஞ்சாங்க’’

அவரோட அப்பா சொன்னார்...

''இந்த எட்டுப் பிள்ளையும் எம்பிள்ளைகதாண்டா. ஒத்துக்கிட்டா, நீ எங்கிட்ட வா. இல்லேன்னா எனக்கு நீ வரவும் வேணாம். ஒனக்கு நா வரவும் வேணாம். நீ எங்க வீட்ல வந்து சம்பந்தம் பண்ணவும் வேணாம்''

கொஞ்சம்கூட விட்டுக் கொடுக்கவில்லை. அந்தப் பெரியவர் சொன்ன வாக்கியத்தின் அருமையை உணர்ந்து, ஊர்விலக்கம் செய்ததை இரண்டு வருசத்துக்குப் பின்னர் விலக்கிக் கொண்டது.

''ஒங்க வீடுகளுக்கெல்லாம் வந்து சாப்பிட்டிருக்கிறாரா? நீங்க அவங்க வீடுகளுக்குப் போறதுதான் உண்டுமே தவிர, அவங்க ஒங்க வீட்டுக்கு வர மாட்டாங்களே? பொதுவா, ஒங்க வீடுகள்ளே சாப்பிட மாட்டாங்களே''

''சாப்பிடமாட்டாரா? சுப்பையா வருவாரு. சாப்பிட்டு, செஞ்சிட்டு, ஒண்ணாமண்ணா இங்கனக்குள்ளதான் படுத்துக்கிடப்பாரு''

''இப்ப அப்படியிருக்கா?''

''இன்னைக்கு நிலவரம் நமக்குத் தெரியாதய்யா, தெரியாம, தெரியும்னு பொய் சொல்லக் கூடாதில்லே. நான் அம்பதாம் வருசத்து நிலவரத்தைச் சொல்கிறேன்''

விளாத்திக்குளத்திலயும், சுற்று வட்டாரத்திலும் நடப்பு நிலைமைகள் தெரியாது என்று கடற்கரை சொல்கிறார். அவர் சுப்பையாவோடு வாழ்ந்த பொற்காலத்தின் பெருந்தன்மையைக் காப்பதற்காக அப்படிப் பேசுகிறார் என்றுதான் தோன்றும்.

''சரி. நீங்க அம்பதாம் வருஷத்து ஆளு. ஒங்க கால நடப்பைச் சொல்லுங்க...''

''குழுவின் தலைவரான சுப்பையா எந்த இடத்திலும் போய்ச் சாப்பிடுவார். எங்க சாதி மக்கள் வீட்டில் தயங்காமல் போய்ச் சாப்பிட்டிருக்கார். அவருடைய நாட்டில் ராமநாதபுரம் சீமையிலேயே கேட்பார்கள்...''

''யார்றா அது சுப்பையா?''

''எல்லாம் நம்ம பையங்கதாண்ணே''

''சும்மா சொல்றா''

பிறகு இன்னார் இன்னார், இன்னின்ன ஊர் என்று சொல்வார். அப்பக்கூட இன்னார் இந்த சாதி என்பது வராது. சும்மா சொல்றான்னு வார்த்தையை அழுத்துகிற போதுதான் சாதி சொல்வார். அப்பவும் சொல்லிவிட்டு, ''ஒண்ணு, எல்லாருக்கும் உள்ளே வச்சி சோறு போடுங்க. இல்லே, வெளியே வச்சி சோறு போடுறதன்னா, நானும் வெளியே உக்காந்துக்கிறேன்'' என்பார். அவர் சொன்ன பிறகு என்ன செய்ய? ரொம்ப ஐதீகம் பார்த்த அந்தக் காலத்திலும் ஒன்னா வீட்டுக்குள்ளே வைத்துத்தான் சோறு போட்டார்கள்.

''கலைக்கு சாதி பார்க்கக்கூடுமா?'' கேட்பார் கடற்கரை.

''நம்ம இனத்தைச் சேர்ந்தவனில் இப்படியொரு பையன் தலைமைக்கு வந்திருக்கானே என்பதற்காக அவர்கள் ஏற்றுக் கொள்ளலாம். தலைமை, தலித் சமுதாயத்தைச் சேர்ந்த ஒருத்தரைக் கொண்டிருந்தால் அதை ஏற்றுக் கொண்டிருப்பார்களா?''

அப்படி இல்லை. மறுக்கிறார் கடற்கரை.

நரிப்பூர் சுப்பையா வயசாகி ஒதுங்கிய பிறகு, கடற்கரை பதினைந்து வருஷம் அந்தக் குழுவை நடத்தியிருக்கிறார்.

''அப்பவும் சாதி வித்தியாசம் பார்க்காமத்தான் கூப்பிட்டாங்களா?''

''ஆமா. எல்லா இடத்துக்கும் தான் கூப்பிட்டாங்க''

''ஒங்க தலைமையில அந்த சாதியைச் சேர்ந்தவங்க இருந்தாங்களா?''

''இருந்தாங்க. ரெண்டு பையங்க ஆடினாங்க'' அழுத்தமாகச் சொல்கிறார் எழுபத்திரண்டு வயது கடற்கரை.

''அப்படி இல்லே, எடக்கு முடக்கு பண்ணினா வச்சிருக்க மாட்டீங்கள்ளே''

''குழுவில வச்சிக்கிர மாட்டமில்லே'' என்ற கடற்கரை, சுப்பையா குழுவை நடத்தியபோது, நடந்த ஒரு சம்பவத்தைச் சுண்டி எடுத்தார்.

சுப்பையா தலைமையில் இருந்த குழுவில் ஆடிய கணபதிப் புலவர் அப்படியில்லை. அவர் இந்தக் குழுவில் ஆடிக் கொண்டிருந்தவர். சுப்பையா பார்த்து வளர்த்துவிட்டவர். ஐதீகம் பார்க்க ஆரம்பித்து விட்டார். சுப்பையா வாத்தியார் போல், தாழ்த்தப்பட்ட கலைஞர்கள் வீட்டில் கை நனைக்க அவருக்கு மனது ஒருப்படவில்லை. ஆனால், அவர்கள் நடத்துகிற கூத்து நிகழ்ச்சிகளில் ஆட்டமெல்லாம் ஆடுவார்.

சண்முகம் என்று அருந்ததியர் இனப் பையன். குரல் எடுப்பாக இருக்கும். வாத்தியார் சுப்பையாவை அணைச்சிப் பாடுவான். ஒரு தடவை காடல்குடி என்ற ஊருக்கு ஆட்டத்துக்குப் போயிருந்தபோது கணபதிப் புலவரும் மற்றவர்களும் ஒரு விருந்துக்குப் போயிருந்தார்கள். விருந்து கொடுத்தவரும் புலவர் சாதிக்காரர். அன்றைக்கு வாத்தியார் சுப்பையா வரவில்லை. வீட்டுக்காரர் எல்லோரையும் உட்காருங்க என்றார். உட்கார பாய் போட்டார். சொன்னதும் எல்லோரோடயும் சேர்ந்து சண்முகம் ஊடே உட்கார்ந்தான்.

''நீ பாயில உக்காராதே. எழுந்திரு எழுந்திரு'' அதட்டினார் கணபதிப் புலவர். அவமானப்பட்டு, சண்முகம் அரண்டு போய்ப் பார்த்தான். மற்றவர்களுக்குச் சுருக்கென்று தைத்தது. ''அவனைச் சொன்னா என்ன, எங்களைச் சொன்னா என்ன?'' அத்தனை பேரும் எழுந்து விட்டார்கள். பிறகு வாத்தியார் சுப்பையாவிடம் போய்ச் சொன்னார்கள். ''அவனை வெட்டி விட்டுற வேண்டியதுதான்டா'' என்றார் சுப்பையா.

அன்னையிலிருந்து அவரைத் தனியா துண்டிச்சி விட்டுட்டோம். பெறகு கணபதிப் புலவர் தனிக்குழு தொடங்கி கொஞ்ச நாள் நடத்தினாரு.

இது ஒரு விதிவிலக்குதான். விதிவிலக்கு விதியாக முடியாது. அடக்கப்பட்ட தலித்துகள் எழுந்து நிற்பதும், குடிசைகள் கொளுத்தப்படுவதும் சமகால தரிசனம். கடந்த காலம், நிகழ்காலத்தை எடைபோடப் போதுமானதல்ல.

கலை என்பது தோழமைக்குள் பூப்பது. தோழமை பாடுகிற நெஞ்சுக்குள் அது சாத்தியம். சாதிக் கோணல் பார்க்காமல், மதக் கோளாறு கொள்ளாமல், இன்னார் இவரார் என்ற கோட்டித் தனம் (கிறுக்கு) பண்ணாமல் கொண்டு செலுத்தப்பட வேண்டியது கலை.

பாரம்பரியக் கலைகள், ஆட்டங்கள் எப்போதும் குழுவாக நிகழ்த்தப்படுபவை. இதில் தனியொருவரின் மேதாவித்தனத்தை வெளிப்படுத்தும் தனி ஆவர்த்தனம் கிடையாது. தனி ஆவர்த்தன முறை மேன்மக்கள் கலையைச் சேர்ந்தது. ஆனால், மக்களுடைய கலைகள் மரபுசார் கலைகள். எப்போதும் கூட்டுக் கலையாகவே வெளிப்பட்டு வந்திருக்கின்றன. கூட்டாகச் செயல்படுவதாலேயே பரிணமிக்கின்றன. அவரவர் தனித்திறமை இணைந்ததுதான் குழுத் திறமை.

இன்றைக்குக் கூட்டுத்திறமை, பெருத்த வியாபாரமாக மாற்றப்பட்டுவிட்டது. கலை வியாபாரத்தில் பலரும் பங்குதாரர்களாக ஆகிவிட்டார்கள். பல்கலைக்கழக, பள்ளி வட்டாரங்களில் பட்டிமன்றக் கோஷ்டிகளின் கையில் ஆளுக்கு ஒரு செல்போன், தனி மாருதி வேன், கூட்டாகப் போகிறார்கள். ஆறுபேர் கொண்ட கோஷ்டி எங்கே போனாலும் பணம் சுண்டுவதில் குறியாய் இருக்கிறது. குரல் விற்றுக் கொள்ளையடிக்கிறார்கள். அறிவை விற்பனை செய்கிறார்கள். அறிவால், அதை வெளிப்படுத்தும் பேச்சோசையால் பணத்தை அளக்கிறார்கள்.

சுப்பையா வீட்டம்மாவும் சாதிப்பட்டியல் போட்டு கழிவு பார்க்காது. ஒரு சொல் சுண்டிப் பேசிப் பார்த்ததில்லை.

"எங்க ஆட்களுக்கு சாப்பாடு போடுறது மட்டுமல்ல. நாங்க மீதி வச்ச சோத்தை அந்த அம்மா சாப்பிட்டுப் பாத்திருக்கேன்" என்றார்.

இது குருவை மேம்படுத்துவதற்காகச் சொல்லப்பட்ட வார்த்தையா என்று கேட்க வாயெடுத்தேன்.

"இன்னைக்கும் ஆயுசோட இருக்காங்க அந்த அம்மா. இந்தா ... தூத்துக்குடியில. போய்க் கேட்டுக்கோங்கோ. நாளைப் பின்னே பொய் சொன்னேன்னு பேச்சு வரக்கூடாதில்லே"

ஒரு மனுஷனாய் கடற்கரை எதைத் தேடினோரோ அந்தத் தோழமை, சாதி கருதாமை அதெல்லாம் சுப்பையாவிடம் கிடைத்தது. மனுசனைத் தாண்டித்தான் கலைஞன். அதனால் சுப்பையாவின் சிறகுகளுக்குள் பத்திரமாய்ப் பயணப்பட்டார்கள்.

1969-ல் மும்பைக்குப் போயிருக்கிறார்கள். இந்தக் கலை போகாத இடங்களுக்கெல்லாம் கொண்டுபோய் காட்டி வர வேண்டுமென்ற தாகம். இதுவரை பார்க்காத நாட்டையெல்லாம் பார்த்து வரலாமே என்ற ஆசை. அப்போது தி.மு.க. தலைவர் அண்ணாத்துரை மும்பை வந்திருந்த சமயம் என்றார் கடற்கரை. சுப்பையா அவருடைய தாயாரோட நகையை விற்று மும்பை கூட்டிக்கொண்டு போகிறார். முதன் முறையாக மும்பையில் அரங்கேற்றிவிட வேண்டுமென்ற ஆர்வம். கைக்காசு போட்டுத்தான் கூப்பிட்டுப் போனார். மும்பை தாராவியில் ஏகப்பட்ட வரவேற்பு.

பிறகு இரண்டாவது தடவை, தாராவித் தமிழர்களே ஏற்பாடு செய்து கூட்டிப் போனார்கள்.

"நிகழ்ச்சிகள்லே கொஞ்சம் கொச்சை தெம்படுதே. ஆரம்பத்தில் இருந்து அப்படி இருந்ததா? சனங்க விரும்புறாங்கறதினாலே சேத்துக்கிட்டீங்களா?"

குறவன் குறத்தி ஆட்டத்தில் அதொரு பிரச்சனையாகவே தெரியவில்லை. நாட்டுக் கதைகளில் அப்படியான பாலியல் கதைகள்

கொத்துக் கொத்தாகக் கிடக்கின்றன. புராணங்களிலும் உண்டு. வீச்சமெடுத்த சினிமா ஆவி தாக்கி இருளடித்து கால் கை விளங்காமல் போன தெருக்கூத்துக் கலைகள் கண்ணெதிரே நிற்கின்றன. வெளியிலிருந்து வந்த கலாச்சாரப் படையெடுப்பு, நெருக்கடிகளுக்கு இவர்களும் ஆளாகிப் போனார்களோ? திரைப்படத்துக்குச் சமமாகத் தரவில்லையென்றால் எடுபடாமல் போய்விடும் என்ற நினைப்பு வீசியிருக்குமோ?

''நாங்க சேத்துக்கிட்டதுதான். ஆரம்பத்தில் அப்படி இல்லே. வர, வர சேத்துக்கிட்டோம். சில இடங்கள்ளே ஜனங்க கொச்சை வேண்டாம்பாங்க. சில இடங்கள்லே, எங்க ஜனங்க அதிகமாக இருக்கிற இடத்திலே கொச்சையாத்தான் விரும்புறாங்க. கொச்சை பேசினாலும் மறைமுகமாகத்தான் பேசுவோம்''

அப்படிப் பேசுவதிலும் ஒரு நுணுக்கம் தங்கியிருக்கும். ''அப்படி சொன்னாத்தானே சிரிக்கிறாங்க'' என்றார் கடற்கரை.

''சாமி'' ஒரு பெண்குரல்.

''சாமி, ஓமின்னுகிட்டு, சாமிக்கு அருள் வரப்போகுது, வெரசாச் சொல்லு''

''நல்ல சமயத்துல வந்திருக்கேன். எனக்கு ரொம்ப சிக்கலா இருக்கு சாமி''

''என்ன துருப்பிடிச்சிப் போச்சா?''

''சீ... குடும்பத்தில ரொம்ப கஷ்டமா இருக்கு சாமி''

''கஷ்டமா இருக்கு?'' சாமியாடி கையை மேலே போடுகிறார்.

''சாமி கைய மேலே போடாதீங்க''

''சாமிதான, கைய எங்க போட்டா என்னே? சாமிக்குக் கழிவு கிடையாது மகளே''

''அப்படியா சாமி?''

''ஆமா, அக்கான்னாலும் சரி, தங்கச்சின்னாலும் சரி, கூசாம கையப் போடும்''

''கைய எடுங்க சாமி''

''மகளே நா வேணுமின்னா போடுறேன், சாமிதானே போடச் சொல்லுது. பிள்ளை வேணுமா இல்லையா?''

''வேணும்''

''அப்ப சாமிய கையைக் காலைப் போட விடமாட்டேங்குற''

மனிதனுக்குள் முகம் தெரியாமல் அடைத்து வைக்கப்பட்டிருக்கும் பாலியல் வக்கிரத்தை அடையாளம் காட்டுகிறதாக இதைக் கொள்ளலாம்.

மனிதன் தனக்குள் அடைகாத்துக் கொண்டிருக்கும் பாலியல் வெக்கையை, விரல் நுனியில் சுண்டி எடுத்து வெளியில் வீசுகிறார் கடற்கரை.

''இது பார்க்கிற, கேட்கிற சனங்களுக்கு பாலியல் கொச்சையை உண்டாக்காதா?''

''கொச்சை பேசினாலும், மறைமுகமாகத்தானே பேசுவோம். அதை சாதாரணமாக எடுத்திட்டு சனங்க சிரிச்சிட்டுப் போயிருவாங்க; மக்கா நாளு மறந்துருவாங்க'' என்கிறார்.

மக்களுக்கு வாழ்க்கை கிடக்கிறது. நீண்டு, பரந்து, அகன்று எரியும் அக்னியுள்ள கடல் போன்ற வாழ்க்கை. அதையே பேசி நினைத்துக் கொண்டிருக்க அவர்களுக்கு நேரமில்லை, அவசியமுமில்லை என்ற அடிப்படையில் பார்த்தால், அவர் விளக்கம் சரிதான்.

எங்கும் வீசிய உலகக் காற்று ஊருக்குள்ளும் அடித்தது. கடற்கரை போன்ற ஆட்டக்காரர்களையும் தூக்கிச் சுழற்றியடித்தது. விவசாய

உற்பத்தி. உழைப்பு. வாழ்வு என்று கிரமப்படி போய்க் கொண்டிருந்த வாழ்வு முறையைச் சுருட்டி கடலுக்குள் போட்டது. மண்ணுச் சூட்டில் பொசுங்கிப் போன முனையாக மனிதர்கள். முந்தின தலைமுறை மூச்சடைத்துப் போய் தூக்கிவிட எவருமற்று வம்பாய் செத்துக் கொண்டிருக்கிறது. பதினைந்து வயதுக்கு மேற்பட்ட ஆண்கள் யாரும் கிராமத்தில் இல்லை. இறக்கை முளைக்கிறதோ இல்லையோ, அந்தக் குஞ்சுகள் நகரங்கள் நோக்கிப் பறந்து போய்விடுகின்றன. பெண் பறவைகள் கழுத்தில் கயிறு ஏறுகிற காலத்துக்காய் காத்திருக்கிறார்கள். நகரத்து ராஜகுமாரர்களுக்காக, கனவுகளோடு இன்னும் காத்திருக்கிற பெண் பட்சிகள் நிறைய.

"கலை நிகழ்ச்சியைப் பதிவு செய்து வைத்திருக்கிறீர்களா?"

"ஒரு ஒலிநாடா இருக்கிறது" என்கிறார். ஆட்டம் முழுவதையும் பதிவு செய்த மூன்று கேசட் இருந்தது. ஒவ்வொன்றாய் காணாமல் போய்விட்டது என்றார். அவர் கையிலிருக்கிற ஒன்றையும் தொலைத்துவிடக் கூடாதே என்பதற்காக, பக்கத்து நகரத்துக்கு அழைத்துப் போகிறேன். பதிவு செய்யக் கொடுத்தபோது கடைக்காரர் "கடற்கரை குறவன் - குறத்தி ஆட்டமா? எங்கிட்டே மூணு பாகம் இருக்கே" என்று எடுத்துப் போடுகிறார். மூன்று ஒலி நாடாக்கள். அத்தனையும் அச்சாய் அவருடைய ஒலிநாடாக்கள். அவருக்குத் தெரியாமலே கடற்கரை விற்பனை செய்து கொண்டிருக்கிறார்.

"இவரைத் தெரியுமா?" கேட்டேன் கடைக்காரரிடம்.

"தெரியாதே ..."

"இவர்தான் கடற்கரை" என்றேன்.

முகம் விரிந்த நிலா நிறைசூலிபோல் அசையாமல் உச்சியில் நிற்கிறது. மேலிருக்கும் வட்டத்திலிருந்து பால் கொட்டுவது போல், ஜோடிப்பு செய்யாத நாட்டுக் குரல்களின் பாட்டு கொட்டுகிறது.

"மல்லிகை முல்லை இருவாட்சி - நல்ல
வாசமுள்ள செண்பகமே சாட்சி

தெக்கத்தி ஆத்மாக்கள்

மதுரை மருக்கொழுந்து
மணக்கும் செண்பகமே - அருளே
ஞானப் பொருளே - அங்கே
ஆல் அரசு வேப்பமரச் சோலை
ஆடி நிற்கும் பூங்காவனச் சாலை
அலைகடல் பக்கமாக - அங்கே
கலைமயில்கள் கூட்டம் வந்து ஆடும்
குயில் பாடும்"
பாட்டில் வாசம் நிற்கிறது. வாழ்வில் வாசம் அத்துப் போனது.
"இப்ப என்ன செய்றீரு?"
"நாலு மாடு இருக்குது"
"மேய்ச்சலுக்குக் கொண்டு போறீரா?"
"ஆமா, காடு காடா அலையுறேன்"
துக்கக் குறிப்புடன் முடிகிறது கடற்கரையின் கலைத்தாகம்.

இரண்டாம் பாகம்

கிராமத்துப் பாதை

நடுக்காட்டில் இறக்கி விட்டு பஸ் பறந்தது. சுற்றிலும் அலையடிக்கும் கானல் நீர் தவிர வேறெதுவும் இல்லை.

பார்வை மிதிக்கும் தூரம்வரை கரிசல். எங்கேயோ ஒரு சின்ன ஒற்றைப் பனை போல், பஸ்ஸிலிருந்து இறங்கி நான் மட்டும் நிற்கிறேன்.

அது ஒரு பாதை இல்லை. மாட்டு வண்டிகள் உருண்டு, உருவான வண்டித் தடம். மழைத் தண்ணி புரள அடிக்கிறபோது வண்டிப்பாதை அழிந்து, கால் தடங்கள் பதிந்த ஊடுபாதை பிறந்து விடும்.

சொந்த ஊரை நோக்கிச் செல்லும் அந்தப் பாதையைப் போல இனிமையானது வேறெதுவும் இல்லை.

பஸ்ஸிலிருந்து இறங்கி 5 கி.மீ. ஊடுகாடு வழியே நடக்கிறேன். அரிவாள், கம்பு, முறுக்கிய மீசை, உடைந்த நொண்டிக் குதிரையுடன் கருப்பசாமி வரவேற்கிறார். பகலை இருட்டாக்கும் ஆந்தைகள் அடையும் வன்னி மரத்தடிதான் அவருக்குப் புகல். 'ஸ்தல விருட்சம்' என்றார்கள். கருப்பசாமி என்பதோடு கூட முனியாண்டி, சுடலைமாடன், அய்யனார், இசக்கி, மாடசாமி என்று இத்தனைப் பெயர்கள். அவருக்கு வாகனம் நாய் உருவாரம். சாமி வேட்டைக்குப் போக வர, குதிரைகள் உருவாரம் செய்து நேர்த்திக் கடன் கழித்தார்கள்.

ஊர் மொகணையில், வாய் உடைந்த பானை போல் 'கொறுவாயான' குடிநீர்க் கண்மாய். கால், கை, முகம் கழுவி வாய்

பா. செயப்பிரகாசம்

கொப்புளித்துத் துப்புவது, ஆடு, மாடு தண்ணீர் குடிக்க இறங்குவது அந்தக் கண்மாய்தான்.

பானை, பானையாய் தண்ணீர் எடுத்து, கம்மாய்க் கரையில் நின்று குளிப்பார்கள். குளிக்கும் தண்ணீர், கரிசல் மண்ணைத் திரட்டித் திரட்டி, உருண்டு உருண்டு மறுபடி கம்மாயில் போய் வழியும்.

எனக்கு அந்தத் தண்ணீரைத் தெரியும்; இளநீர் மாதிரியான அந்தத் தண்ணீருக்கு என்னைத் தெரியும்.

''ஓங்க ஊர்த் தண்ணி ருசி வேறெங்கேயும் வருமா? எங்க ஊர் கிணத்துத் தண்ணி சவர் அடிக்குது'' என்பார்கள் அசலூர்க்காரர்கள்.

''அளிறுதான் காரணம். வாகரையில் கிடக்குதில்லே அளிறு (கனிமண்). அதில் அலை தட்டித் தட்டி ஒரு ருசி வந்திருது'' என்பார்கள் ஊர்க்காரர்கள்.

சொந்த ஊரை நோக்கிச் செல்லும் அந்தப் பாதை அழகானது.

வண்டித் தடம் இருந்த இடத்தில் தார்ச்சாலை; கண்மாய் இருந்த இடத்தில் குடிநீர்த் தொட்டி.

கால் கொப்புளிக்க 5 கி.மீ. தூரம் வெயிலில், மழையில் நடக்க வேண்டியதில்லை. வீட்டு வாசற்படியில் பஸ்.

வந்திருந்தது அது மட்டும்தானா?

எங்கள் ஊர் பால்ச்சாமி வாத்தியார் பள்ளிக்கூடம் விட்டு நேரடியாக வீட்டுக்கு வருவதில்லை. அவருக்குப் பாதை 'பிராந்திக் கடை' வழியாகப் போய் வீட்டுக்கு வருகிறது.

பிராந்திக் கடை பக்கமிருந்து 'வா மச்சான் வா' பாட்டு.

''வா, வா, ஐயப்பா நீ வா'' என சினிமா மெட்டில், சினிமா தட்டில் கூக்குரலிட்டு சபரிமலைக்குக் கூப்பிடும் அழைப்பு.

தேநீர்க் கடைத் தட்டியில், 'தாவணிக் கனவுகள்' சுவரொட்டி.

ஒரு ஆசிரியரின் வீட்டு வாசலைக் கடக்கையில் உள்ளே ஜரிகைத் தாளில் வெட்டி ஒட்டிய எழுத்துக்கள் 'Wife is Life' என்று மினுமினுக்கிறது. அதற்குத் தமிழ் 'மனைவியே வாழ்க்கை'

கம்மாய்க்கரை புளியமர வேர் முண்டுகளில், வேலை இல்லாத வாலிபர் கூட்டம் சினிமா நடிகர்களைப் பற்றி அக்கக்காகப் பிய்த்து வைக்கிறது. ''எந்த பொம்பிளை நல்ல சேலை கட்டியிருக்கா, எவ நல்ல ரவிக்க போட்டிருக்கான்னு தேடுறானுக'' சடைத்துக் கொள்கிறார் மல்லையாத் தாத்தா. ''சினிமா, டிவி-யைப் பார்த்துவிட்டு பொம்பிளைக் கிறுக்கு பிடித்து அலைகிறானுக'' என்கிறார்.

ஊர் இழந்து போனவைகள் இன்னும் அதிகமாக இருந்தன.

ஆனாலும்,

பிறந்த ஊரை நோக்கிச் செல்லும் பாதையைப்போல் இனிமையானது இல்லை.

சாமக் கோடாங்கி

சாமக்கோடாங்கி வருகிறான். கையில் குடு குடுப்பைக்குப் பதில் வெங்கல மணி. நடுசாமம் 3 மணிக்கு ஒவ்வொரு வீடாய்ப் போய்த் தட்டி எழுப்புவதற்கு அவனுக்கு மாதச் சம்பளம் 500 ரூபாய்.

"காலகண்டன் வந்துட்டானா? தூக்கத்தை வங்கொலையாய்ப் பறிக்கிறானே" எரிச்சலோடு முனகுகிறார்கள் சிறுமிகள்.

அவன் -

பெற்றோர்களைத்தான் எழுப்புகிறான். பிள்ளைகளைத் தயார் செய்யும்படி சொல்லிக் கொண்டே போகிறான். அந்தச் சிறுமிகளை ஏத்தி இரவில் திரும்புகிற தீப்பெட்டி கம்பெனி பஸ். கிராமத்திலேயே இரவுத் தங்கல்.

கோழி கூவுவதற்கு ஒரு நேரமிருக்கிறது. தீப்பெட்டி கம்பெனி பஸ்ஸில் பிள்ளைகளைத் திணித்து அடைக்கிற சத்தத்தில் சேவல்களுக்கும் நிதானம் தப்பி விடுகிறது. நேரங்கெட்ட நேரத்தில் பேசுகிறது.

பஸ்ஸில் ஏறி உட்கார்ந்ததும், மறுதூக்கம் சுழன்று அடிக்கும். அருள் வந்த சாமி போல் ஆடி, ஒருத்தர் மேல் ஒருத்தர் புரண்டு சாய்வார்கள் சிறுமிகள்.

அவர்களின் பகல் கந்தகக் கிடங்குக்குள் பூட்டப்படும். கண்செருகிய சூரியனை மேற்கில் சொருகித் திணித்து விட்டு, ஊருக்குப் புறப்படுவார்கள்.

'சூரியன் மார்க்' தீப்பெட்டிகளில் மட்டுமே அவர்கள் சூரியனை தரிசித்தார்கள்.

கருமருந்திலும், பசையிலும் அளைந்த, கறுப்புக் கறுப்பாய் அட்டுப் பிடித்த விரல்கள், குச்சி போடுவது, கட்டை உருவுறது, தாள் ஒட்டறது என்று நாளைக்கு தலைக்கு 20 ரூபாய். சுறுசுறுப்பாய் 25 ரூபாய்க்குப் போடுகிற பொடிசுகளும் உண்டு.

குழந்தைமையும் இல்லாமல், கன்னிமையும் காணாமல் நெத்திலிக் கருவாடு போல் 'சுரீச்' சிப்போன சிறுசுகள். அடிஉரம் இல்லை. சட்டி மாதிரி, அகண்டு அடிப்பெருத்து, கருகருவென்றிருக்கும் கம்மம் பயிர்களின் மதமதர்ப்பைக் காணோம்.

ஐம்பது வருசத்துக்கு முந்திய அந்தக் கிராமத்தில் களையெடுப்பு மாசங்களில், பள்ளிக்கூடம் களையிழந்து சவமாய்க் கிடக்கும். கோவில்பட்டி, சாத்தூர், சிவகாசி தீப்பெட்டித் தொழிற்சாலைகளுக்குப் போனது போக, மீதி இருக்கிற பிள்ளைகள் களையெடுப்புக் காடுகளில் கிடப்பார்கள். எட்டு வயசுக்கு கீழே இருக்கிற பிள்ளைகளின் இடுப்பில் இன்னொரு குழந்தை சொருகியிருக்கும் "எங்கம்மா பிள்ளை தூக்கச் சொல்லிருச்சி" என்பார்கள்.

'ஏன்' டா பள்ளிக்கூடம் போகலே, என்று களையெடுப்பு நேரத்தில் எந்தப் பொற்றோரும் கேட்க மாட்டார்கள். 'ஏன்' டா பள்ளிக்கூடம் வரலே, என்று வாத்தியார் கேட்கமாட்டார். கேட்டால் 'சட்டியில் இருந்தால் தானே அகப்பையில் வரும்' என்று சட்டென்று பதில் கிடைக்கும். காலகாலமாய் அவர்களுடைய வாழ்க்கைப் பாண்டத்தில் தேங்கிக் கிடக்கும் பதிலை, அனுபவ அகப்பைகள் கொண்டு சிறுசு முதல் பெரிசு வரை வாரி இறைக்கிறார்கள்.

காடு, மேடெல்லாம் தேடி, பிள்ளைகளைக் கூட்டிக் கொண்டு வருமாறு வாத்தியார் அனுப்பியதாக கொளுத்த வீட்டுப் பையன்கள் புறப்படுவார்கள். 'பிள்ளை பிடிப்பு'' ஆரம்பமாகும். புஞ்சையில் அய்யா, அம்மா கூடவே களைபிடுங்கிக் கொண்டிருக்கும் பையன்களுக்குப் பின்னால் போய் நிற்பார்கள். பையன் ஏறெடுத்துப் பார்க்க மாட்டான். ''இப்பத்தான் முதல் களை ஆகிட்டிருக்கு, இரண்டாங் களையப்ப பாப்போம்'' தாயும் தந்தையும் வாய்தா சொல்லி அனுப்புவார்கள். பின்பக்கம் திரும்பாமலே பேசி அனுப்புவார்கள். திரும்பினால் களை பிந்திப் போகும்.

களை கிடந்தால், செடி மேலே வராது கரண்டு போகும். முதல்களை, இரண்டாங்களை எடுத்து செடி மேலே வந்து விட்டால், பிறகு களை பற்றிய கவலையில்லை.

பால்கட்டிய கம்பங்கருது, கசக்கித் தின்னத் தின்ன ருசி, இரண்டு கைகளிலும் கசக்கி கொம்பையை (உமி) ஊதி, ஊதித் தின்பார்கள். ஆசைக்கு ஒரு கருது, ரெண்டு கருது ஒடித்தால் மனா. சென ஒன்றும் செய்ய மாட்டார். பத்திருபது என்று ஒடித்து கள்ளத்தனமாய் புல்லுக்கட்டுக்குள் திணித்தோ, கடகப் பெட்டிக்குள் (ஓலைப் பெட்டி) மறைத்தோ கொண்டு வருவதைக் கையும் களவுமாகப் பிடித்து விட்டால், பிறகு அங்கனயே அந்தப் புஞ்சைக்காரன் யாரோ அவனிடம் கொண்டு போய் ஒப்படைத்து விட்டுத்தான் போவார்.

அப்பேர்ப்பட்ட மனா. சென பல இளவட்டங்களுக்கு, சிலம்பம் சொல்லிக் கொடுத்துக் கொண்டிருந்தார். கரடி உடுக்கை (உடுப்பு) கொண்டு வந்து கரடியாட்டம் கட்டுவார். அவரும் திருமாலும், கரடி வேசம், புலிவேசம் கட்டி ஆடினால் தத்ரூபமாயிருக்கும். வர்மக் கலையும் படித்தவர். வர்மத்தில் தன்னை மீறினவர்கள் யாரும் இல்லை என்று அவரே சொல்வார். வர்மம் என்றால் நரம்பு விளையாட்டு. வர்மம் போட்டவர்கள் தான் வர்மத்தை எடுக்க முடியும்.

செவல்பட்டி உறுமிக்காரர் 'அய்யா எனக்குக் கொஞ்சம் வர்மம் தெரியும்' என்று வந்தார். பேச்சுவாக்கில் போட்டா போட்டியாகி விட்டது. போட்டி வைத்துத் தான் பார்த்திருவமே என்று திருமால் சொல்ல, நாள் குறித்தாகி விட்டது.

செவல்பட்டிக்காரர் கேட்டார் ''வர்மம் நான் போடட்டுமா? நீங்க போடுறீங்களா?''

''நீயே போடு''

''நா வர்மம் போடுவேன். போட்டவுடனே ஆளு விளுக் விளுக்குன்னு கெடந்து துள்ளுவாரு. வர்மம் போட்டவங்கதான் வர்மத்தை எடுக்கணும். பத்து நிமிசத்தில் வர்மத்தை எடுத்திரணும். இல்லே மரணம்தான்''

யாரும் முன் வரவில்லை. நடுவீட்டு முத்தையா நல்ல இளவட்டம். ஒதுங்கிக் கொண்டான். திருமால் உட்பட எல்லோருக்கும் பயம் வந்து விட்டது.

''நா வர்றேன்னு'' மனா.செனா வந்தார். அவர் முன்னால் உறுமிக்காரர் நின்று தாடைக்குக் கீழே இப்படி, அப்படித் தடவினார். அப்படியே மனா.செனா மல்லாக்க கீழே விழுந்து விட்டார். வெட்டி, வெட்டி இழுத்தது. அய்ந்து நிமிசம், மனா செனாவுக்கு அந்த வர்மக்கலை பிடிபடவில்லை. பிடிபட்டால்தானே அதிலிருந்து கழற்றிக் கொண்டு வர.

உறுமிக்காரர் கேட்கிறார் ''இப்ப என்ன சொல்றீங்க? நான் எடுக்கட்டுமா? இல்லே நீங்க எடுக்கறீங்களா? யார் எடுக்கலேன்னாலும் கொஞ்ச நேரத்திலே மரணம்''

''நீயே எடு'' சனங்களெல்லாம் திகைத்து மன்றாடினார்கள்.

கீழே கிடந்த ஆளின் கழுத்தில், பழையபடி இப்படி அப்படி தடவினார் உறுமிக்காரர். சாபம் நீங்கி உயிர்கொண்டு எழுந்தது போல், மனா.செனா எழுந்து நின்றார்.

அந்த வர்மத்தை, மனா.செனா உறுமிக்காரரிடமிருந்து தானும் கற்றுக் கொண்டார். அதையோ மற்றதையோ, ஒரு போதும் வெளியே மற்றவர்க்குப் போட்டதில்லை. அவருடைய உடல் பூட்டிலிருந்து, உயிர் அத்துக் கொண்டு ஓடும்வரை நெஞ்சுக்கூட்டுக்குள்ளே அது பூட்டப்பட்டுக் கிடந்தது. வெளியே எடுத்து விட்டிருந்தால் கரிசல் காடு முழுதும், விளுக், விளுக் என்று துடிக்கும் உடல்களாகத்தான் கெடக்கும்.

மனா.செனாவுக்குக் கோயில், குளம் என்றாலே பிடிக்காது. ஏதாவது கிண்டலடித்துக் கொண்டே இருப்பார்.

திருச்செந்தூருக்கு வருசாவருசம் நடைபயணம் போகிறார்கள். மாலை போட்டுவிட்டால், கவிச்சி, கிவிச்சி நடமாடக்கூடாது. ஒரு காவடி முன்னே நடக்கும். தொடர்ந்து பல காவடிகள் மயில் கூட்டம் போல் மிதந்து கொண்டிருக்கும். பத்து வருசமாய் நடைப்பயணம் போய் வருகிற மேலவீட்டு அழகர்சாமிதான் குருசாமி.

''சர்ப்பக் காவடி இதுவரை யாரும் எடுத்ததில்லை. யாரும் கண்டதில்லை'' என்பார் குருசாமி.

''கண்டுக்கீரும். இந்த இடத்தில் அவர் ஒரு கதை போடுவார்'' மெல்லமாய் மற்றவர்களிடம் சொல்வார் மனா.செனா.

மச்சக் காவடி (மீன் காவடி) பற்றி குருசாமியான அழகர்சாமி சொல்வார். ''இருக்கிறதிலே, மச்சக்காவடி எடுக்கிறதுதான் கஷ்டம். மச்சத்தை வெட்டி மசாலா போட்டு கலய முட்டியில் போட்டு காவடியில் கட்டிக் கொண்டு போகணும். கடலுக்குப் போனதும் மச்சம் தாவி கடல்ல விழுந்து, திரும்ப தாவி, காவடியில் விழுகும். மச்சக் காவடிதான் ரொம்பக் கஷ்டம்''

மனா.செனா சொன்னது மாதிரியே கதை வரும்.

மாலை போட்டு விட்டால் வெள்ளியோடு வெள்ளி எட்டு நாள் விரதம் இருக்க வேண்டும். பிறகு அது ஓரொரு நாளாக கொடுக்குப் பிடித்துக் கொண்டே ஒரு மாதமாக நீண்டது.

''எங்க வீட்டம்மா கோயிலுக்கு மாலை போடுது. வீட்டில கருவாடு, கவிச்சி ஒண்ணும் இருக்கப்படாதுண்ணு ஒழிச்சாச்சி. நடைப் பயணம் முடிகிறவரை தொடப்படாது. ஒதுங்க வச்சா, வச்சதுதான்'' சொல்கிறார் மயிலேறும் பெருமாள்.

''கருவாட்டை ஒதுங்க வச்சாச்சி. ஒடம்பு? கருவாடு சாப்பிட்ட ஒடம்பை என்ன செய்வீங்க?'' மனா.செனா.

''அதுக்குள்ளதான் முருகன் குடியேறிட்டாரே! இனி அது முருகன் வீடுதான்''

எதற்கெடுத்தாலும் ஒரு 'டொக்கு' வைத்துப் பேசுகிற மயிலேறும் பெருமாள், வெள்ளாமைக் காவலில் பேரெடுத்த மனா.செனா, கூடுன படிப்பாளியும் வல்லவருமான சிவசங்கு, சகலவல்லமைகளும், சகல குணக்கேடுகளும் கொண்ட ராஜபார்ட் சேது, வில்லிசைப் பிரியத்தினால் தென் மாவட்டங்கள் முழுகமுள்ள மக்களைக் கக்கத்திலே இடுக்கி செல்லமாய்ச் சீராட்டிய மூக்கம்மா.

- தெற்கத்தி ஆத்மாக்கள் வருவார்கள்.

வெள்ளாவிச் சோறு

கண்மாய்க்கரை வடக்கு மூலையில் மூலிகைகளும், பூச்செடிகளுமாய் சோடித்துக் கிடக்கும் நந்தவனம். கண்மாயிலிருந்து தெலாவில் தண்ணீர் இறைத்து இறைத்து, புலவர் என்கிற பண்டாரம் ராத்திரி இல்லை, பகல் என்று இல்லை... கண்போல் பாதுகாப்பார்.

இன்றைக்கு மக்களுடைய நிலைமை போலவே, கண்மாயும் வறண்டு வாய் விரித்துக் கிடக்கிறது. மூலிகைகளைப் பயிரிடுவாருமில்லை; தேடுவாருமில்லை.

நந்தவனத்திலிருந்து சாயந்தரப் பொழுதாகி விட்டால் மல்லிகை, முல்லை சரம்சரமாக புலவரின் சம்சாரமோ, பிள்ளைகளோ கொண்டுவந்து வீடுகளுக்குத் தருவார்கள். இன்றைக்கு வீட்டு விசேஷத்துக்குக் கூட விளாத்திகுளம், கோவில்பட்டி என்று பட்டணக்கரைகளில் தேட வேண்டியிருக்கிறது. தென் மாவட்டங்களில் கம்பு, சோளம், கேழ்வரகு, பெருந்தானியங்கள்; சாமை, தினை, காடைக்கண்ணி, குதிரைவாலி, வரகு, சிறு தானியங்கள்... இவை மருந்துக்கும் இல்லையென்றாகி விட்டது. கம்பு, கேழ்வரகைத் தேடுவாரில்லை. தேரிக்காட்டில் பனையேறிகள், அந்தக் காலத்திலேயே படி ஐந்து ரூபாயானாலும் ''உங்கள் ஊர்க் கம்மம்புல் அவ்வளவு ருசியாக இருக்குமே'' என்று வாங்கிக்கொண்டு போனார்கள். தேரிமண் சூட்டை கம்மங்கஞ்சி குளிர்ச்சி அடித்துப் போக்கிவிடும்.

''இன்னைக்கு ரெண்டு காசை விட்டெறிஞ்சா அரிசி கெடைக்குது. எங்க வேண்ணாலும் கெடைக்குது. தேரிக்காரங்களே இருபது ரூபா கொடுத்து இந்த வெள்ளாவிச் சோத்தைத்தானே வாங்கிச் சாப்பிடுறாக...''

வெள்ளாவி போட்டு எடுக்கப்படுகிற துணிபோல், வெளுக்கப்படுகிறது அரிசிச் சோறு. பொன்னையன் நாலு எழுத்துப் படித்தவர். ராமாயணம், பாரதம் எல்லாம் பாராயணம் செய்வார். பழைய பாடல்களுக்கெல்லாம் ராகம்போட்டு படித்து விருத்தியுரை சொல்வார். இன்னும் சொன்னார்,

'தம் மக்கள் அளாவிய கூழ்' என்று வள்ளுவர் சொன்னாரே... அது எதை? இந்த வெள்ளாவிச் சோற்றையா? மெஷின்லே அரைபடற அதையா? உரலில் போட்டுக் கைப்படக் குத்தி, வெறகு அடுப்பு மூட்டி, மண்பானையில கிண்டி வடித்த கம்மங்கூழ் - அத்தனை ருசி. தேவாமிர்தம் மாதிரி. அதைத்தானே வள்ளுவன் படிச்சிப் படிச்சி சொன்னான்... 'தம் மக்கள் பிசைந்த கூழ்' என்று.

அவர், அவருக்குத் தெரிந்த கம்மங்கூழ் கொண்டுதான், வள்ளுவனை அளவிட்டார்.

அவர்களின் ஒவ்வொரு வசனத்திலும், பாட்டிலும், அவர்களுக்குள்ளிருந்து கிராமிய மனுசன் வெளிப்பட்டான்.

தென் மாவட்டங்களில் கையில் லேஞ்சி, காலில் சலங்கை கட்டி ஆடும் 'ஒயில் கும்மி' பிரசித்தம். அரிச்சந்திரக் கும்மி, இராமாயணக்கும்மி இரண்டும் சடங்கு, கல்யாணம், ஊர்ப்பொங்கல் என்று விழா நாட்களில் நடக்கும்.

இராமாயணக் கும்மி அடிக்கிறபோது, இராம, லட்சுமணரைத் தரிசிப்பதற்கு முன், குகனும் தோழர்களும் பேசிக் கொள்கிற வசனமும், பாட்டும் சென்னம்பட்டி ஒயில் கும்மி வாத்தியார் எஸ்.சிவசங்கரம்

பிள்ளை எழுதியது. இன்றைக்கும் அவர் 78 வயதில் கலங்காமல் அலைகிறார் ஒரு கலைமாமணி விருதைத் தேடி...

வியர்வைத் தண்ணி சிந்தாத, காலோடு கால் உரசிடாத, சதங்கைகளைப் பேச வைக்கிற தேர்ந்த ஆட்டக்காரர்களை அவர் உருவாக்கினார். கற்றுக் கொடுத்த வித்தையினால் கிடைத்த பலன் என்றார்கள். அவரிடம் வித்தை கற்றவர்கள் ஊர் ஊருக்கு இருந்தார்கள். அந்த வாசிப்பினால், அவர்களுக்கு சௌந்தர்யம் ஒரு கட்டு கூடிவிட்டது போல் தெரிந்தது.

ஒல்லி உடல், தரையில் கால் பாவாமல் பறக்கும் லாவகம், கீச்சுத் தொண்டை இதுதான் எஸ்.சிவசங்கரம் பிள்ளை என்ற ஒயில்கும்மி வாத்தியார்.

கிராமத்துத் தொழில்முறைக் கலைஞர்களுக்குச் சில குணாதிசயங்கள் முளைத்திருக்கும் - கொம்பு முளைத்தது போல.

முதலாவது, அவர்கள் தங்களுக்குத் தெரிந்த ஆட்ட வகைகள் அத்தனையையும் சொல்லிக் கொடுக்கமாட்டார்கள்.

இரண்டாவது - அடுத்தடுத்து தன்னையே கூப்பிட வேண்டும்; தான் இல்லாமல் அங்கே வேறெதுவும் நடந்து விடக்கூடாது; வேறெந்த வாத்தியாரையும் வரவிடாமல் பார்த்துக் கொள்வது.

மூன்றாவது - தன்னைவிடத் தொழில் நுட்பத்தில் கூடிய இரண்டு பாதங்கள், இரண்டு கைகள் உருவாகி விடாமல் பார்த்துக் கொள்வது. இதில் கிராமத்துக் கலைஞர்கள் மிகக் கவனமாக இருந்தார்கள். காலோய்ந்து, கையோய்ந்து போகும்வரை தன்னை விடக் கூடின ஆட்டக்காரர்கள் வராமல் பார்த்துக் கொள்வார்கள்.

இந்த வகை மனப்பித்தங்கள் எதுவும் இல்லாத, குணமான கலைஞர் ஒயில்கும்மி ஆசிரியர் சிவசங்கரம் பிள்ளை.

அவர் எழுதிய வசனம் :

குகன் பேசுகிறான் -

''ஏலே, பிச்சை, இன்றைக்கு இந்த இடத்திலே, வெகு நாட்களாகக் காத்திருக்கிறோம். ஒருவராவது ஓடம் கடத்த வரலையே. நம் பெண்டாட்டி பிள்ளைகள் எல்லாம் இன்றைய தினத்தில் பட்டினியாக இருக்கிறார்களே, அதற்கு என்னடா செய்யலாம்?''

குட்டையன்: இதற்கு என்னடா, செய்றது? என் பெண்டாட்டி, பிள்ளை கூட, இன்றைக்குப் பட்டினியாகத்தான் கிடக்கிறார்கள். ஆனா, இனி ஒரு யோசனைடா. ஆற்று மணல், குறுமணலாக இருக்கிறது. ஆளுக்கு ரெண்டு கை அள்ளி வயிற்றை நிரப்பிக் கொள்வோம்.

குகன்: அதுவும் சரிதான். இன்னும் கொஞ்ச நேரம் இருந்து பார்ப்போம். இல்லாவிட்டால், பகவான் விட்டபடி நடக்கட்டும். உனக்கு ஏதாவது ஒரு பாட்டு தெரிந்தால் சொல்லுடா.

குட்டையன்: எனக்கு ஒரு பாட்டும் தெரியாது. உனக்குத் தெரிந்தால் சொல்.

குகன் பாட்டு :

தன்னானம் தன்னானம் தன்னானம்
தன்னானே
தன்னான்னம் தன்னன்னம் தன்னானம்
இன்னைக்கு காலையில எந்திரிச்சு கடவுளே
கஞ்சி தண்ணிக்கில்லாம கஷ்டப்படுறேனே
கடவுளே
கொஞ்சம் கண்ணைத் திறந்து பாறேன் கடவுளே
என்னை இப்பிறப்பு பிறக்க வைத்தாயே கடவுளே.

ஒரு சல்லிக்கு ஒன்பது பச்சை மிளகாய் விற்றதெல்லாம்

ஒரு ரூபாயாய் போச்சேடா கடவுளே.

நாங்க எப்படித்தான் பிழைக்கப் போறோம் தெரியலே.

பச்சரிசி, சோளச் சோறு, மொச்சைக் கொட்டை

நமச்சல் பிச்சிப் பிடுங்குதேடா கடவுளே

நமச்சல் பிச்சிப் பிடுங்குதேடா கடவுளே.

குகனும், தோழர்களும், கிராமத்து மனிதனின் ரத்தத்தின் ரத்தமாக, சதையின் சதையாக இருந்தார்கள். கிராமத்து ஆத்மாக்களுக்கு இருந்த பிரச்சனைகள் ஓடம் கடத்துகிற குகனுக்கும் இருந்தன. தங்கள் வாழ்விலிருந்து, தங்களுக்குத் தேவையான மனிதர்களைப் படைத்தார்கள். அவர்கள் காவிய புருசர்களாக இருந்தாலும், கடவுளராக இருந்தாலும் தங்களில் ஒருவனாகப் படைத்தார்கள்.

அதிகாரக் கணக்கு

"தண்ணி எடுக்கிறதுக்கு இந்தா இது... சாப்பிடறதுக்கும் சமையலுக்கும் அந்தா அது. இப்ப யாரு மண்பாண்டத்தைத் தேடுறா?"

நல்ல சொல்தான். பிளாஸ்டிக் குடத்தையும் எவர்சில்வர் பாத்திரங்களையும் பொன்னையன் செட்டி காட்டினார்.

பெயரோடு செட்டி ஏன் சேர்ந்தது என்று புரியவில்லை. அதற்கு குல வரலாறு எதுவும் பின்னணியில் இல்லை. ஸ்தல வரலாறும் இல்லை. அவர்கள் மண்பாண்டம் வனையும் குயவர்கள்.

கரிசல்பூமி என்றாலும், மண்பாண்டம் செய்யத் தோதான மண் கிடைக்காது. களிமண், செம்மண் இரண்டையும் விலக்கி வைத்து விடுவார்கள். எங்கயோ ஒரு ஓடையின் வாகரையில், மான் கலரில் அந்த மண் கிடைக்கும்.

ஊர்க் கீழ்க்கோடியில் குயவர் வீடுகள் மொத்தம் ஐந்து. வீட்டை ஒட்டிய பொட்டலில் சூளை போடுவார்கள். மூட்டம் போட்டு, ஓட்டைகள் போட்டு ஓட்டைகள் வழியே, குத்துக் காளையின் சீற்றம்போல் பொசுபொசுவென்று புகை வெளியேறும். சூளை போடும் அழகைப் பார்த்துக் கொண்டிருந்தால் ஒரு அரை நாள் கண் மயக்கமாகிவிடும். வேகமான ஓட்ட கதிக்கு வசங்காமல், ஒரே சீரான வாழ்க்கைக்குள் கிடக்கும் மனசுக்குள் அந்த மயக்கம் தங்கும். வெந்த பாண்டங்களை எடுத்துவிட்டு, கீழே இருக்கிற சாம்பல், கரித்துண்டுகள்,

கட்டைகளை அள்ளுகிறதில் சூளை பள்ளமாகியிருக்கும். மழைபெய்து, கருத்த தண்ணீர் நிற்கும் சூளைப் பள்ளத்தில்.

மண்பானை சீக்கிரம் சூடாகாது. முள்விறகு வைத்து எரித்தால் உறைத்து சூடு தைக்கும். அலுமினியம், எவர்சில்வர் பாத்திரம் என்றால் வைத்ததுமே சூடாகிக் கொள்ளும்.

பொன்னையன் கைகள் களத்துமேட்டில் மிளகாய்ப் பழங்களை பாடுபார்த்துக் கொண்டிருந்தன. பானை வனைய, செய்ய உட்காருவதற்கு ஒரு வாகு இருந்தது. குத்துக்காலிட்டு உட்காருதல்; மீதி நேரம் குனிந்துகொண்டுதான் சக்கரம் சுற்றி வனையும் வேலை. அதே குத்துக்கால் வாகுதான் பொன்னையனுக்கு இப்போதும்.

சச்சதுரமாக மிளகாய்ப்பழம் காய்ந்தது.

முதலில் வட்டக் காய்ச்சல், வட்டமாகப் பரத்திக் காயப் போடுதல், சுள்ளென்று வெயிலில் மூன்று நாள் காய்ந்ததும் சதுரமாய் நெருக்கமாகக் குவித்துச் சதுரக் காய்ச்சல் போடுவார்கள். ராத்திரி வெம்பா (வெண்பனி) பெய்தாலோ, மழையடித்தாலோ, வத்தல் செம்பறை தட்டிவிடும்.

(செம்பறை - செம்மறியாட்டு நிறம்)

சன்னம் சன்னமாய் குயத்தொழிலை ஏறக்கட்டிவிட்டு, விவசாயி ஆக மாறிவிட்டார்.

"நம்ம பாடு படுத்திருச்சி, முன்னெல்லாம் காட்டு வேலைக்குத் தலைவைக்க மாட்டோம். நீங்க பாத்திருப்பீங்க. முன்னை மாதிரி மண்பாண்டங்களுக்குத் தேவையில்லைன்னு ஆகிருச்சி. இப்ப புரட்டாசியிலிருந்து தை வரையிலும் களையெடுப்பு, கதிரறுப்பு, காட்டு வேலை இப்படித்தான் வண்டி ஓடுது. தை மாதத்திலிருந்து ஒண்ணு, ரெண்டு சூளை போடுறது. வெளியூருக்குக் கொண்டு போய், ஊர் ஊராய் வித்தால் ஒண்ணு ரெண்டு செல்லுபடியாகும். அப்புறம் வீட்ல வந்து தானா கேக்கறவங்களுக்கு ஒண்ணு, ரெண்டு கொடுக்கிறது"

அவர்களின் கடந்த காலம் குளுச்சியாக இருந்தது. முப்பது வருசத்துக்குள் குளுச்சி தலைகீழாய்ப் புரண்டுவிட்டது. வாழ்வின் பக்கங்கள் சடசடவென்று வெடித்து எரியும் ஓசை உடலின் வழியாகக் கேட்பது போல் நரம்பாகிப் போன தேகம். எரியும் காங்கையிலிருந்து தப்ப விவசாயத்தில் கொஞ்சம் ஒதுக்கம் கிடைத்தது.

அந்தக் காங்கையை ஒரே தாவாய்த் தாவி அப்பால் போய் விழுந்தவன் அவருடைய தம்பி சக்கரை.

பிழைக்கத் தெரிந்தவன்! சனங்களின் போக்கு எப்படி இருக்கிறது என்று சரியாக நாடி பிடித்துப் பார்த்தான். மொத்த சமூகத்தின் நாடியும் ஒரு புது மோகத்தில் துடித்தது தெரிந்தது. அந்த வழியிலேயே போனான். ஒரு தள்ளுவண்டி வாங்கினான். பிளாஸ்டிக் குடம், எவர்சில்வர் பாத்திரங்கள் சகலமும் கலப்படமாய் முக்குக்கு முக்கு கொண்டுபோய் விற்க ஆரம்பித்தான். டவுன் விலைக்கே இங்கே கிடைக்கும்னு தெரிஞ்சதும் சனங்கள் வாங்கத் தொடங்கிவிட்டார்கள். பிறகு பிளாஸ்டிக்கோ, எவர்சில்வரோ, எதுவென்றாலும் தவணையில் கொடுத்து வாங்க, அவன் கொடி பறக்க ஆரம்பித்துவிட்டது.

அவன் டவுனில் நல்ல இடமாக எடுத்து நாளைக்கே கடை கூடப் போட்டுவிடலாம். வியாபாரத்தில் கிடைக்கிற துட்டு, விவசாயத்தில் இல்லை. குலத்தொழில் பெருநாசம்.

பொன்னையன் தம்பி சக்கரை, பிளாஸ்டிக் பண்ட பாத்திரக் கடைக்கு மாறியது போல சிவசங்குவோட தம்பி முருகேசன், ஒரு சலவையகம் வைத்தான். முடிவெட்டும் தொழிலாளி கிராம இருட்டிலிருந்து பிதுங்கி பக்கத்து டவுனில் ஒரு முடிதிருத்தகம். பாரம்பரியத் தொழிலில் தான் கொஞ்சம் ஒதுக்கம் கண்டிருக்கிறார்களே தவிர, எங்கேயும் யாரும் புதுத்தொழிலில் புதுவெள்ளத்தில் இணைந்த காட்சிகள் இல்லை.

"அந்த மட்டுக்கும் நல்ல நேரத்தில் காலடி எடுத்து வெச்சிப் போயிருக்கீக..."

பா. செயப்பிரகாசம்

நான் ஊரைவிட்டு அகன்ற காலத்தை பொன்னையன் சொன்னார் ''நீங்க ஒரு உயர்வுக்கு வந்துட்டீக. மற்றதுகளையும் ஒண்ணொன்னா கைதூக்கிவிட்டுக் கரைசேத்துட்டீக. எங்கள மாதிரியா? குலத்தொழில்தான் அப்படீன்னா விவசாயமும் சூதாட்டமாக ஆகிருச்சி...''

வருத்தப்பட்டு அவர் பேசிக் கொண்டிருப்பதைக் கவனித்து சைக்கிளில் வந்த பாலையா,

''நீங்க நாப்பதாம் ஆண்டு ஆளு'' என்றான்.

''அது உண்மைதான். நாப்பதாம் ஆண்டுல இருந்த சுகம், வாழ்க்கை இப்ப இருக்கா? ஆனை இருந்து அரசாண்ட இடத்தில பூனை இருந்து புலையாட்டு ஆடுது''

பதிலடி கொடுத்தார் பொன்னையன்.

அந்த வருசம் மத்தியில் மழை இல்லை. தொயந்து காலத்திலும் மழை கிடையாது. பஞ்சுப் பொதியில் மை தெளித்தது மாதிரி, மேகம் கூடினால் சனங்கள் வீதி முக்கில் வந்து அதிசயமாய்ப் பார்க்கிற நிலைக்கு மழை வைத்துவிட்டது.

கண்மாயில் குடிக்கவும் ஆகமாய்த் தண்ணீர் இல்லை. வறண்ட கண்மாயில் அங்கங்கே ஊத்துத் தோண்டி இறவைத் தண்ணீர்தான். வாளிகள் நெரிபடுகின்றன. 'செம்பறட்டாம் பாறைகளில்' மோதி வாளிகள் கீழிறங்குகின்றன.

கரை மேல் இருக்கிறது ஒரு கிணறுதான். தண்ணி சவர் அடித்தது. அதற்கும் ஒரு ரகசியம் இருந்தது.

''எங்களுக்குக் கணக்கு 60 அடி ; 60 அடி ஆழத்துக்கு ஒங்க ஊருக்கு கிணறு அனுமதி ஆகியிருக்கிறது'' என்றனர் மெத்தப் படித்த அதிகாரியும் பொறியாளரும். ஊர் மக்கள் என்ன சொன்னாலும் அவர்கள் கேட்டால்தானே?

''ஓங்க கணக்கு 60 ஆகவே இருக்கட்டும். பேரேட்டில் அப்படிப் பதிவு செய்துக்கோங்க. இங்க 40 அடிதான் நல்ல தண்ணீர்க் கணக்கு. தேங்காய்த் தண்ணீர் மாதிரி தித்திப்பாய் வரும். அதற்கும் கீழே போனால் விளங்காது. தண்ணீர் வாகு அப்படித்தான் ஓடுது''

ஊர்க்காரர்கள் எவ்வளவோ சொல்லியும் அதிகாரிகள் கிணுங்கவில்லை. அதிகாரக் கணக்குப்படி 60 அடி தோண்டி எடுத்துப் போட்டுவிட்டுப் போய்விட்டார்கள்.

கிணறு தோண்டி ஒண்ணுக்கும் விளங்காமல் போய்விட்டது. 'என்னையும் பாரு என் வவுசையும் பாரு' என்று மூளியாய்க் கிடந்தது அரசாங்கம் தோண்டிய கிணறு.

சாதாரண விவசாயிக்கு இருக்கிற அனுபவத் தெளிச்சி, நகரக் கரைகளில் கோப்புகளையும் ஏடுகளையும் ஆய்ந்து கொண்டிருக்கிற அதிகாரிகளுக்கும் வேளாண்மை விஞ்ஞானிகளுக்கும் சுட்டுப் போட்டாலும் வராது.

மக்களைப் படிக்காமல், வெறும் ஏடுகளை மட்டும் படித்துவிட்டு வருகிற அதிகாரிகளால் விவசாயிக்கோ, விவசாயத்தை நம்பிப் பிழைக்கும் சனங்களுக்கோ சல்லிக்காசு பிரயோசனமில்லை.

அந்தக் கிராமம் ஒரு சிரங்கைத் தண்ணீருக்காக ராத்திரி, பகலாய் கண்மாய்க்கும் வீட்டுக்கும் அலையாய் அலைந்தது. பெண் பிள்ளைகள் வாளியை ஊத்துக்கிணற்றில் இறக்கிவிட்டுக் காத்திருக்கிறார்கள்.

அப்படியொரு ராத்திரியில், தூக்கக் கலக்கமோ என்னமோ... இடது பக்க இடுப்பில் குடம். குடத்தை அணைத்த கைகளில் வாளி. வலதுகையில் அரிக்கேன் விளக்கு. பொன்னையன் மகள் மாதாரி ராத்திரி தண்ணிக்குப் போனாள். ஒவ்வொரு ஊத்திலும் அங்கங்கே அரிக்கேன் விளக்குகளுடன் நடமாட்டம். அரிக்கேன் விளக்கு நிழலில் ஆவிகள் நடமாடுவது போல் இருந்தது. பொன்னையன் மகள் மாதாரி எப்படி உட்கார்ந்தாளோ, எப்படிக் குனிந்தாளோ... வாளி இழுக்கும்

போது அப்படியே குப்புற அடிக்க விழுந்தாள். செம்பாறையில் தலை மோதி 'சளக்' என்ற சத்தம் மட்டும் வந்தது. கீழே ஊத்துப் பள்ளத்தில் வில் தெறித்த குஞ்சுபோல் கிடந்தாள். காலைவரை யாரும் பார்க்கவில்லை. ஒரு பானைத் தண்ணீருக்காக, அவரவர் ஊத்தைக் கிளறிக்கொண்டிருந்தார்கள். ஊத்துத் தண்ணீரில் ஊறி ஊறி சடலம் மிதந்தது.

"பதினாறு வயது மகளைப் பலி கொடுத்திட்டு, பரிதவிக்கிறேனே தம்பி..." பொன்னையன் கோவென்று கதறினார்.

"ஒத்தைக்கு ஒத்தையா ஒரு பொண்ணு, அவளையும் புதைச்சாச்சே"

மிளகாய்ப் பழங்களை அளைந்து கொண்டிருந்த கைகள் அப்படியே நின்றன. தாரை தாரையாய் கண் சொரிந்து கொண்டிருந்தது. இரண்டு கைகளையும் என்னை நோக்கி விரித்தபடி, "இதெல்லாம் எதுக்கு தம்பி... இனிமே பாடுபாட்டு நா யாருக்குச் சேத்து வெச்சி என்ன செய்ய?" காய்ச்சலுக்கு கிடந்த மிளகாய்ப் பழங்களைக் காட்டியபடி, குத்துக்காலிட்டு நிலை குத்தி நின்றார்.

நகரத்து சொகுசில் திளைக்கிற அதிகார மிதப்பில் இருக்கிற அதிகாரிகளுக்கு கிராம மக்களின் வாழ்வியல், உளவியல் சொல்லித் தர வேண்டும்.

சிவசங்கு

ஊரின் மேற்கில் 'காலாங்கரை' ஓடைக்கரை மேல் பெரிய அரசமரம். 'என்ன ரொம்ப தளந்திட்டீங்களே' என்று கேட்கலாம் போல இருந்தது அதனிடம்.

நகரத்திலிருந்து விடுமுறையில் ஊருக்கு வருகிறபோது,

''என்ன, மலையப்பா, சௌக்கியமா?''

''என்ன, தம்பி சௌக்கியமா?''

''எப்ப வந்தீக, மாப்பிள்ள?''

''வாங்கண்ணே, அங்ஙன எல்லோரும் நல்லா இருக்காங்களா?''

உறவுகள் தொட்டு பலரும் விசாரிப்பார்கள். கேட்கக் கேட்க மனதுக்கு வெதுவெதுப்பு. அருந்தலான மழையில் முகம் ஏந்தி நிற்கும் 'ஜில்' என்கிற சுகம்.

நூறு வயசிருக்கும் அந்த அரசமரத்துக்கு! ஊரில் 'படுக்காளி'ப் பயல்களின் பால்யம் அரச மரத்தைச் சுற்றித்தான் பின்னப்பட்டது.

(மோசம், படுமோசம் ஆவது. சுட்டி, படு சுட்டி ஆவது; அதுபோல, காலி, படுகாலி ஆகி, பேச்சுவழக்கில் படுக்காளியாகி விட்டது. படுக்காளித்தனம் என்றால் போக்கிரித்தனம் என்று பொருள்)

''அரச மரத்தைப் பிடிச்சிட்டா, விட மாட்டீங்களே''

பெரியவர்கள் இழுத்துப் போவார்கள்.

அரசமரத்தில் பெரிய பெரிய பொந்துகள். உள்ளிருந்து விசப்பாம்பு, படக்கென்று போட்டாலும் போச்சு. அரசமர முண்டில் தூரோடு பாம்புப் புத்து. புத்துக்கு எதிர்ப்பக்கமாய் மரத்தைப் பிடித்து சிவசங்கு ஏறுவான். எப்போது மரம் ஏறினாலும் மரத்தைத் தொட்டுக் கும்பிடுவான் சிவசங்கு. இறங்கும்போது ஞாபகமாய்க் கும்பிட வேண்டும்.

பொந்துகளில் கோவங்கனி போல் வாய் திறந்து தாய்க்காகக் காத்துள்ள கிளிக்குஞ்சுகள், வாயில் விரலை விட்டால் 'சப் சப்'பென்று தின்னும். தாய்க் கிளிகள் லாந்தி வட்டமிடுவதற்கு முன்பே, தைரியமாய்க் கைவிட்டு, கிய்யா, கிய்யா என்று குஞ்சுகள் கத்தக் கத்த எடுத்து வழங்குவான் சிவசங்கு. தாட்டிக் கொப்பில் உட்கார்ந்து வாங்கி வாங்கி பைக்குள் திணிப்பான் மலையப்பன். (தாட்டிக் கொப்பு - தாழ்ந்த கிளை) இரை தேடப் போன தாய்கள் வருமுன், ஓட்டம் கிண்ணி விடுவார்கள்.

மழைக் காலத்தில் இடி இடிப்புக்கு, மின்னல் வெட்டுக்கு, கூட்டம் கூட்டமாய் விதம் விதமான குருவிகள். ஆகாய வழி பறந்து, தோப்புகளில் வந்தடையும். நாட்கணக்கில் பறந்து, கண்டம் விட்டு கண்டம் தாவிக் கூட வருமாம்.

மற்றவர்கள் குருவி தெறிக்கிற ரப்பர் வில்லை (உண்டை வில்) சிவசங்கு கை தொடாது. வல்வில் ஓரியின் வில் போல் வளைந்த மட்டை வில் தான்.

அம்புக்குப் பதில் கிண்ணென்றிருக்கும் காயவைத்த மண் உருண்டை அல்லது சின்னச் சின்னக் கல். சிவசங்கு சிட்டுக் குருவி, செங்கருட்டி மாதிரி சின்னக்குருவிகள் தெறிப்பதில்லை. குயில், புறா, காஷ்கரட்டி, கானாங்கோழி ஆகிய பெரிய பறவைகள் தெறிப்பான்.

குருவி தெறிப்பதில், கருமணியின் நடுவிலிருந்து புறப்படும் கூர்மையான பார்வை அவனுக்கு.

ஊரில் சில பேருக்கு சித்திரைச் சுளி என்று பெயர். அதில் 'கெட்ட பய' சித்திரைச் சுளி என்று பேரெடுத்தவன் சிவசங்கு.

பள்ளிக்கூட கொடி மரத்து நுனியில் அணில் குஞ்சுபோல் ஆடி, கீழே விழுந்து கை ஒடிந்து போனது. ''சொன்னா கேக்க மாட்டேங்கிறானே? ஒரு சொல்லாவது, பட்டாத்தானே தெரியும்?''

அப்பன் புலம்பிக் கொண்டே கை கட்ட செத்தாளத் தேவரிடம் கூட்டிப் போனான். தெற்குச் சீமை, கீகாடு, மலங்காடு என்று தூர தூரப் பிரதேசங்களிருந்தெல்லாம் எலும்பு முறிவுக்குத் தேவரிடம் கட்டு கட்டிப் போவார்கள்.

2

''அம்மா சொன்னாக. நீங்க வந்திருக்கிறதா. கம்மாய்க் கரைப் பக்கம் போயிருக்காரு. எதிர்த்துக் கண்டுக்கோன்னு சொன்னாக''

அதல பாதாளத்தில் கிடக்கிற சிவசங்குவின் கண்களை, எனக்கும் பிரயாசைப்பட்டுத் தேட வேண்டியிருந்தது.

''ஆள் அடையாளம் தெரியுதா? இப்ப எனக்கும் பார்வை கம்மியாயிருக்குது, ரெட்டை ரெட்டையாய்த்தான் தெரியுது'' என்கிறார் சிவ்சங்கு.

எனக்குத் தெரியவில்லை. சட்டென்று, நினைவில் பிடிபடாமல் போய் பராக்குப் பார்ப்பது போல் 'கம்மாயில் தண்ணியில்லயோ?' என்று கேட்டேன்.

''இன்னைக்கு நம்ம நிலைமையும், இந்த கம்மாய் கெணக்காத்தான் ஆகிப் போச்சு'' என்றவர் ''ஒங்களுக்கே அடையாளம் தெரியலயா? கொடுமை தான்'' என்கிறார்.

ஒவ்வொரு ஓவியருக்கும் ஒரு தனித்தன்மை ஒட்டியிருக்கும். ஒரு ஓவியரின் எல்லா ஓவியங்களிலும் ஏதாவது ஒரு வண்ணம் தூக்கலாக இருக்கும். அல்லது ஏதாவது கோடுகள் அதிகமாக இருக்கும், ஆனால்

என் எதிரே கண்ட அந்த ஓவியத்தில் பழைய உடம்பின் தூக்கலான அம்சங்கள் எதுவுமே காணக் கிடைக்கவில்லை.

நாற்பது வருச வாழ்க்கை ஓட்டம் கிராமத்துப் பழைய ஓவியங்களை தூசு தும்பு அடையச் செய்து வைத்து மங்கலாக்கி விட்டது.

அரசாங்க அதிகாரி பதவியில் நான் சவாரி செய்வதாக நினைத்தவர்களில் சிவசங்குவும் ஒருவர். ஒருபோதும் நான் சுக சவாரி போனதில்லை. மாறாக பதவி என் மீது சவாரி செய்தது. ஒரு சவலைப் பிள்ளைக்குத் தகப்பன் போல், நான் அதைத் தூக்கிச் சுமக்க முடியாமல் சுமந்து கொண்டிருந்தேன். புழுத்துப்போன சொறிநாயைக் கூட தூக்கிச் சுமந்து விடலாம். ஆனால் இந்த அதிகார (உத்தியோக) சுமை மிகவும் அருவருப்பானது. அந்த அருவருப்பான நாயைத் தூக்கித் தலையில் சுமந்து, புண்களிலிருந்து அழுகலும், சீழும், புழுக்களும் முகத்தில் வடிய சொர்க்கத்திற்கு நடை பயணம் போய்ச் சேர்ந்துவிட முடியும் என நினைத்தேன். சிவசங்குவுக்கு புரிய வைக்க முடியும் என்று எனக்குத் தோன்றவில்லை.

கந்தலும் கதுக்கலுமாய் மிதக்கும் கால்வாய்த் தண்ணீரில் துணியை முக்கி துவை கல்லில் தப்பிக் கொண்டிருந்தார் பரமசிவம். தப்பிப் போட்ட துணியை ஒரு பெண் சுமந்து கரை மேலே காயப் போட்டாள். சிவசங்குவும், பரமசிவமும் அந்த கிராமப் பொருளாதார நசிவின் அச்சுக்களாகத் தென்பட்டார்கள்.

"அவர் தண்ணில நிக்காரு. நா கரையில் நிக்கேன்"

சிவசங்கு சொன்னார்.

நான் திகைத்தபோது பரமசிவம் விடுவித்தார். "அவர் இப்ப துவைப்பு செய்றதில்ல, தேய்ப்பு மட்டும்தான். துணி எடுக்க வேண்டாம். துவைக்க தண்ணி தேடி ஓடை ஓடையா ஓட வேண்டாம் எங்கள மாதிரி. வீட்டுக்கு வீடு சட்டி ஏந்த வேண்டாம். துணி கொண்டு வந்தா தேய்ச்சி மட்டும் கொடுக்கிறது. ரெண்டாவது இப்ப யாரு

ஏகாலியை (சலவைத் தொழிலாளி) மதிக்கறா, ரின் சோப்பு, சர்ப் பவுடர் காலமா ஆகிப் போச்சு"

இனி சிவசங்குவின் வார்த்தைகள் வழியாக பரமசிவத்தின் வாழ்க்கை வாசிக்கப்படுகிறது.

திடகாத்திரமான தேகம். இன்னைக்கு என்ன நிலைமையில் இருக்காரு பாக்கறீங்களே, உடம்பு வில்கூடு; கால் பெருவிரலோட உள் விரல் மடங்கி சேர்ந்து பரத்தி பரத்தி வைக்கிற தவக்களை நடை.

"சோப்புக் கரைசல் போல, சேறு கலங்கின தண்ணியை ஊத்திலிருந்து (ஓடையிலிருந்து) தொட்டியில் எடுத்து ஊத்துதே, அது இவரு பொண்ணுதான். அந்தப் பொண்ணு இருக்கிற வரை, இவருக்கு ஆதாரம். அதுதான் துணி தப்பி முறைச் சோறு எடுத்து, அப்பனைக் காப்பாத்துது. இந்தக் கூட்டில உயிர் தங்கியிருக்கிறது அவளாலதான். அது நாளைக்கு ஒருத்தன் கைல பிடிச்சிக் கொடுத்து அவனோட போயிருச்சின்னா, இவரு பாடு பெரும் பாடுதான்" பரமசிவத்தின் வாழ்க்கைச் சரிதத்தை, பருவட்டான வார்த்தைகளில் சொல்லிவிட்டார் சிவசங்கு.

கைகளுக்குள் அகப்படவில்லை வாழ்க்கை. வாழ்க்கை உலைமானம் ஆகிக் கொண்டே போகிறது.

நாளைய வாழ்க்கையின் புதிய காற்று அவர்களுக்குத் தென்படக் காணோம்.

கால்கள் உறுதியாக இல்லை. ஆற்றோட்டத்தில் மணல் பரியாமல் நழுவுகிற காலடிகள் போல் பிடிமானம் அற்று நழுவுகிறது. மரணம் அவர்கள் லட்சியமென்றால் அதுவும் வெகுதூரத்தில் கிடக்கிறது.

பரமசிவம் சொல்கிறார் "அப்படித் தவங்குன காலத்துல நாலு வீடு இல்லாமயா போயிடும்? சட்டியை ஏந்திக்கிட்டு, சோறு போடுங்க தாயேன்னு ஏறி இறங்கினா, ஏகாலி வந்திருக்கான்னு போடாமலா போயிருவாங்க"

பா. செயப்பிரகாசம்

சிவசங்கு அமர்ந்த மாதிரி சொன்னார். "திருவாலங்காடுடைய ஈசனார்க்கே ஓடு ஏந்தித்தான் ஜீவனம். ஈசனார்க்கே அந்தக் கதி"

சிவசங்கு - 2

பளிச்சிடுகிற ஒரு கோடையில் தவசியப்பன் காவடி எடுத்தான். ஒவ்வொரு வீடாகப் போய் ஊர் சுற்றி வர கோழி கூவி விடும். இப்படி ஏழெட்டு ஊர் சுற்ற வேண்டும். அப்படியே திருச்செந்தூர் நோக்கி நடைப் பயணம்.

காவடி ஆட்டத்திற்குத் துணையாக குறவன், குறத்தி ஆட்டம், தெம்மாங்கில் நாலு, வில்லுப்பாட்டில் நாலு, கூத்து, நாடகம் மாதிரி ஒண்ணு என்று முழுக்க முழுக்க கிராமியத் தெருக்கூத்து கதம்ப நிகழ்ச்சி. இப்போதுதான் சினிமாக் கவர்ச்சி எங்கயும் பெருகி, 'சிங்கு சிங்கு' என்று குதிக்கிறது. பழைய காலத்தில் தெம்மாங்கு மெட்டில்தான் பாட்டுக்கள். ஏற்ற இசைத் தெம்மாங்கு, சரிக்குச் சரி கலந்து இருக்கும். எதுகைக்கு எதுகை, மோனைக்கு மோனை பொருத்தமாய்ப் போடுவது, ஏற்ற இசைத் தெம்மாங்கு.

வீடுகளில் ஒவ்வொரு முற்றமாய் காவடி ஏறி இறங்கும் வேளையில், வீதி முக்கில் குறவன் குறத்தி கதம்ப ஆட்டம்.

ஊர்ப் பொங்கல் சமயத்தில், இதே கத்தாளம்பட்டி செட் தான் கதம்ப ஆட்டம். எல்லாம் கொச்சை! பலர் உள்ளுக்குள் 'பொசு பொசு' என்றிருந்தார்கள்.

குறிப்பாக மாமியார் ஆட்ட நிகழ்ச்சி.

"தண்ணிக் குடம் எடுத்து

ஏ, சினுக்கான், கொட்டுக்கூடை,

தாரணியாள் தண்ணீக்குப் போறேன்

ஏ, சினுக்கான், கொட்டுக் கூடை"

ஆம்பிளைதான் பொம்பிளை வேடம் கட்டி, இடுப்பை இடுப்பை ஆட்டி, கையை வெட்டி முகத்தை வெட்டி மாமியாராக வருவது. வந்ததும் கூட்டமெல்லாம் சிரித்தது.

''அத்தை, அத்தை மாமியாரே - எங்க

அப்பன் கூடப் பிறந்தவளே''

என்று மருமகன்கள் கேலிசெய்ய, கொச்சை வட்டில் வட்டிலாய் இறக்கியது.

''யோவ், நிறுத்துய்யா'' சிவசங்குதான் சத்தம் கொடுத்தது. முப்பது நாள் விரதம் காத்து, கவிச்சி கிவிச்சி அண்டாமல் பதமாய்ப் பாதுகாத்து வந்த காவடி நோன்பை, பொருத்தமில்லாமல் அசிங்கப்படுத்தி விடுகிறார்களே என்ற வருத்தம் அவருக்கு. 'பொசுக்' கென்று கோபம் வந்துவிட்டது ஆட்டக்காரர்களுக்கு.

'சக்' கென்று ஆட்டம் நின்று விட்டது.

''எங்களுக்கென்னய்யா வந்தது? கூப்பிட்டாங்க, ஆடுறோம். டே, புறப்படுங்கடா'' மாமியார் வேடம் கட்டியவர்தான் ஆட்டக்காரர்களுக்குத் தலைமை, ஆட்டக்காரர்களைக் கூட்டிக் கொண்டு, வட்டத்தை விட்டு வெளியேறினார்.

ஆட்டம் ஏற்பாடு செய்தவர்கள் ஓடி வந்தார்கள் ''யார், யார் நிறுத்துனது? எதுக்கு?''

''நாங்க ஒன்னும் நிறுத்தச் சொல்லலே. கொச்சை, கொச்சையா ஆடாதே. திருத்தமா ஆடுன்னு தான் சொன்னோம்'' சிவசங்கு பேசினார்.

''எதுய்யா கொச்சை? அதுக்கு ஏற்பாடு பண்ணின நானில்லே சவாப்தாரி. உரியதாரி சொன்னால்தானே போகணும். நீங்க ஆடுங்கண்ணே''

ஒரு பக்கம் காவடி இன்னொரு பக்கம் கொச்சை வீசிய கதம்ப ஆட்டம். அவர்கள் கட்டிக்காத்து வரும் புனிதம் கேலிக்குரியதாக ஆக்கப்பட்டு விட்டது. ஊருக்கு ஏத்தது தனக்கு என்று சிவசங்குவும், பொன்னையனும் 'தன்னக் கட்டிப்' போயிருக்க முடியும். ஆனால் அவர்கள் என்ன உணர்ந்தார்களோ, அதுதான் ஊரின் இயல்புணர்வாக இருந்தது.

குதிரையாய் பாய்ச்சலுக்குத் தயாராய் நின்ற ஆபாசப் போக்கினை நின்ன நிலையிலேயே லகானைப் பிடித்து நிறுத்திய முதல் புரட்சிக் குரல் சிவசங்குவின் குரல். சின்னப் பயல்களாகிய நாங்கள் அதிசயித்துப் பார்த்தோம்.

"கிருத்தரியம் பிடிச்ச பய" பெற்றவர்களின் பாட்டு.

"எடக்கு முடக்காப் பண்ணிக்கிட்ருப்பான்" இது ஊரின் வாய்

"அக்குறும்பான பேச்சில்லே" பிடிக்காதவர்களின் பழிப்பு

சிவசங்குக்கு உரியவை இவை. அது எங்களுக்குத் தெரியும்.

ஏற்கெனவே சமுதாயத்தில் நிலவுகிற கருத்துகளுக்கு எதிராக ஒரு கருத்தினை வைத்து கலகம் செய்கிறவர்களுக்கு சூட்டப்படுகிற அடைமொழிகள், அப்படியே சிவசங்குவுக்கும் பொருத்தப்பட்டன.

அவள் காது வளர்த்த பொம்பிளை. காது வளர்த்து தண்டட்டி போட்டிருந்தாள். 'பொண்டாட்டிய வித்து தண்டட்டி வாங்குன மாதிரி' என்பதற்கு நேர் எதிர்க்கதை இந்த பொம்பிளையுடையது. தண்டட்டி வாங்கிக் கொடுத்தாத்தான் ஆச்சு என்று புருசனை ரொம்ப தூரத்துக்கு அலப்பரை பண்ணியிருக்கிறாள். இருக்கிற மாடு கன்றை வித்து, தண்டட்டியைச் செய்து போட்டுவிட்டு மானஸ்தனான புருசன்காரன் கண்காணாத காட்டுக்கு ஓடிப் போய்விட்டான். எங்க போனான், என்ன ஆனான், உயிரோடு இருக்கிறானா இல்லையா என்று இன்னைவரை தெரியாது.

எப்போதும் இடைவாரில் சூரிக்கத்தியைச் சொருகித் திரியும் ஒரு சண்டியர். கீகாட்டு ஆள். இந்த தண்டட்டிக்காரி ஒத்தையாய் அலைவதை நோட்டம் விட்டுக் கொண்டிருந்திருக்கிறான். ஏதோ ஒரு விசேஷத்துக்குப் போய்விட்டு, ஊர் திரும்புகையில் நடுக்காட்டில் மடக்கினான். கத்தியைக் காட்டி, 'நகையைக் கழற்றிக் கொடு' என மிரட்ட, இவள் முடியாது என்று அலற, இரண்டு காதுகளையும் பொத்திக் கொண்டு தரையில் குன்னிப் போய் உட்கார்ந்தாள். கதறக் கதற காதை அறுத்துக் கொண்டு போய்விட்டான்.

மறு நிமிசம் ஊரில் தீ மாதிரி தாக்கல் பரவியது. சிவசங்கு மூங்கில் வில் ஆயுதத்தை ஏந்தினார். இன்னும் தெளிவான இளவட்டங்கள் மூன்றுபேர் ஊடுகாட்டு வழியே ஆளுக்கொரு திசையாய்ப் போனார்கள். களவாணி நகையைப் பறித்துக் கொண்டு தொலைதூரம் போயிருக்க முடியாது. எங்கேயாவது ஓடைக்காட்டில் ஒளிந்து கொண்டிருக்க வேண்டும். அப்படித்தான், ஓடை வழியே பள்ளத்தில் பம்மிப் பம்மி போய்க் கொண்டிருந்தான் களவாணி. நூறு அடி இடைவெளியில், எதிரே நின்று வில்லை உயர்த்தினார் சிவசங்கு. ''ஒழுங்கா, எடுத்ததை கொடுத்திட்டுப் போயிரும். இல்லேன்னா, ஒமக்காச்சு, எனக்காச்சு''

தாயமாடிய படிக்கே சண்டியர் தப்பித்துவிட யோசித்திருப்பான் போல் தெரிகிறது. வில்லிலிருந்து சண்டியரின் நெற்றிப் பொட்டில் 'ரப்'பென்று பாய்ந்தது உருண்டைக் கல். அப்படியே சுருண்டு விழுந்தான் சண்டியர்.

சரித்திரக் கதைகளில் வரும் வீராதிவீரனைப் போல எங்களுக்கு உயர்ந்து தென்பட்டார் சிவசங்கு. அவ்வளவு தொலைக் காட்டில், ஓடைக்காடுகளில் நரி அலையும் தடங்கள் தென்படும். பயம் மென்னியைக் கவ்வும். சத்தம் போடாமல் அங்கே பிடித்த ஓட்டம் ஊர் மந்தையில் வந்துதான் நின்று காலாற்றிக் கொள்வோம். பின்னொரு நாள் ஓடை வழியே நடந்து போய், இதுதான் சண்டியர் விழுந்த இடம் என்று அதிசயத்துடன் காட்டிப் பார்ப்போம்.

வீரம் விளைந்த சுவடுகளை நினைவுபடுத்தியபோது சிவசங்கு ஒரு சிரிப்பால் அதை மறைத்தார். "அது ஒரு காலம். இப்ப நெனைச்சாலும் செய்ய முடியுமா? காலத்துக்கு ஏற்ற மாதிரி இடம், பொருள் ஏவல் என்று இருக்கில்லியா?" என்றார்.

சமுதாயத்தில் நம் கண்ணெதிரே தெரிகிற கோளாறுகளை எதிர்த்து பதிவு செய்கிற ஒரு ஆத்மா சிவசங்கு. அதற்குத் தனி தைரியம் வேண்டும். எவனொருவன் தனது உள் ஆத்மாவுடன் மறித்து மறித்து 'இது சரி, இது தப்பு' என்று போரிடுகிறவனாக இருக்கிறானோ, அவனே மற்றவர்களின் வழித் தவறல்களின் போதும், தைரியமாக போரிடுகிறவனாக இருக்கிறான். ஆத்மார்த்தமாக சண்டையிடுதல் என்பது இதுதான்.

சிவசங்கு - 3

அரை இருட்டான காலை நேரம். சென்னை பிராட்வே பேருந்து நிலையத்தில் சிவசங்கு வந்திறங்கினார்.

முழித்திருக்கிறபோதே, முடிச்சவிழ்க்கிற பயல்கள் நிறைந்த இடம். தெத்துவாளிப் பயல்கள் நிறைய அலைகிற பட்டணக்கரை அது என்று கேள்விப்பட்டிருக்கிறார்.

பசுமாடு விற்ற பணம் ரூ. 2000. மகளுக்குப் பிரசவ நேரம் தன் பங்குக்கான பசுமாட்டை விற்று பணம் கொண்டு வரும்படி அண்ணன்காரர் சொல்லி அனுப்பியிருந்தார். தூக்கச் சடைவாய் இருக்கிற நேரம் பார்த்து தூக்கிக் கொண்டு போய் விடுவார்கள்; பிளேடு போட்டு விடுவார்கள் என்று துணிப் பையில் வைக்காமல் சட்டையில் உள் பக்கம் பை தைத்து வைத்துக் கொண்டார். சூதானமாய் வந்திறங்கினார்.

இறங்கி, நடக்கிறபோது "அண்ணே மணி என்ன?" ஒருத்தன் இருட்டிலிருந்து கேட்டான்.

"நீங்க கடிகாரம் கட்டறதில்லையா?" என்றார் சிவசங்கு.

"என் கடிகாரம் ஓடலே, அதனால கேட்டேன்" அவர் முகத்துக்கு முன்னே கையை நீட்டிக் காட்டினான்.

"ஓட்டைக் கடிகாரம், இது என்ன மதிப்பு போகும்?" என்று கேட்டான் அவன். இப்போது நேருக்கு நேர் அவர் பாதையை மறித்திருந்தான்.

"அதெல்லாம் நமக்கு தெரியுமாய்யா?" ஆளை விடு என்கிற பாணியில் வேகமாய் எட்டு வைத்தார்.

"இப்ப என்ன நாந்தான் விக்கப் போறனா? நீங்கதான் வாங்கப் போறீங்களா? உத்தேசமா விலைதானே கேட்கிறேன்" கையிலிருந்து கடிகாரத்தைக் கழட்டி, சிவசங்குவின் உள்ளங்கையில் வைத்து அழுத்தியிருந்தான்.

"என்ன, என்னங்க, கடிகாரம் விலை கேட்கிறாரா?" தெரியாதது மாதிரி இரண்டாவது ஆள் வந்தான்.

"ஆமா அவரு 300 ரூபாய்க்கு கேட்கிறாரு, நான் 400க்கு குறையாதுங்கறேன்" முதலாவது ஆள்.

"முன்னப் பின்னே பாத்தா முடியுமா? பார்த்து சொல்லிக் கொடுங்க" இரண்டாவது ஆள்.

"நா ஒண்ணும் கேட்கலையே..." சிவசங்கு நெம்ப முடியாமல் கையைப் பிடித்துக் கொள்கிறார்கள். (நெம்புதல் - அசைதல்)

ரூபாய் இரண்டாயிரத்தை பத்திரமாய் பாதுகாக்க வேண்டும். இடதுபக்கம் இதயத்திற்கு மேல் கை அழுத்திக் கொள்கிறது.

மூன்றாவது ஆள், நான்காவது ஆள் என்று சுற்றி வளைத்து நிற்கிறார்கள். தூரமாய் தேநீர்க் கடை, பெட்டிக் கடை, பக்கத்தில் ஒரு குஞ்சு இல்லை.

"எங்கிட்ட அவ்வளவு பணமில்லே" என்கிறார்.

பா. செயப்பிரகாசம்

''அப்ப இருக்கிறதைக் கொடுங்க'' என்கிறார்கள். சுற்று முற்றும் பார்த்தபடியே அவசரப்படுகிறார்கள்.

வேட்டியைத் தூக்கி டவுசர் பையில் இருக்கிற நூற்றைம்பதை எடுத்துக் கொடுக்க, கடிகாரம் கை மாறுகிறது. இரண்டாயிரம் ரூபாயைக் காப்பாற்றிவிட்டார். அண்ணன்காரனிடம் வந்து கடிகாரத்தைக் காட்டினார். ''வெறும் டப்பா. 50 ரூபாய்க்குக் கூட பெறுமானமில்லே. நல்ல நேரம் - இந்த ரெண்டாயிரத்தையாவது காப்பாத்திக்கிட்டு வந்தயே'' என்கிறார்.

''நம்முடைய புத்திக் குறைவுதான்'' இப்பவும் அவர் புத்தி மிரண்டு போனதைச் சொல்வார். பலரும் அந்தக் கதையை சிவசங்குவின் வாயிலிருந்தே திரும்பவும் வரச் செய்து ''எப்படி... எப்படி...'' என்று கேட்பார்கள்.

''கடிகாரம் பளபளக்கிறதைப் பார்த்ததும், தங்கம்னு வாயைப் பிளந்தீட்டீராக்கும்'' வக்கணை பேசுவார்கள்.

''அந்த மட்டுக்கும் உஷாரா இருந்திருந்தா இன்னைக்கு ஏன் இந்தக் கதியில இருக்கிறாரு'' என்று தன் வருத்தம் கொண்டு, தன் வாழ்க்கை நின்னு போன இடத்திற்குத் திரும்பினார் சிவசங்கு. அந்த ஒரு வழிப்பறியில் தான் அவர் சுதாரிக்காமல் இருந்தது.

கன்னக்கோல் வைத்து திருடுவது, நடுக்காட்டில் வழி மறித்துக் கொள்ளையடிப்பது என்ற பழைய காலக் குற்றங்கள் போய்விட்டன. புதுமையான மோசடி பற்றி நினைவுக்கு வருகிற போதெல்லாம் ''இது நூத்னமான கொள்ளையால்லே இருக்கு'' வியந்து போவார் சிவசங்கு.

''நூதனத்திலும் நூதனம், எப்பேர்பட்ட நூதனம்'' ஒப்புதல் வாக்குமூலம் தந்தார்.

கிராமத்தில் கம்பங்காட்டில் கருது களவாடுவார்கள். குலுக்கையிலிருக்கும் தவசம், தானியம் பறி போகும். கன்னக்

கோல்வைப்பது கேள்விப்பட்டதுண்டு. நகர்மயமான 'ஜேப்படி' வித்தைகள் தெரிந்திருக்கவில்லை.

பலதும் சுவாரசியமாக அவரிடமிருந்து மடைபாயும்.

"எல்லாம் தெரிஞ்சவனும் ஒருத்தனுமில்லே

ஒண்ணும் தெரியாதவனும் ஒருத்தனுமில்லே"

என்பார். விளக்கமாக மாட்டுத் தாவணியில் (சந்தை) ஒரு தடவை நடந்ததைச் சொன்னார். பெரிய பெரிய மாட்டுத் தரகர்கள் ஜிப்பா போட்டுக் கொண்டு, தலையில் பெரிய உருமால் கட்டி, கையைச் சுருட்டி விட்டு மாட்டுத் தாவணிக்கு வந்தார்கள். இரண்டு ஜோடி மாடு விலை திகைந்தது. விலைபேசி முடிந்து தரகர்கள் சேர்ந்து மாட்டை ஓட்டினார்கள். ஓட்ட ஓட்ட மாடு சுற்றிச் சுற்றி வருகிறதே தவிர, முன்னே செல்வதற்கு வழி இல்லை. விரல் தண்டிப் பயல் ஒருவன் வந்து, இவர்கள் படுகிற பாட்டைப் பார்த்து, அசால்டாக சிரித்துவிட்டு ஒரு பிடி வைக்கோலை உருவி பின்னே காட்டி மாடுகளுக்கு முன்னே நடந்தான். மாடுகள் நடக்க ஆரம்பித்துவிட்டன. வைக்கோலை அந்த எல்லாம் தெரிந்த ஏகாம்பரங்கள் கையில் கொடுத்து, "இப்படியே வைக்கோலை காட்டிட்டே நடந்து போங்கய்யா - மாடுக தன்னாலே வரும்" என்று சொன்னானாம்.

சிவசங்கு - 4

சிவசங்கு சூதானமாக இல்லாமல் நடந்து கொண்டது இரண்டே இரண்டு சமயங்களில்தான். முதலாவது, சென்னைப் பட்டணம் பிராட்வே பேருந்து நிலையத்தில். இரண்டாவது சாதிக் கலவரம் படர்ந்த பொழுதில்,

முன்பெல்லாம் குடிமகன், ஏகாலி போன்ற கிராமத் தொழிலாளிகளுக்கு "குடிக்கூலி"யாக ஆறு மரக்கால் கம்மம்புல் அளந்தார்கள். இல்லாவிட்டால், நூறு ரூபாய் என்று ஒவ்வொரு தொழிலாளி குடும்பத்துக்கும் சம்சாரிகள் கொடுப்பது ஏற்கையானது.

எங்கெங்கோ இடி இடித்து, ரத்தமழை பெய்து, நாசம் பண்ணிய சாதிவெறியாட்டம், இந்த ஊர் எல்லை தொடுகிறவரை, சிவசங்கு, பரமசிவம், அழகர் எல்லாம் குடிக்கூலிதான் செய்தார்கள்.

சாதிப் புகை, 'கும்'மென்று பெருகி கிராமத்தில் ஒன்றுக்கொன்று கசா முசா ஆனது.

ஒரு சாதி சொன்னது ''நீங்க அவங்களுக்கு வெளுக்கக் கூடாது''

''நீங்க அங்க குடிக்கூலி செய்தால், இங்கே வராதே'' இன்னொரு சாதி கோடு கிழித்தது.

''அப்படி எங்கள வெலக்காதீங்க. எங்களுக்கு ரெண்டு பேரும் வேண்டியவகதான். ஒங்களுக்கும் செய்றோம், அவங்களுக்கும் செய்றோம்'' என்றார்கள் சலவைத் தொழிலாளிகள்.

''அப்ப ஒதுக்கி வச்சிர வேண்டியதுதான்''

''அப்படி ஒரு சாதிக்கு மட்டுமே செஞ்சா எங்ககூலி இழந்து போகும். எங்களால தாங்க முடியாது. ஒங்களாலயும் தாங்க முடியாது'' இது சிவசங்கு, பரமசிவம், அழகர்.

பிறகு அந்த 'எசகேடு' நடந்தது. பெருங்கொண்ட சாதி இரண்டும் சலவைத் தொழிலாளிகளை ஊரைவிட்டே ஒதுக்கி வைத்தாகி விட்டது.

சன்னம் சன்னமாய் சாதிப்பகை முற்றி இந்தப் பக்கம் ரெண்டு கொலை, அந்தப் பக்கம் ரெண்டு கொலை என்று வெட்டிப் பொலி போட்டார்கள்.

போலீஸ் வந்தது படைகளோடு, பரிவாரங்களோடு, துப்பாக்கிகளோடு, லத்திக் கம்புகளோடு

வீட்டுக்குள் ஒரு ஆம்பிளை இல்லை.

மகள் ஊருக்குப் போய்விட்டு நான்கு நாள் கழித்துத்தான், ஊருக்குள் காலடி வைத்தார் சிவசங்கு. ஊரில் நடந்த விபரம் அவருக்குத் திரும்பி வரும்போது கட்டளைப் பட்டியில்தான் தெரிய வந்தது.

குண்டு வெடித்தது என்ற செய்தி எல்லா இடத்திற்கும் பரவி வீடுகளுக்குத் தீயும் வைத்தார்கள். ஒரு சாதி வடகாட்டு ஓடையிலும் இன்னொரு சாதி தெக்காட்டு ஓடையிலும் பம்மிப் பம்மி அலைந்தது ஊரில் வீடுகள் தீயில் வெந்து கொண்டிருந்தன.

மூணு கி.மீ. தொலைவிலிருக்கிற கட்டளைப்பட்டி வந்ததும் சொன்னார்கள். ''ஊருக்குப் போகாதீங்க. அங்க கலகம் நடந்துக்கிட்டிருக்கு. குண்டு வச்சாச்சின்னு பேசுறாங்க. ஊரே பத்தி, தகதகன்னு எரியுது. நீங்க போக வேண்டாம்'' என்றார்கள்.

சிவசங்கு சொன்னார் ''என்னைய என்ன செய்வாங்க? நா ரெண்டு பேருக்கும் பொதுதானே''

அமர்த்திப் பார்த்தார்கள். சிவசங்கு கேட்கவில்லை.

பொதுப்பணித்துறையின் கட்டுப்பாட்டில் இருந்த வயற்காட்டுக் கண்மாய், வெட்டி முடித்து ரெண்டு வருசம் ஆகியிருந்தது. பொதுப்பணித்துறையினர் அந்தக் கண்மாய்க்கு ஒரு காவல் போட்டிருந்தார்கள். காவல்காரர் வடக்கு ஓடைப் பள்ளத்தில் பதுங்கிக் கொண்டு அலைந்த சாதிக்காரர்களுக்கு வேண்டியவர்; அந்த சாதியைச் சேர்ந்தவர்.

ஊரில் கலவரம் நடந்து கொண்டிருக்கிறது, இப்படியே பஸ் ஏறி, சொந்த ஊர் போய்ச் சேர்ந்து விடலாம் என்று வந்து கொண்டிருந்த காவல்காரர் வடக்கு ஓடையில் ஒளிந்து பம்மியிருந்த தனது 'சமூக' சனங்களைக் கண்டார்.

வடக்கு ஓடைப்பள்ளத்தில் பம்மிப் பம்மி ஓணான் தலையை நீட்டுவது போல் நீட்டி, தங்கள் வீடுகள் வெந்து கரியாவதைப் பார்த்து நைந்து கொண்டிருந்த தனது சாதிச் சொந்தங்களைக் கண்டதும் அவருக்குக் கண்ணீர் முட்டி வந்தது. பெண்டு, பிள்ளைகள், இருந்த கோலத்தைப் பார்த்தார். ஒப்பாரி அவரை உலுக்கியது. 'நான் போய் போலீசில் சொல்கிறேன்' என்று விறுவிறுவென்று நடந்த காவல்காரர்

எதிரில் சிவசங்கு எதிர்ப்பட்டார். தான் யார் என்று சொல்ல வாய் திறக்குமுன்பே சிவசங்குவை அத்தனை ஆங்காரத்தையும் ஒன்னாய்ச் சேர்த்து அந்த மிருகம் ஒரே போடாய்ப் போட்டுச் சாய்த்தது. 'விளுக், விளுக்'கென்று ரெண்டு துடிப்பு. பிறகு சிவசங்குவின் உடல் அப்படியே மடங்கியது. ஒரு சத்தமில்லை.

ஒரு சரித்திரத்தைத் தனக்குள் பூட்டி வைத்திருந்த அந்த மனிதர் அநியாயச் சாவில் முடிந்து போய்விட்டார்.

சிவசங்குவின் சரித்திரத்தை எழுதிவிட்டு அந்தக் கையோடேயே சில கேள்விகளுக்கான பதில்களை நாம் தயார்ப்படுத்த வேண்டியுள்ளது.

ஒரு சிவசங்கு இல்லை. கிராமம் முழுவதும் சிவசங்குகளே. 'எசகேடாக' அவர்கள் நடந்ததில்லை. 'எசகேடு' அவர்களுக்கு நடந்திருக்கிறது.

தங்களுக்கு எது அறிவோ, எது கல்வியோ, எது விசய ஞானமோ, அது பெறாதவனைக் கல்லாதவன், அறிவில்லாதவன், கிராமத்தான், பட்டிக்காட்டான், நாட்டுப்புறத்தான் என்ற அடைமொழிகள் வைத்து மேட்டுக்குடி அறிவாளிகள் அழைக்கிற சூழலில் இப்போதைய கேள்விகள் இவை.

1. ஆபாசத்தின் சிறு புள்ளி ஏதோ ஒரு மூலையில் தென்பட்டபோது, அதை எரிக்க ஒரு தீக் கங்கு எடுத்து வந்தார் சிவசங்கு. தீக் கங்கை, ஊதி ஊதிப் பெருக்கெடுக்க வைத்திருந்தால், நவீன ஆபாச இருட்டெல்லாம் கவிந்திருக்குமா?

2. "நெட்டை மரங்களென நின்று புலம்பினார்.

பெட்டைப் புலம்பல் பிறர்க்குத் துணையாமோ?"

ஒரு பெட்டையைக் காப்பதற்காக பாரதியின் கோபத்தை செயல்வடிவமாக்கிய சிவசங்குவின் வில், படித்தவரின் மனதில் ஏந்தப்படாமல் போனது ஏன்?

3. அந்தி வெயிலில் பூ மினுங்குமே, அதுபோல் தன்னழகால் பூமியை மினுக்கிய ஆத்மாவுக்கு சென்னைத் தெருக்களில் நடந்த அழிமானம் எதன் குறியீடு?

4. சமூக அடுக்குகளால் சிதைக்கப்படாத - சமூக அநீதிக்கு ஆளாகாத சிவசங்குகளின் விசுவரூபம் எப்படி இருந்திருக்கும் என்று கற்பனை செய்து பாருங்கள். கிராமத்து சிவசங்குகளின் பரிமாணம், விசுவரூபம் தடுக்கப்படுகிறதே, எதனால்? யாரால்?

வாழ்வதற்கும், சாவதற்குமான இடைவெளியில் நம் காலத்திலேயே பதில்கள் தயார் செய்யப்பட்டாக வேண்டும். இல்லையென்றால்..? இதுவும் ஒரு கேள்விதான். இல்லையென்றால் என்ற கேள்விக்கு அப்பால், ஒரு எளிமையான பதிலைத்தான் நாம் தரிசிக்க முடியும்!

வங்கொலையாய் இந்தச் சமூகம் குத்துப்பட்டுச் சாகும்.

மல்லையா

''எப்பப் பாரு, அது ஒன்னைத் தோளுலத் தூக்கிப் போட்டுட்டுப் புறப்பட்டுற வேண்டியது'' பொம்பளையாள் சத்தக்காடு போடுவாள். சத்தக் காடாய் இருக்கிறதென்றால் அவர் தோளில் சேவல் ஒன்று தொங்கும்.

''அப்பூ, ஒங்க அப்பாரு எங்கே?''

கேட்கிறவருக்குப் பையன்கள் களத்து மேட்டுப்பக்கம் கை காட்டுவார்கள். அவர் இரண்டு சேவலை இரண்டு கக்கத்தில் இடுக்கி அணைத்தபடி களத்தில் நிற்பார்.

பொம்பளையாள் பேச்சுக்கோ, மற்றவர்கள் கேலிக்கோ, மல்லையா மறுபேச்சுப் பேச மாடார். 'குத்துக் கல்லுக்கு என்ன குளிரா காய்ச்சலா?' என்றபடி மூச்சுக் காட்டாமல் போய்க் கொண்டிருப்பார்.

அவளுக்குத் தொண்டைத் தண்ணி வீணாலே போகுது என்று நினைத்துக் கொள்வார். பலாட்டியமான ஆள். கை சுளகு அகலம். ''போர்ச் சேவலை ஏந்தணுமில்லே. சேவல்களை ஏந்தி, ஏந்தி கை அகலம் கண்டுக்கிருச்சி'' என்பார்கள்.

மல்லையா கை ஓங்கினால் மாரக்கா எலும்புகளைக் கூட்டி அள்ள வேண்டியது தான். ஆனால் கக்கத்தில் இடுக்கிய சேவல், அவரை ஒடுக்கிக் கொண்டு பேசாமல் இருக்கச் செய்துவிடும். அவ்வளவு

வாட்டசாட்டமான திரேகக் கட்டுக்குள், வார்த்தைகள் தராத ஒரு இதயம் உட்கார்ந்திருக்கும்.

மல்லையா கைவசம் இருக்கிற சேவல்கள் கூவி யாரும் பார்த்ததில்லை; அவருடைய சேவல் கூவி விடிந்ததும் இல்லை. பகல் முழுக்கப் போரிட்டு கத்திக் குத்து வாங்கி, நெஞ்சடி பட்டு களத்திலிருந்து வருகிறவைகளுக்குக் காலையில் பேச வராது. ரத்தக் காயங்களை வெந்நீர் வைத்துத் துடைத்து ஒத்தடம் கொடுத்த அவருடைய கை அணைப்பில் தூங்கிப் போகும்.

மல்லையா முடிவெட்டும் தொழிலாளி. இந்த சேவக்கட்டு குறுக்க வந்து அவர் தொழிலை முடக்கிவிட்டது. அவர் ஒரு பாதி என்றும், அவருடைய மாமா இன்னொரு பாதி என்றும் ஊரை இரண்டு பாகமாய் பிரிவினை செய்து தொழில் செய்தார்கள்.

மல்லையா வீட்டு உள் முற்றத்தில் எப்போதும் நாலுபித்தளைக் குடங்கள் கவிழ்த்தி வைக்கப்பட்டிருக்கும். ஒவ்வொரு பித்தளைக் குடத்தின் தூர் மேலும் சேவல்கள் கால்களை வளைத்து உட்கார்ந்து படுத்திருக்கும். குடத்தின் பின்புறம் தான் சேவலுக்குப் படுக்கை, ஒரு போதும் மல்லையா சேவல்களைத் தரையில் படுக்க விடமாட்டார். சமதளமான தரையில் தூங்கினால் சேவல் கால்கள் தழும்பேறி விடுமாம்.

ஒரு போரை நடத்த போர்க்கள நுட்பங்கள், தந்திரோபாயங்கள் என்னென்ன உண்டுமோ, அது போலவே சேவல் போருக்குத் தயாரிப்பதிலும் ஏகப்பட்ட நுட்பங்கள் உண்டு.

சேவற் கட்டில் கத்திப் போர், அடி போர் என இரண்டு வகை. சேவலின் காலில் கத்தி கட்டி நடப்பது கத்திப் போர். சேவலின் பெருவிரலில் இருக்கிற குமிழில் கத்தி கட்டி விடுவார்கள். பாய்ந்து அடிக்கிறபோது கத்தி எதிராளியின் நெஞ்சில் போய் குத்திக் கிழிக்கும். மனிதர்களுக்குக் கை மாதிரி சேவலுக்குக் கால்.

பா. செயப்பிரகாசம்

கத்தி கட்டாமல் நடக்கிறது அடி போர்.

மல்லையா தண்ணீரில் சேவலை நீந்த விடுவார். நீச்சலில் நெஞ்சப் பரப்பு விரிந்து, வைரம் பாய்ந்த மரம் போல் வலிவாகி, தகை (இளைப்பு) இல்லாமல் சண்டையில் முன்னேறும்.

ஊற வைத்த கம்பு, ஊற வைத்த கேழ்வரகு, ஊற வைத்த சுண்டக் கடலை ஒரு நாளைக்கு ஒரு தரம் பக்குவமாய்த் தருவார்.

ஆட்டுக்கறி சிறிசு சிறிசாய் நறுக்கி, பச்சைக் கறியாய் போடுவது. சாப்பிடச் சாப்பிடப் போட வேண்டும். முதல் நாள் ஆட்டுக்கறி போட்டால் மறுநாள் நனைய வைத்த பச்சரிசி போட வேண்டும். ஒருநாள் விட்டு ஒருநாள் உணவு வகையை மாற்றி கொடுக்க வேண்டும்.

இரண்டு இறக்கைகளிலும் தண்ணி அடித்து நனைப்பார் மல்லையா. இறக்கையின் அடியில் அக்குளில் தண்ணி அடித்து, இறக்கையோடு சேர்ந்துப் பிடித்து அணைப்பார். சேவலை இருகையிலும் ஏந்தினால் ஒரே மாதிரி திட்டமாக இருக்க வேண்டும்.

மூஞ்சியில் தண்ணி போட்டு, இப்படி அப்படி கசக்கி விட வேண்டும். கசக்கி விட்டால், மூஞ்சி விறைப்பு, திண்ணம் கொடுக்கும் என்பார்.

"ஏன் இது மேல பிரியப்பட்டீங்க?"

"சிறு வயதில் இருந்தே எங்க அய்யா கூட, நா சேவல் கட்டுக்குப் போறது. மதுரைக்கு வடக்கே சில நாள் இருந்தேன்"

"அப்பன் திருப்பதியா"

"ஆமா அப்பன் திருப்பதி. அங்கே ஞாயிற்றுக்கிழமை தவறினாலும், சேவல் கட்டு தவறாது. அடிப் போருக்கு சேவல் தயார் பண்ணி, விடுவாங்க. அப்ப கத்திப் போர் கிடையாது. அப்போ போர்ச் சேவல்

நானூறு, ஐநூறு என்று விலை. அந்தக் காலத்தில் ஆயிரம் இரண்டாயிரம் பந்தயம் கட்டுவார்கள்''

"நீங்க அடி போர் கட்டியிருக்கீங்களா?"

"கேட்கவா செய்யணும்? ஆறு தரம், ஒன்பது தரம் கூட ஒரு போர் நடக்கும். நல்ல கெட்டிக்காரச் சேவல்னா, முதல் சண்டை, இரண்டாம் சண்டையில கூட எதிராளியை வர்ம அடி அடிச்சிச் சாய்ச்சிரும்''

"கீழே விழுந்திச்சின்னா, அது சேவல் கிடையாது. கடைசி வரையில் சண்டை போடணும். கழுத்தை அளைஞ்சிக்கிட்டே சீறி சீறிப் பாய்ந்து அடிக்கணும்''

"நீங்க ஜெயிச்சிருக்கீங்களா?"

"பல மாதிரியாயும் இருக்கும். எத்தனையோ சாவல் கொடுத்திருக்கேன். எத்தனையோ சாவல் வாங்கியிருக்கேன். இரண்டு கையும் உண்டு. இங்க பத்து போகும். அங்க பத்து வரும். அப்பன் திருப்பதியில் அப்படியொரு தடவை நடந்தது. முடிஞ்சா ஞாயிற்றுக்கிழமை போய்ப் பாருங்க. முதல் சண்டை, இரண்டாம் சண்டையில பட்சி அடிக்கலேன்னா, பிறகு ஒன்பது, பத்துச் சண்டையானாலும் அடிக்காது. சேவல் ஏமாத்திட்டுப் போயிருச்சின்னு அர்த்தம்.

இன்ன நேரத்தில், இன்ன சாவல் அடிக்கும்னு பட்சி சொல்லும். பட்சி சாஸ்திரம் புஸ்தகம் இருக்குது. பட்சி பார்க்கிறதுன்னு பேரு. அத யாருக்கும் தர மாட்டாங்க. எந்நேரமும் மடியில்தான் புஸ்தகத்தைக் கட்டிட்டு திரிவாங்க. போர் நடக்கிற இடத்தில் சேவல் கட்டு மும்மரமாய் நடந்து கொண்டிருக்கிறபோதே, தள்ளிப்போய் ஒண்ணுக்கிருக்கிற மாதிரி ஒதுங்கி மடியிலேயே புஸ்தகத்தைப் பிரிச்சி பாத்திட்டு வந்திடுவாங்க. 'நிமிட்டில' நடந்திரும்.

"இந்தப் பக்கம் 3 சேவல், அந்தப் பக்கம் 3 சேவல்னு ஒரே நேரத்தில விடறது. ஒரே சாவலே, ரெண்டு மூணை அடிச்சிச் சாய்ச்சிடும். சாவல்

விட்டதில, இரண்டு கழிஞ்சிருச்சிலே, மீதி ஒன்னுதான். அதனால சரிபோர். சரிபோர் வந்தாத்தான் விடுவோம். இல்லேன்னா விடறதில்லே''

''இப்படி போர் விடறதிலே, மனுசனுங்களுக்குள்ளே சண்டை வந்ததுண்டா?''

''சில நேரங்கள்லே ஏடாகூடமாய் வந்திரும். சண்டை, இருக்கிற போதே யாரும் போய் எடுக்கக் கூடாது. அடிச்சு சாய்ஞ்ச பிறகு, கீழே விழுந்ததும் தான் போய் எடுக்கணும். சில நேரங்கள்லே குறுக்கே ஓடிப் பாய்ந்து, சில பேர் எடுத்திருவாங்க. அந்த நேரத்தில்தான் தகராறு எழும்பும்.

தாழ்ந்த சாதி, உயர்ந்த சாதின்னு அப்ப வித்தியாசம் கிடையாது. இப்ப நீங்க வந்திருக்கிறீங்க. ஒங்க கூட நாலு தாழ்ந்த சாதிக்காரங்களக் கூட்டி வந்திருப்பீங்க. நா வந்திருக்கேன்னா, நா நாலு பேரை துணையாக் கூட்டிட்டு வந்திருப்பேன். ஒண்ணுக்கொண்ணு விட்டுக் கொடுக்க மாட்டீங்கள்ளே. அதனால நிதானமாத்தான் இருக்கும்''

''போர் எந்தெந்த ஊர்கள்ல நடந்திருக்கு?''

''வைப்பாறு, சூரங்குடி, கன்னிராசபுரம், இன்னும் மேற்கே இரண்டு ஊர். வெளியூர்ல நடக்கிறபோது விடியல்லே 5 மணிக்கு எழுந்திருச்சி, கட்டுச்சோறு கட்டிக்கிட்டு, சாவல் கட்டுக்குப் போவோம். போற இடத்தில் அங்ஙனயே கட்டுச் சோறைப் பிரிச்சி சாப்பிட்டுட்டு சாவப் போர் நடத்துறது. ஏன் நம்ம ஊர்லயே நடந்திருக்கு. ஊர் மந்தை புளியந்தோப்பில் ரெண்டு தரப்பும் அந்தப் பக்கம், இந்தப் பக்கம் போகாம ஆறு நாள் நடந்திருக்கு. இங்கிட்டு 4 பவுன் சங்கிலின்னா, அங்கிட்டு நாலு. பெரும்பாலும் நம்ம ஊர்ப்பக்கம் தான் ஜெயிப்பு. கொள்ளே (நிறைய) சங்கிலி வாங்கியிருக்கிறாங்க. என் பேரனும் (தாத்தா) ஒங்க பேரனும் நடத்தியிருக்கிறாங்க. வீட்டுக்குப் போகாமச் செய்யாம, ஆறு நாள் போர், அடைப் போர். (அடை மழை மாதிரி தொடரும் போர்)''

அப்படியொரு உக்கிரமான போரில் மல்லையா பண்டிதனும், எதிராளியும் எதிரே எதிரே குத்துக் காலிட்டு சரிபோர் நடத்திக் கொண்டிருக்கிறார்கள். சேவல்கள் ஒண்ணையொண்ணு பொலி போட்டு விடுற மாதிரி எகிறி எகிறி அடிக்கின்றன. மழைத் தண்ணி புரள அடித்து வெள்ளம் ஓடுகிறது. முழங்கால் அளவு தண்ணீர்! மல்லையா பண்டிதனும், எதிராளியும் உட்கார்ந்தது உட்கார்ந்தபடியே இருக்கிறார்கள். இவர்களும் விடுவதாக இல்லை. சேவல்களும் விடுகிறதாக இல்லை.

மல்லையாவுக்கு இரண்டு கண்டம் இருப்பதாக, தண்ணீரில் ஒரு கண்டம், அக்னியில் ஒரு கண்டம் என்று சோசியக்காரன் சொல்லியிருந்தான். அப்பனும், ஆத்தாவும் அடிக்கடி சொல்வார்கள். ''அப்பூ, ஒனக்கு ரெண்டு கண்டம் தாண்டனும். அதுவரை எங்க உயிரு எங்கதில்ல''

அப்பனுக்கும் ஆத்தாளுக்கும் அதே நினைவுதான். பாலகனைக் காடுகரைக்குப் போகவிடுவதில்லை. விளையாடப் போனாலும் ஆத்தா கண் பிள்ளை மேலேயே இருந்தது. படுக்கிறபோது முந்தானையில் படுக்க வைத்து மல்லையாவைச் சுருட்டிக் கொள்வாள் 'ரெண்டு கண்டம் தாண்டனுமே சாமி' என்று புலப்பம் கொள்வாள்.

ஊரில் ஒரு பொட்டு மழை இல்லாமல் இருக்கிறபோது, வடக்கு ஓடையில் வெள்ளம் பரவி அடித்து வந்தது. பதினைந்து இருபது கி.மீ. அப்பால் மேகம், 'கடாமுடா' என்று சத்தம் கொடுத்தால் இங்கே வெள்ளப் பெருக்கு வந்து விடும். ஓடைக்குத் தென்கரை மட்டும் உண்டு. வடகரை இல்லை. வடக்குப் பக்க காடெல்லாம் பரசி வெள்ளம் பெரும்போடாய் வருகிறது. மல்லையாவும் ஆத்தாளும் வடப்பக்கம் மாட்டிக் கொண்டார்கள். பொழுது ஏறி வருகிறது. வெள்ளம் குறையக் காணோம். சிவசங்கு தென்கரை உடை மரத்தில் ஒரு கயிற்றைக் கட்டி, இன்னொரு முனையை இடுப்பில் கட்டி, வடபக்கம் நீந்திப் போனார். அவரைப் புரட்டப் பார்த்த வெள்ளத்தை லாவகமாய் தட்டிவிட்டு,

அடுத்த பக்கம் போய்விட்டார். அங்கே வேப்பமரத்தில் கயிறு கட்டி மல்லையாவைக் கக்கத்தில் இடுக்கிக்கொண்டு, ஆத்தாவைக் கயிற்றில் தொங்கியபடியே சூதானமாய் வரவேண்டுமென்று சொல்லி இந்தக் கரை கொண்டு வந்து சேர்த்தார்.

"தண்ணீர்க் கண்டம் தாண்டிப் போயிருச்சி, நெருப்புக் கண்டத்தைத் தான் என்னால தாண்டவே முடியலே"

சொன்ன மல்லையாவின் முகம் வாடிச் சுருங்கிப் போயிருந்தது.

வண்டி மாடு, ஏர், விவசாயம், நிலபுலன் என்று எல்லாம் வளமையாக இருந்த கட்டம். பத்து ஏக்கர் சொந்த விவசாயம். 20 ஏக்கர் கட்டுக் குத்தகை விவசாயம். நான்கு பசுமாடு, 20 ஆடுகள்.

பெருங் கொண்ட விவசாயிக்குச் சரிசமமாக விவசாயம் பார்த்தார்.

1980 ல் ஒரு சாதிக் கலவரம். ஒரு சாதி, இன்னொரு சாதி வீடுகளுக்கு வரிசையாகத் தீ வைத்துச் சொக்கப்பனை கொளுத்தியது. தெரு முழுதும் எரிந்தது. காற்றடி காலத்தில் தேரிக்காட்டில் சிவப்பாய் செம்மண் ஆகாயம் வரை பறக்குமே, அதுபோல் நெருப்பு உக்கிரம் கொண்டு பறந்தது.

மல்லையா வீட்டையும் பற்றிக் கொண்டாது.

"வீடு தீப்பட்டிருச்சி. ரொம்ப தூரத்துக்குச் சேதாரப் பட்டிருச்சி. இரண்டு ஜோடி மாடும் தொழுவத்திலிருந்து எடுக்க முடியாம 'அம்மா அம்மா'ன்னு குரல் வைக்குது. எல்லாமும் எரிந்து கரியாய்க் கிடக்கு"

நெருப்பிலே கண்டம் என்பதை மல்லையாவால் தாண்ட முடியவில்லை. நெருப்பிலே கண்டம் உண்டு என்று சொன்ன வாக்கு பலித்துவிட்டது என்று உண்மையாகவே நம்பினார்.

"அன்னைக்கு ஊரை விட்டு, வெளியேறி விளாத்திக்குளம் வந்தவன்தான், 18 வருசமா திரும்பிப் பார்க்கலே. திரும்பிப் பார்த்தா மட்டும் அங்க என்ன இருக்கு? ரெண்டு ஆட்டுக் குட்டியை வாங்கி

விட்டு பொம்பிளையாளும் நானுமா வளக்கிறோம். அரியநாயகிபுரத்தில் ஒரு சாயபு கசாப்புக் கடை வைச்சிருக்கார். அங்ஙன ஞாயிற்றுக் கிழமை, புதன் கிழமை ரெண்டு ரெண்டு ஆட்டுக்குட்டி கொண்டு போய் விடுவேன். அதில் நம்ம பிழைப்பு சாயாம நட்டமா நிக்குது.

இப்போது ஊரில இருந்த வீட்டடியையும் வித்தாச்சி. நானும் பொம்பளையாளும் இருக்கோம். வாடகைக்குத்தான் இருக்கோம். குடும்பமாருக்குச் சொந்தமான காலனியில தான் வீடு வாடகைக்கு எடுத்திருக்கோம். எங்களுக்கும் வீடு கட்ட இடம் ஒதுக்கியிருக்காங்க. இன்னும் வீடுதான் கட்டிக் கொடுக்கலே"

தூரும் வேரும் இல்லாமல் வெட்டிப்போட்ட கருவக் கட்டைபோல், உடல்: செத்த ஆட்டுக் காதுபோல் தொங்கிப் போன முகம். வாழ்வின் சாபத்தையெல்லாம் மொத்தமாய்த் திரட்டி மூஞ்சியில் வீசி அடித்தது போல் மல்லையா.

பெற்ற பிள்ளைகளும் கை கொடுக்கவில்லை. கடைசியில் பொம்பிளையாள் ஒருத்திதான், கைப்பிடித்த குத்தத்துக்குத் துணையாய் கூடவே வந்து கொண்டிருக்கிறாள்.

பந்தயக் காளை

கொக்காகி,

இராவணன் ஆகி,

மூளியாகி,

மடநாயாகி

சொற்கள் அக்கக்காக கிடந்தாலும், இந்தச் சொற்களுக்கு ஊடே ஒரு சங்கிலி ஓடுகிறது.

கள், சாராயம், மது குடிக்கிறவர்கள் பற்றிய சொல் அடுக்கு அது.

குடிக்கப் போகிறபோது - கொக்கு மாதிரி, செட்டையை (இறக்கை) விரித்துக் கொண்டு போவார்கள். நீ வா, நீ வா என்று ஆள் சேர்த்துக் கொண்டு கொக்குக் கூட்டம் மாதிரி போவது - அதுதான் கொக்காகி.

குடி உள்ளே போனதும், மீசையை முறுக்கி விட்டுக் கொண்டு நான் யார் தெரியுமா, அவனை உண்டு இல்லைன்னு சண்டாக்கிருவேன் (சண்டாக்குவது - தூளாக்குவது) என்று சவடால் அடிப்பார்கள்- இராவணன் ஆவது.

குடித்து வந்ததும் - புத்தி மூளியாகி விடும். உடல் வலிவும், புத்தித் திறனும் ஊனப்பட்டு, தூங்கிப் போவது - அதாவது மூளியாவது.

"இப்படி மடத்தனம் பண்ணிட்டு வந்து நிற்கிறாரு?" காலையில் மற்றவர்கள் சுட்டிக்காட்டிக் கேட்க, மற்றவர்கள் சுண்டிக் கேட்கிற

அளவுக்கு மடத்தனம் பண்ணிட்டமே என்று குற்ற உணர்வு கொண்டு நொந்து கொள்வது அதுதான் மடநாயாகி.

குடித்துவிட்டால், மனுசகுணங்கள் ‘சடக் சடக்’ கென்று மாறுவதை, சித்தரிக்கின்றன இந்த உவமைகள்.

சாராயம் போட்டுவிட்டால் மனுசனையே பிடிக்க முடியாது. பின்னே மாடுகளைப் பிடிக்க முடியுமா?

பந்தயவண்டி மாடுகளுக்கு (ரேக்ளா ரேஸ்) பந்தயம் நடக்கிறதுக்கு முன்னால் சாராயம் விட்டால், நம்மளை மடநாயாக்கி விடும். மாடுகள் எக்குத் தப்பாய் எகிறி, ஒரு வண்டியோடு இன்னொரு வண்டி இடித்து குடை சாய்த்து விடும்.

‘ரேக்ளா வண்டி’ பந்தயத்துக்கு மாடுகளைத் தயார் பண்ணுவது ஒரு கலை.

‘சாமல்பட்டி திருமால், பச்சகுப்பம் கண்ணுச்சாமி, மிளகுநத்தம் சக்கணன் -ஆகிய ‘மைனர்’கள் வண்டிப் பந்தயத்தில் பேர் போனவர்கள். ஒண்ணுக்குள் ஒண்ணு போட்டாப் போட்டி எப்போது நடந்தாலும் இவர்களுடைய மாடுகள் தான் மாற்றி மாற்றி வெற்றிக்கொடி நாட்டும்.

மைனர் என்ற பட்டம் வாலிப வயதுக்காரர்களுக்கு உரியதல்ல. செல்வாக்கு, மரியாதையைக் குறிக்கும் சொல். நிலபுலன் பெருக்கம், துட்டுப் பெருக்கம், வீடு, வாசல் பெருக்கம் உள்ளவர்கள் தொண்டைக்குழியில் ஜீவன் உள்ளவரை மைனர்தான். வயது கூடிக்கொண்டே போனாலும், மைனர் மதிப்பு குறைவதில்லை.

சாமல்பட்டி மைனரைக் கண்டீங்களா? என்றுதான் விசாரிப்பார்கள். யாரும் பேர் சொல்லிக் கேட்பதில்லை.

காளைகளைத் தயார் செய்வதற்கு இரை கட்டுவது என்று பேர். பந்தயக் கட்டுக்கு முதல் நாள் மாடுகள் இரை எடுக்கக்கூடாது. நாத்து,

கூளம், வைக்கோல் என்னமும் போடக் கூடாது. போட்டால் கழியும் பசும்புல் போடக்கூடாது. போட்டால் வயிறு, எடுத்து பொம்மென்று இருக்கும் ஓட முடியாது. முந்தின நாள் ஒரு தண்ணீர்தான் விடணும். நிறைய குடித்தால் வயிறு உருண்டு கொள்ளும்.

பேரிச்சம்பழம், எலுமிச்சம்பழம், வெங்காயம், இஞ்சி, கருப்பட்டி, வெந்நீர் போட்டு பிசைந்து ரெண்டு கவளம் சாப்பாடு. இந்தச் சாப்பாடு கொடுத்தால் மாட்டுக்கு தகை (தகிப்பு) வராது. எவ்வளவு தூரம் எவ்வளவு நேரமென்றாலும் ஏரோப்ளேன் பாய்ச்சலில் போகும். இஞ்சி, பூண்டு, கடுக்காய் இன்னும் இரண்டு மூன்று வகையைச் சேர்த்து பெண்களுக்கு பேறு காலத்துக்கு மருந்து சேர்த்துக் கொடுப்பார்களே, அந்த மருந்து போலத்தான் சேர்த்துக் கொடுப்பார்கள்.

வெகுதொலைவு பந்தயக் காளைகள் போவதென்றால், லாரியில் ஏற்றிக் கொண்டு போவார்கள்.

சாமல்பட்டி மைனரிடம் இருந்த பந்தய மாடுகள் இரண்டும் சிவலை. முன் கொம்பு கவட்டை. சாமல்பட்டியில் புறப்பட்டால் விளாத்தி குளம்தான் வந்து நிற்கும். விளாத்திகுளத்தை விட்டால் சாமல்பட்டி.

மாட்டுக்கு 'ஏரோப்ளேன்' மாடு, நாய்க்கு வேங்கை நாய்கள். அப்படித்தான் சுத்துப்பட்டியில் பேர். தாட்டியமான ஆளுக்கு இடுப்பளவு இருக்கும் நாய்கள் இரண்டுக்கும் தொட்டியில் புளிச்ச தண்ணியில் ஊறப்போட்ட கம்மஞ்சோத்து உருண்டைகள், தனித்தனியே வைத்து விடுவார்கள். அது தவிர வேறெந்த இரையும் எடுக்காது. நாய்களைத் தெலுங்கில் பழக்கப்படுத்தி வைத்திருப்பார்கள். சுக்கிலநத்தம் உயர்நிலைப் பள்ளிக்குப் போகிற பிள்ளைகள் சாமல்பட்டி திருமால் தொழுவம் வழியாகத்தான் போயாக வேண்டும். சாமல்பட்டி எல்லையைக் கடக்க முடியாது. நாய்கள் தவ்விக் கொண்டு ஒரே பாய்ச்சலாக வரும். பிள்ளைகளுக்கு உயிர் இருக்காது. தெலுங்கில் கூப்பிட்டால் அடங்கி விடும் என்பார்கள். அதை சோதித்துப் பார்க்க ஒரு பையனுக்கும் துணிவு இருந்ததில்லை.

''நான் அறிய சாமல்பட்டியாருக்கு 12 ஏர்மாடுகள் இருந்தன. அந்தக் காலத்தில் ரொம்ப போட்ஸா இருந்தாரு'' என்பார்கள்.

கம்மங்கஞ்சி குடிக்கிற மாட்டுக்குக் கம்மங்கஞ்சி, கேழ்வரகு கூழ் சாப்பிடுகிற மாட்டுக்குக் கூழ், பருத்திவிதை ஆட்டி வைக்கிற மாட்டுக்கு அது தனி. அப்படியெல்லாம் வகை, வகையாய் மாடுகளைக் கவனித்தார்கள்.

எந்தப் பந்தயத்திற்குப் போனாலும் திருமால் மாடுதான் முதலில் வந்து கொடி வாங்கும். (பந்தயம் போய்த் திரும்புகிற இடத்தில் ஒருவர் கொடிகளை வைத்துக் கொண்டு நிற்பார். முதல், இரண்டாவது, மூன்று என்று வருகிற எல்லா வண்டிகளிடமும் அந்தக் கொடிகளைக் கொடுப்பார்கள். இதற்குக் கொடி வாங்குதல் என்று சொல்வார்கள்) 4 பவுன், 5 பவுன் சங்கிலி என்று வெற்றிப்பரிசு தட்டிக் கொண்டு போகிறவர் திருமால்தான்.

கொமரெட்டையாபுரம் தேர்திருவிழாவு! பந்தயக் காளைகள் கம்பீரமாய் முன்னால் போகும். பின்னால் பத்துப் பாகம், பத்துப் பாகம் இடைவெளி விட்டு 12 ஜதை மாடுகளும் நடந்து வருவதைப் பார்க்க தொகுப்பாய், லட்சணமாய் இருக்கும். பின்னால் வருகிற வேறெந்த வண்டியும் முந்தி விடக் கூடாது. அப்படி யாராவது விலக்கி அடித்தால், பன்னிரெண்டு வண்டியும் விடாது முன்னேற விடாமல் மறிக்கும்.

இந்தப் பக்கம் பத்துப்பேர். அந்தப் பக்கம் பத்துப் பேர் என்று 'பாடிக்கட்டு' வருவார்கள். அத்தனை பேருக்கும் சாப்பாடு, காபி, சிகரெட், குடி என்று செலவு அந்து போகும். 12 ஜோடி மாடுகளைப் பத்துகிற வண்டி ஓட்டிகளுக்கு ஊரிலிருந்து புறப்படுகிறபோதே, கோடி வேட்டி, (புது வேட்டி) துண்டு எடுத்துக் கொடுத்துத்தான் கூப்பிட்டுப் போவார். திருவிழா முடிந்து திரும்புகிற போது, அத்தனை பேருக்கும் மிட்டாய்க் கொட்டான், சேவு என்று வாங்கி அனுப்புவார். (மிட்டாய் கொட்டான், வட்ட வட்டமாய் இருக்கிற கருப்பட்டி மிட்டாய்கள்

வைக்கும் சிறு சிறு ஓலைப்பொட்டிகள். இப்போது பிளாஸ்டிக் பைகள் வந்துவிட்டன)

விளாத்திக்குளத்தில் பத்தாம் வகுப்பு படித்துக் கொண்டிருந்த போது, ரங்கசாமி வயதுக்கும், உருவத்துக்கும் பொருத்தமில்லாமல் திமுதிமுவென்று வளர்ந்திருப்பான். கையும் காலும் தண்டி தண்டியாய் ரப்பர் பொம்மை மாதிரி இருக்கும். அந்த உடம்பு அவனுடைய ஆத்தாள் கொடுத்த சீதனம்.

அதே பள்ளியில் படித்துக் கொண்டிருந்த எஸ். எஸ் போத்தையாவுக்குக் கவி பாடுவதில் துடிப்பு. அப்பொழுதே உலக விசயங்களை அறிந்து கொள்வதில் சுறுசுறுப்பும், தெளிவும் கொண்டவர். இளம்பிராயத்தில் அப்படியொரு ஞானச் செருக்கு. படிப்பு பக்கம் அதிகமாகப் போக மாட்டார். எல்லோரைப் பற்றியும் பாட்டு எழுதறயே, என்னையப் பற்றி ஒரு பாட்டு எழுது பார்ப்போம் என்றான் ரங்கசாமி.

'வெள்ளை நரி வீழ்ந்து ஓட்டம் பிடித்ததையா

வேங்கையவன் கட்டபொம்மன் என்னுங் காலை.

வீணர்கள் சிலர் செயலால் வீழ்ந்தான் வீரன்

வீரன் அவன் வழி வந்த சூரனய்யா

வத்தவக்காய் வயிறுடையோன், வாட்டமில்லோன்,

மதுரை மகால் உத்திரம்போல்

கையும் காலும்,

குலுக்கை போல் உருவமுடை

குபேரனையா, குணமுள்ளான்

அவன் பெயர் ரங்கசாமி'

(வத்தவக்காய் - தர்பூசணி)

'மைனர்' திருமாலுக்கு மூன்று தம்பிகள். அண்ணன் பெண்டாட்டி அரைப் பெண்டாட்டி, தம்பி பெண்டாட்டி தன் பெண்டாட்டி என அந்தக் காலத்திய மனிதர் திருமால். சொத்து நிர்வாகம் அவர் கையில், அண்ணனுக்குத் தம்பிகள் கட்டுப்பட்டவர்கள்.

இவர்கள் நாலுபேரும் மூத்த தாரத்து மக்கள். பள்ளிக் கூடத்தில் வாசித்துக் கொண்டிருந்த ரங்கசாமி இளைய தாரத்து மகன். பாகப்பிரிவினை என்று வந்தபோது, இவர்கள் நாலு பேருக்கு ஒரு பங்கு, ரங்கசாமிக்கு ஒரு பங்கு. அவனுக்கு மட்டும் தனிப் பங்காய் போகுதே என்று மூத்த தாரத்து மக்கள் கருகருவென்றிருந்தார்கள்.

வட்டக் கல்வி அதிகாரி பள்ளி ஆய்வுக்காக வந்து, கலாட்டா நடந்த நேரத்தில்தான் அண்ணன் திருமால் மேலுக்குச் சுகமில்லாமல் கிடக்கிறார் என்று ரங்கசாமிக்கு அவசரமாய் வரும்படி சேதி வந்தது. ரங்கசாமி போனவன்தான் திரும்பி வரவில்லை. ராத்திரி தூங்கிக் கொண்டிருக்கும்போது கழுத்தை நெரித்து அண்ணன்மார்களே கொன்று ஊர்மந்தை வேம்பில் தூக்கிக் கட்டி விட்டார்கள். ஏதோ தற்செயலாய்த் தூக்குப் போட்டுக் கொண்ட மாதிரி ரங்கசாமி மரக்கிளையில் ஆடிக் கொண்டிருந்தான். நிரூபிக்க சாட்சிகள் இல்லை. அந்த அரட்டில் யார் எதிர்ச்சாட்சி சொல்ல முடியும்? வழக்கு தள்ளுபடியாகிவிட்டது.

மூட்டம் போட்டது பழுக்காமல் போய்விடுவதில்லை. கமுக்கமாய் அமுக்கி வைக்கப் பார்த்தாலும் நடந்தது வெளியே வந்துவிட்டது.

''சண்டாளப் பாவிக. நமக்கு ஒரு பங்கு. அவனுக்கு மூணுபங்குன்னுதானே கொன்னு தூக்கிப் போட்டாங்க'' காடு கரைகளில் பேசிக் கொண்டார்கள். என்னமோ அப்படி நடந்திருச்சி, இப்படி நடந்திருச்சின்னு பல மாதிரியாக ஆரம்பித்து பிறகு வெளிப்படையான பேச்சாக ஆகிவிட்டது. அண்ணன்மார் நாலுபேர் சதி செய்தது கொன்னு தூக்கிக் கட்டியது, நல்லவனான தம்பி படிப்பை விட்டு அந்தரத்தில் தொங்கியது என்று இன்னும் பேசிக் கொண்டிருக்கிறார்கள்.

வழக்கு நடக்கிறது. வழக்குக்குத் தாறுமாறாய் செலவழித்தார் திருமால்.

இப்போது சொத்துக் கட்டுமானம் விழுந்து போய்விட்டது.

பந்தய வண்டி கட்டுவதற்கு ஒத்தை மாட்டைக் காணோம். கக்கத்தில் ஒரு குடை இடுக்கிக் கொண்டு முதுகு வளைந்து பொசுக் பொசுக்கென்று திருமால் நடந்து போகிறார். மாட்டு வாலைத் தூக்கிப் பிடித்து, இங்க பெண்டிழந்தான் சுழி கிடக்கு என்கிறார். நெற்றிப் பொட்டில் விலாங்குச்சுழி என்கிறார். மாடு கெட்டுக் கெடையா இருந்தா அப்படி பொத்திப் பொத்தித்தான் நடக்கும் என்கிறார். பஸ்ஸிலும், கால் நடையாய்ப் போயும் தரகு வியாபாரம் பார்க்கிறார். மாட்டுத் தரகு.

அவர் பையன்களில் ஒருவன் பம்பாய் போய் நிறைய சம்பாதித்து அனுப்புவதாகச் சொன்ன சொல்லிலும் மண் விழுந்தது. ஒரு நாள் அவன் போன வேன் மோதி நொறுங்கி, மகனுடைய பிணம் வந்து இறங்கியது.

"முன்னாலே அவர் செஞ்ச தீவினைதான் பிள்ளையக் கேட்டிருக்கு" மக்கள் பேசிக் கொண்டிருந்தார்கள்.

ஆனால் மன்னன் இன்னும் அலைகிறார் பிழைப்புக்காக. ஒரு கிணுக்கம் இல்லை என்று சொல்லப்பட்ட ஆளில்லை அவர்.

கள்ளக் கறி

மாடுகளுக்குக் கூளம் போடுவதற்காக வெளியில் வந்தார் சர்க்கரை நாயக்கர். நடுச்சாமம் இருக்கும். தொழுவத்தில் கட்டியிருந்த ஏர்மாடுகளைக் காணவில்லை. மாடுகள் சாணம் போட்டதில் கை வைத்துப் பார்த்தார். வெதுவெதுப்பாக இருந்தது. வெதுவெதுப்பை வைத்து, மாடு களவாணிகள் கொஞ்சநேரம் முன்னத்தான் மாடுகளை ஓட்டிக் கொண்டு போயிருக்க வேண்டும் என்று சுருக்காக முடிவுக்கு வந்தார்.

ராத்திரி படுக்கப் போகுமுன் ஒரு தடவை மாடுகளுக்குக் கூளம் போட்டு விட்டுப் போய்த்தான் படுப்பார். மறுகூளம் போட வந்தபோது மாடுகள் இல்லை.

உடனே ஊர் அல்லோலகல்லோலப் பட்டது. 'நீ வாடா, நீ வாடா, கம்பை எடுறா, கத்தியை எடுறா' என்று பெருஞ் சத்தத்துடன் திரண்டது. ஆளாளுக்கு ஒரு திசையில் பாய்ந்தார்கள். கவுல்காட்டு ஓடையில் ஒரு ஒடை மரத்துக்குக் கீழே மாடுகள் நிற்கின்றன. மாடுகளுக்குப் பழக்கப்பட்ட ஆள் இல்லையென்றால், பழக்கப்பட்ட பாதையும் இல்லையென்றால் காலடி எடுத்து வைக்காது. பின்னாலிருந்து பத்துவதற்குப் பதில், திருடர்கள் முன்னாலிருந்து தர தரவென்று இழுத்துக் கொண்டு நிற்கிறார்கள். மாடுகள் பின்னுக்கு இழுத்துக் கொண்டு நிற்கின்றன.

அப்படியே அவனுகளைப் பின்புறம் கைகளைக் கட்டி, ஊர்வரும் மட்டும் அடி, நல்ல சீருக்கு 'சாம்பீட்டார்கள்' மாடு களவாணிகளை, சவட்டி எடுக்காமல் கொஞ்சவா செய்வார்கள்?

மாடுகள், ஆடுகள் உள்ளூர்த் துப்பு இல்லாமல் சாமானியமாய் யாரும் களவு எடுக்க முடியாது. இன்னார் மாடு. இங்கதான் கட்டிப் போடுவாங்க, ஆள் இங்கதான் படுத்திருக்கும், இந்த நேரத்துக்கு எழுந்திருச்சி கூளம் போடுவாரு, போட்டுட்டு மச்சு வீட்டுக்குள்ள போய் முடங்கிடுவாரு, இங்ஙன இருக்கு வாசல், இந்த வாசல் வழி போனா நாய் படுத்திருக்கும் களவாடுகிறவர்களுக்கு; உள்ளூர்த் துப்புக் கிடைக்கும். சொந்தக்கார வீட்டுக்கு விருந்தாளி வருவது போல் இரண்டு நாள் தங்கி, வீட்டுக்காரனுக்கே தெரியாமல் மற்ற வீட்டு நடமாட்டமெல்லாம் நோட்டம் விட்டு அளந்து வச்சிருப்பதும் உண்டு.

மாடுகளைக் களவாடிக் கொண்டு போனால் கீழ்க்காட்டுக் காரர்களாகத்தான் இருக்கும் என்பது கரிசல் நம்பிக்கை. அலைந்து கீகாட்டுக்கு ஊர் ஊராகத் தேடிப் போவார்கள். ஊரில் பெரிய மனிதன் என்று ஒருவர் இருப்பார். மாடு தேடி வந்திருக்கிறார்கள் என்று தெரிந்ததும், மொத்த ஊரே சுறுசுறுப்பாகிவிடும்.

"வாங்க, ஐயா எந்த ஊர்?" பெரியவர் கேட்பார்.

"ஏதோ நோக்கத்தில் வந்திருக்கிற மாதிரி தெரியுது, என்ன சங்கதி?"

தொழுவத்தில் கட்டுக்கிடையா இருந்த மாடுகளை ரெண்டு நாளாகக் காணலை என்பார்கள் தேடிப் போனவர்கள்.

பெரியவர் மட்டும்தான் பேசுவார். வேற யாரும் பேசக் கூடாது. ஒவ்வொருத்தரும் விவரமில்லாமல் குறுக்கு மறுக்காய் பேசி விவகாரம் ஆகிவிடக் கூடாது இல்லையா? அதிலிருந்து பெரியவருக்கும், சுற்றி கூடி வேடிக்கை பார்ப்பது போல் நிற்பவர்களுக்கும் மாடுகள் அல்லது ஆடுகள் எங்கே நிற்கின்றன என்பது தெரியும் என்பது நிச்சயம். இந்த

மாதிரி சந்தர்ப்பத்தில் 'அக்குசா' இருந்து லாயக்காப் போகணும் இல்லாமல், எக்குத் தப்பாப் பேசினால் வெட்ட வெளியாய்ப் போகும்.

''எங்கக் கொண்டு போயிருவாங்க? எங்ஙனயாவது இங்கதான் கம்மந்தட்டைக்குள்ளே கிடக்கும்'' என்று மெதுவாக இழுப்பார். அப்பவே கள்ளன் இங்க தான் இருக்கான் என்று தேடிப் போனவர்களுக்கு நிதானம் பிடிபடும்.

''நீங்க இன்னாரு மகனா? அடடே, தெரியாமப் போச்சே?''

கிளை முறை, உறவு முறை, தெரிந்தது போல் பேசுவார்கள். முன்னப்பின்னே அறிந்திருக்காத போதும் அப்படிப் பேச்சுவரும். ''நம்ம பயக தான் யாராவது பத்திட்டு வந்திருப்பானுக, அவங்ககிட்ட கேட்போம்'' என்று வந்த ஆட்களை அங்கயே தாக்காட்டி விட்டு எழுந்து போவார் பெரியவர். (தாக்காட்டுதல்- தக்க வைத்தல்) கட்டுப்பாடாய் இருக்கும் ஊர்.

''இது மாதிரி சங்கதி. மாட்டைத் தேடி புள்ளி வந்திருக்கு. என்ன தொகை பேசலாம்'' என்று மாடு கடத்தி வந்தவர்களிடம் பெரியவர் கலந்து பேசி ஒரு தொகையைக் குறித்துக் கொண்டு திரும்புவார்.

''ஏதாவது பண்ணி மீட்டணுமில்லே, ஒரு ஆயிரம் கொடுத்திட்டு, மாட்டைப் பிடிச்சிட்டு போங்க'' என்பார் நல்லபிள்ளை போல். அந்தத் தோரணை ''ஒனக்கும் பெப்பே, ஒன் அப்பனுக்கும் பெப்பே''என்பது போல அசல் நாடகம், இந்த நாடக அரங்கேற்றம் நிறைவேறுகிற போது, கைமாறுகிற தொகைக்குப் பெயர்தான் 'துப்புக் கூலி'

அதே நேரத்தில், தேடிப் போன இடத்தில் இல்லையென்றால், துப்பு சரியாகத் திகையவில்லையென்றால் 'சாயல்குடிப் பக்கம் போங்க, இல்லேன்னா பெருநாழிப்பக்கம், இல்லேன்னா கள்ளக்கறிப் பக்கம் போய்ப் பாருங்க' என்று திசைகாட்டி விடுவார்கள்.

கள்ளக்கறி என்பது ஊரின் பெயர். அந்த ஊருக்கு சொந்தப் பெயர் ஒன்று உண்டு. சொந்தப் பெயர் மறைந்து, இந்தப் பெயர் நிலைத்துப் போனதற்கு, ஒரு சுவையான சமூக வரலாறு இருக்க வேண்டும்.

ஆண்பிள்ளை மீன் பிடித்து வரப் போயிருக்கிறான் என்றால், வீட்டில் மசாலா அரைத்து வழித்து தயாராய் இருக்கும். அதுபோல், ஆடு கடத்துறதுக்குப் போயிருக்கிறார்கள் என்றால் அந்த ஊர் மொத்தமுள்ள வீடுகளில் மசாலா அரைக்கிறதென்ன, கூட்டி வழிக்கிறதென்ன, துண்டம் போடறதென்ன, 'சள புளா' என்று கறி கொதிக்கிற சத்தம் என்ன, ஒரே திருவிழாவாய் இருக்கும்.

அப்படி கடத்திக் கொண்டு வந்த ஆடுகளைத் தேடிப் போய் பார்த்த போது, ''அந்தா கிடக்கு ஒங்க ஆடுக, பத்திட்டு போங்க'' என்று கம்மந்தட்டையைக் காட்டுவார்கள். நாலு ஆடுகள் தான். மீதி ஒரு ஆடு வெட்டித் துண்டம் போட்டு இரண்டு மூன்று மொடாக்களில் வெந்து கொண்டிருக்கிறது கள்ளக்கறி!

''இங்ஙன செத்த உக்காருங்கய்யா, கறி வெந்துகிட்டிருக்கு. சாப்டுட்டுப் போங்க. ஏதோ சின்னப்பயக தெரியாம செஞ்சிட்டாங்க. நம்ம ரெண்டு பேருக்குள்ளயும் சடவா என்ன?''

சாமார்த்தியமாகப் பேசுவார்கள். அதையும் மீறிப் போய்விட்டால் அந்த மரியாதையும் கிடையாது.

கூழை லெக்கு நாயக்கருக்கும் கூடப் போனவருக்கும் சாப்பிட மனசு ஒருப்படவில்லை. பெரிய பெரிய மண் சட்டிகளில் அள்ளிப் போட்டு ஆளுக்கு ஒண்ணாய் தலையில் தூக்கி வைக்கச் சொல்லி சுமந்து கொண்டு, மீதி ஆடுகளைப் பத்திக் கொண்டு ஊர்வந்து சேர்ந்தார்கள். துப்புக் கூலி கொடுத்துவிட்டுத் தான் ஆடுகளை ஓட்டி வந்தார்கள்.

பொம்பிளையாட்களே பெருமையாய்க் கேட்பார்கள். ''அங்க இருந்து வந்திட்டீங்களே, இங்ஙன கண்டுக்கிட்டதனாலே, மீட்டிட்டுப் போயிற்றீங்க. ஆனா எங்க ஆம்பிளைங்க முள்ளு, மொடல்னு பாக்காம மாடுகளப் பத்திட்டு வந்திருக்காங்களே, முள்ளடிச்ச காசு வச்சிட்டுப் போங்கய்யா'' என்பார்கள்.

(முள்ளடிச்ச காசு- கல்லிலும் முள்ளிலும் ஆடு மாடுகளை ஓட்டி வந்ததற்கான காசு)

மீறிப் போகிறதென்றால், "முள்ளடிச்ச காசைக் கொடுக்காம மாட்டைக் கொண்டு போயிருவிகளா?" என்று பொம்பிளையாட்களே 'வேசடை' பேசுவார்கள்.

மனிதர்களுக்குப் பட்டப் பெயர் உண்டு. கேள்விப் பட்டிருக்கிறோம்.

ஒரு கிராமத்திற்கே, அப்படியொரு பட்டப் பெயர் வழங்கிய துண்டுமா? ஊர் முழுவதும் செய்கிற தொழில் குணத்தினாலே, அப்படியொரு பெயர் வந்துவிட்டது "கள்ளக்கறி"

ஆட்டுக்கிடை போட்டு உரம் வைத்து, விளைந்த காய்கறி, தானியங்களோட சுவையே தனி. அப்படி விளைந்த வெங்காயம், கத்திரிக்காயில் வைத்த சாம்பார் ஒரு தனி ருசி.

"ஆட்டு உரம் அந்த வருசம்

மாட்டு உரம் மறு வருசம்"

என்பார்கள். ஆட்டுப்புழுக்கை வெயிலில் காயக் காய தூள் மாதிரி, துடிப்புழுதி மாதிரி உதிரும். புழுதியோடு புழுதியாகக் கலக்கும். புழுக்கையை விட ஆட்டு மூத்திரம்தான் கூடுதலான சத்து. அதனாலேயே ஆடு படுத்து எழுந்திருக்கணும். அதுதான் கிடைக்குப் பலன் என்று சொல்வார்கள்.

மாட்டு உரம் அப்படியில்லை. தூளாகிறதுக்கு நாளாகும். மாட்டு உரம் நல்ல சூடு. மாட்டுரம் போட்ட நிலத்துக்கு தண்ணி புரள மழை உண்டானால் தான் அது உரம். தண்ணியில் ஊறி மண்ணோடு மண்ணாய் செம்மிக் கொள்ளும்.

"ஆடு மறிச்சவனுக்கு வெளையுமா?

அங்கலாய்ச்சவனுக்கு வெளையுமா?"

என்பது சொலவம். ஆட்டுக்கிடை போட்டவனுக்கு விளையுமா, அதைப் பார்த்து பொறாமைப்பட்டவனுக்கு வெளையுமா என்பது கேள்வி.

பா. செயப்பிரகாசம்

அப்படி கிடை போடுகிறபோது, கிடையிலிருந்து ஒன்றிரண்டு ஆடுகளைச் சத்தம் கொடுக்காமல் வாயை இறுக்கக் கட்டி, ஆளுக்கொன்றாய்த் தோள்களில் தூக்கி லாவிப் போட்டுக் கொண்டு வந்து விட்டால் அதற்குக் கணக்கு கிடையாது. அது தப்பு ஆடுன்னு விட்டிர வேண்டியிருக்கும்.

கிடைக் காவல் இருப்பவர்களை அடித்துப் போட்டுவிட்டு, கிடையோடு ஆடுகளைப் பத்திக் கொண்டு போய்விடுவார்கள். அப்படிச் செய்வது சுளுவான வேலை. வேகு வேகு என்று பத்திக் கொண்டு போய் தூரந்தொலை வெட்டு சந்தையில் அல்லது கேரளா எல்லையில் போய்த்தான் நிற்பார்கள். ஒரேடியாக விலைபேசித் தீர்த்துவிட்டு, பணத்தை மடியில் சொருகிக் கொண்டு வந்து விடுவார்கள்.

சில இடங்களில் ஆட்டுக்கிடை வைத்திருப்பவர்கள் திருடு போகாதிருக்க, கிழக்குச் சீமையில் தாட்டியமான ஒருவருக்கு வருடா வருடம் ஒரு குட்டி கொடுப்பார்கள். அவருடைய செல்வாக்கின் கீழ் ஆடுகள் களவு போகாது. போனாலும் கண்டுபிடித்துத் திருப்பித் தரும் திறம் அவருக்கு உண்டு. இவனவன் காவலில் இவன் வரலாமா என்று கண்டிப்பார்கள். களவு செய்வதிலும் ஒரு நியாயம் வேண்டாமா என்று கேட்பார்கள்.

கொஞ்ச காலம் முன்னால் வரையிலும், இந்தத் திருட்டுப் பழக்கம் நடைமுறையிலிருந்தது. இப்போது மிகவும் நாகரீகமாக ஆகிப் போனார்கள். கள்ளச்சாராயம் காய்ச்சுவது, கொடுக்கல் வாங்கல், வட்டித்தொழில் செய்வது என்று திசை மாறிவிட்டது.

துப்புக்கூலி

நல்ல தண்ணிக் கிணற்றுக்குப் போகிற ஒரு பாதை உண்டு. ஆடையும் கோடையும், கழுத்து மட்டுக்கு தண்ணி கிடக்கிற வற்றாத கிணறு. ராத்திரி என்றில்லை. பகல்பட்டு என்றில்லை, எந்த நேரம் பார்த்தாலும் கிணற்றில் வாளிகள் புரள்கிற சத்தம் கேட்கும்.

அதனால் நல்ல தண்ணிக் கிணற்றுக்குப் போகிற பாதையை ஒதுக்கிவிட்டு, சாலைப் பாதையோரமாகத்தான் பெண்கள் வெளிக்கு ஒதுங்குவார்கள். நல்ல மை இருட்டு நாள். அமாவாசையில் பத்ரகாளியும் ஆவுடையாச்சியும் வெளிக்குப் போக ஒதுங்கியிருக்கிற நேரம். மூன்று இளவட்டப் பயல்கள் அந்தப் பக்கமாக வர, ''ஆம்பிளைக வர்ற மாதிரி தெரியுது'' என்று பத்ரகாளியும். ஆவுடையாச்சியும் எழுந்திருந்தார்கள். அப்படியே அவர்களை அமுக்கி, அவர்களின் தண்டட்டி காதுகளை அறுத்தார்கள்.

ஆவுடையாச்சி திடமான பொம்பளை. காதுகளை அறுக்க விடாமல் தடுத்த அவள் கையில் ஒரு வெட்டு வெட்டிவிட்டு காதை அறுத்துக் கொண்டு ஓடினார்கள்.

ஆவுடையாச்சி அப்படியே கத்திகொண்டே 'காதறுத்திட்டு ஓடறான், காதறுத்திட்டு ஓடுறான்' என்று ஊருக்குள் ஓடினாள். பத்ரகாளி, அறுபட்ட காதோடு இருந்த இடத்திலேயே சாய்ந்து விட்டாள். ஊர் முழுக்க கையில் கம்பு, கத்தியுடன் எந்தப் பக்கம், எந்தப் பக்கம் என்று படையெடுப்பது போல் திரண்டார்கள்.

பா. செயப்பிரகாசம்

திருப்பதிக் கோனார், முத்துக்குறிக் கோனார், சுப்பையாக் கோனார் மூன்று பேரும் களவாணிகள் எந்தப் பக்கம் ஓடினார்கள் என்பதைக் கேட்டுத் தெரிந்து கொண்டார்கள். கால் பதிவை வைத்து, வேகமாய் ஓடியிருக்க வேண்டும் என்று அனுமானித்தார்கள். கால் தடம் பதிந்த இடங்களில் குச்சிகளின் ஒடிமானத்தை வைத்து, தடம் பார்த்துக் கொண்டே ஓடினார்கள்.

தடம் ஒரு இடத்தில் குறித்துக் கொண்டால், அடுத்து ஒரு பர்லாங்குக்கு அடுத்துத்தான் போய்ப் பார்ப்பார்கள். ஒவ்வொரு தடமாய் உற்றுப் பார்த்துக் கொண்டே போனால், களவாணிகள் போகிற வேகத்துக்குப் போக முடியாது.

இப்போது போல் தார்ச்சாலை இல்லை; சரள் மண் போட்ட சாலை. விளாத்திக்குளத்துக்குச் சாலை வழி போனால் ஆட்கள், வண்டிகள், வாகனங்கள் நடமாட்டம் இருக்கும். காட்டு ஊடுபாதை வழியாகத்தான் கள்ளப் பயல்கள் போயிருப்பார்கள்.

சூரங்குடியிலிருந்து மேற்காக 10 கி.மீ தொலைவிலுள்ள சங்குரணி என்ற கிராமத்திற்குப் போனவுடன் ''தடம் தொய்வாத் தெரியுது. ஆட்கள் களைச்சிப் போய்ட்டாங்கன்னு தடம் சொல்லுது; விளாத்திக்குளம் ஆத்தைத் தாண்டி அந்தப் பக்கம் போயிருக்க முடியாது'' என்று திருப்பதிக் கோனார், முத்துக்குறிக் கோனார் மூன்று பேருமாய் சொன்னார்கள். கூட்டமாய்ப் போன இருபது பேரும் பிரிந்து போய் நான்கு திசைகளிலும் சுற்றி வளைத்தார்கள்.

தண்டட்டிகள் அறுத்துக் கொண்டு ஓடிய மூன்று பேரும் ஓடித் தளர்ந்து போய், ஆற்றின் நடுப்பாகத்தில் தண்ணி இல்லாத திட்டில், ஒரு நாணல் புதரில் படுத்துவிட்டார்கள். தடம் பார்த்துப் போன சுப்பையாக் கோனார், இங்க தான் கிடக்கறானுகடா களவாணிப் பயல்கள் என்று கத்த, அப்படியே இரண்டு பேரை அமுக்கிப் பிடித்துக் கொண்டார்கள். அவருடைய சத்தம் கேட்டு சுதாரித்த இன்னொரு பயல், அவன் கையில்தான் களவாடிய நகை இருந்தது; தப்பி ஓடிவிட்டான்.

பிறகு நீதிமன்றத்திற்கு வழக்கு போனது. விசாரித்த நீதிபதி கேட்டார்.

''அவர்கள்தான் காதறுத்துக் கொண்டு ஓடினார்கள் என்பதற்கு யார் சாட்சி''

அப்போது மூன்று கோனார்களும் முன்னே வந்து நின்றார்கள்.

''தடம் பார்த்துப் போய்க் கண்டுபிடித்தோம்''

நீதிபதி ஆச்சரியப்பட்டுப் போனார்

''பதினைந்து கி.மீ.க்கு அப்பால் போய், கண்டுபிடிச்சிருக்கீங்க. அவங்க தடம் தான்னு எப்படி துல்லியமாய்ச் சொல்ல முடியும்?''

அவர்கள் தடம் பார்ப்பதிலுள்ள நுணுக்கங்களைச் சொன்னார்கள். விவரங்களை எடுத்து வைக்க வைக்க, நம்ப முடியாமல் நீதிபதியின் கண்கள் விரிந்தன. ''நம்ப முடியாது செய்து காட்டுங்க'' என்றார்.

சுப்பையாக் கோனார், மற்ற இருவரையும் பார்த்து கையமர்த்தி 'நான் பார்த்துக் கொள்கிறேன்' என்றார்.

நடப்பது, ஓடுவது, மாடுகள் பிணையல் அடிப்பது போல் வட்டமாக சுற்றிச் சுற்றி வருவது என்று மூன்று வகையாக ஆட்களை நடக்க வைக்க வேண்டுமென்று அவர் கேட்டுக் கொண்டார்.

சுப்பையாக் கோனாரைத் தனி அறையில் இருக்க வைத்தார்கள். வெளியே திடலில் 20 பேரையும் திருடர்களையும் நடக்க வைத்தார்கள். பிறகு அவரை வெளியே கூட்டி வந்து தடம் பார்க்கச் சொன்னார்கள். 20 பேருடைய தடங்களில், திருடர்கள் மூன்று பேருடைய தடங்களை மட்டும் குறித்துக் கொண்டார். பிறகு ஓட வைத்து, பிணையல் போல் சுற்றிச் சுற்றி வரவைத்து என்று செய்தார்கள். அப்போதும் சரியான திருட்டுத் தடங்களைக் குறித்துக் கொண்டார்.

மூன்று வகைத் தடங்களும் திருடர்களைத் துல்லியமாய் அடையாளம் காட்டியது. இப்படியும் உண்டுமா என நீதிபதி அசந்து போய்விட்டார்.

தடம் பார்க்கும் கலை மீது மூன்று பேருக்கும் அசாத்தியமான நம்பிக்கை. அவர்களுடைய ஆற்றல் ஒரு போதும் கைவிட்டுவிடாது என்று நம்பினார்கள். சரியாகத் தடம் பார்த்துக் கணிக்கிற கணிப்பு ஒருபோதும் பொய் சொல்லாது என்றார்கள்.

கால் பதிவை வைத்து வேகமாய் நடந்திருக்கிறான், ஓடியிருக்கிறான் என்பார்கள். விரல்களின் அழுத்தம், குதிகாலின் பதிவு, சாய்ந்த மிதி, கால்பதிவில் குச்சிகள் ஒடிவு என்று பார்த்து, தடம் எந்தப் பக்கம் போயிருக்கிறது என்று கண்டுபிடித்து விடுவார்கள்.

களவு போன மாட்டைப் பிடித்துக் கொண்டு வருகிற போது, துப்புக்கூலி கொடுக்காமல் போகிறார்களே என்று எதிர்த்து இரண்டு பேர் வந்து தடுக்க, அவர்களின் மண்டையை உடைத்துவிட்டு, வேகவேகமாய்த் தப்பித்தோம் பிழைத்தோம் என்று மூன்று பேரும் ஊர் திரும்பியிருக்கிறார்கள். துப்புக்கூலி கொடுக்காமல் களவு போன மாட்டைக் கொண்டுவந்தது இது முதல் தடவை.

ஆடு, மாடு என்றால் கரிசல் வட்டாரத்திற்குக் கிழக்குத் திசையில் தான் போகும் என்பது அவர்களுக்குத் தெரியும். களவு கொண்டு போகிற சில ஊர்களையும் அவர்களுக்குத் தெரியும். களவு நிறைந்த கிழக்குச் சீமையில் எவ்வளவு பகையானாலும் சரணடைந்தவர்களைக் கைவிடவும் மாட்டார்கள் என்பது தெரியும். அதனால்தான், களவுபோய் திருப்பிக் கொண்டுவந்த மாடுகளை, ஊரோடு படையெடுத்து வந்து, பழையபடி அடித்துக் கொண்டு போய்விடுவார்களோ என்ற பயம் களவு கொடுத்தவர்களுக்கு.

2

தேங்காய்ப் பூவை சிதறி விட்டது மாதிரி பொசும்பலாய் ஆரம்பித்தது மழை. மேகப் பாறைகளை உருட்டி விட்டு மதகு உடைந்த மாதிரி, பொத, பொதவென்று கொட்டியது. 'இம்புட்டுத் தண்ணியை எங்குதான் வச்சிருக்குதோ தாயே' என்று விவசாயப் பெண்கள் வியப்படைந்தார்கள். கார்த்திகை மாதத்தில் ரெண்டு நாள்தான் வெயில்

முகம் தெரிந்தது. ஊருக்கு நாலுபுறமும் மரம், மட்டை, காடு மேடு தெரியாமல் வெள்ளம்,

மார்கழியில் சுத்தமாய் மழை இல்லை. சித்திரை வெயில்போல் தகிக்கிறது. கோளின் பலாபலன்கள் மாறி விட்டன. ஏடாகூடமாய்ப் பெய்த மழை சம்சாரியை ஒன்றுமில்லாமல் ஆக்கிவிட்டது. நயம் காடுகளில் வெள்ளாமைக்கு வழி இல்லாமல் போய்விட்டது. களிமண் பூமி, தண்ணியை உள் இழுத்து கொப்பளித்துக் கொண்டே இருக்கும். மழைக்கு முந்தி விதைத்து, ஈரிலை விட்ட மிளகாய் நாற்றுகள் தண்ணீரில் வேர்கள் அழன்று பிடிமானம் இல்லாமல் மிதந்தன. செடிகள் மருந்துக்குக் கூட இல்லாமல் வெட்டவெளியாய் இருந்தது புஞ்சை.

அழித்து விதைத்தார்கள். மறு விதைப்பு முளைத்தும் முளையாமல், விட்டி, கூனவண்டு தட்டி சுரீச்சிப்போயிருந்ததை மூணு தடவை அழித்து அழித்து விதைத்தார்கள்.

தையில் மிளகாய்ச் செடி மதமதவென்று வளர்ந்து இடுப்பு உயரத்துக்கு இருக்க வேண்டுமே? செடியை வளைச்சி விட்டுத்தான் மருந்து தெளிக்க வேண்டியிருக்குமே? இந்நேரத்துக்கு மருந்தடித்து பலன் பிடித்து உதிர்ந்தது போக, மாறி மாறி பலன் பிடிக்குமே? பூவும், பிஞ்சும் குலை குலையாய் செடி கனத்து புதுப்பெண்ணைச் சோடிக்க வச்ச மாதிரி தளதளக்குமே?

அதெல்லாம் இந்த வருசம் இல்லாமல் விவசாயிகள்தான், வம்பாடுபட்டு விவசாயத்தைக் கட்டி இழுத்துக் கொண்டு நின்றார்கள்.

''எங்களுக்கு இத விட்டா வேற கதி? வருசம் முழுதும் காட்டிலதான் அடைஞ்சு கிடக்கிறோம். மானவாரிப் புஞ்சை ஒரு தடவை சொன்னபடி கேக்குது. இன்னொரு தடவை ''கொடுத்தது போதும் ஒங்க பவுசுக்குன்னு நம்மளைப் பைத்தியக்காரனாக்குதே. ஒண்ணுமே அடைஞ்ச பாடில்லை. செத்தாலும், புஞ்சைக் காட்டிலேயே சாகிறதுன்னு விவசாயி முடிவு எடுத்திருக்கான்''

மேற்கொண்டு பேச முடியாமல், தொண்டை அடைபட்டுப் போயிருக்கிறான் நொம்பலப்பட்ட விவசாயி.

மூணு தடவை மாற்றி மாற்றி அழித்து விதைத்ததில் சில காடுகளில் மிளகாய் நாற்று நெருக்கம்; சில இடங்களில் அலசல். நெருக்கமாய் இருக்கிற இடத்தில் கலைத்து, இல்லாத இடத்தில் நிரவலாய் நடுகை போட்டார்கள்.

இப்போது நாற்றுப் பஞ்சம் வந்து விட்டது. இல்லாத சனங்கள் என்ன செய்யும்? செடி இருக்கிற வேத்துக் காடுகளில் கண்டும் காணாமல் பிடுங்கி, சொந்தப் புஞ்சையில் நடுகை போடுகிறார்கள். நாற்றுக்களைத் தேடி ஊர் ஊராய்ச் சாக்குப் பையைத் தூக்கிக் கொண்டு அலைகிறார்கள்.

முத்தாலப்பன், வெகு காடு அலைஞ்சும் நாற்று காணாமல் வில்வமரத்துப் பட்டியில் போய் கெஞ்சி, கொஞ்சம் வாங்கி ஈத்து ஈனிய இளங்கொடி போல், சிறு சாக்குத் துணியில் சுருட்டி கக்கத்தில் இடுக்கிக் கொண்டு வந்தான்.

நாத்துக்கு ஏகக் கிராக்கி இருக்கிற ஊர்களில் ஆயிரம் நாற்று 250 ரூபாய்க்கு விற்க ஆரம்பித்து விட்டார்கள். அப்படி வாங்கி எந்த விவசாயிக்குக் கட்டுபடியாகும்? நாற்று திருட்டுப் போக ஆரம்பித்து விட்டது. ராத்திரியோடு ராத்திரி கால் மிதிபட, காடுகளை உழப்பி நாற்றுத் திருட்டு நடந்தது. இப்படி நடக்கிறதென்று அங்கங்கே பேட்ரி லைட்டுக்களை அடித்துக் கொண்டு, வெம்பா (வெண்பனி) பெய்கிற போதும், கொக்கு முக்காடு போட்டுக் கொண்டு காவல் இருந்தார்கள்.

இப்போது சனங்கள், திருடினாலும் ரொம்ப நாகரிகமாகி விட்டார்கள். நாளைக்கே நடுகை போட்டாக வேண்டும். அவசரமாய் பத்தாயிரம் நாற்று தேவைப்பட்டது. காவல் இல்லாத புஞ்சையில் இருட்டில் நிலத்தோடு நிலமாய் பம்மி, ஆளும் பேருமாய் நாற்றைப் பிடுங்கி எடுத்துக்கொண்டு வந்து விட்டார்கள். வருவதற்கு முன்,

நிலத்துக்காரன் எந்தப் பொழி (எல்லை) வழியாகப் புஞ்சைக்குள் நுழைவானோ, அந்த இடத்தில் பத்தாயிரம் நாற்றுக்கு ஆயிரம் ரூபாய்க் கணக்கில், ஆயிரம் ரூபாயைச் சுருட்டி, அவன் கண்ணில் படும்படியாக வைத்து விட்டு வெளியேறிவிட்டார்கள்.

புஞ்சைக்காரன் நாற்று கலைச்சிப் போட்டிருப்பதை காலையில் கண்டதும், திக்கென்றிருக்கும். அதனாலென்ன? பணத்தை நாணயமாக வைத்து விட்டுப் போயிருக்கிறார்களே!

ஒரு மனிதர்

கிழக்கு முகம் நோக்கித் திரும்பி நிற்கிறது கோயில். கோயில் முகம் பார்த்துத் திரும்பி நிற்பார் முத்து வீரப்பன். இரண்டு கைகளையும் சேர்த்து ஒரு தட்டு பிறகு கை விரிப்பு, இரண்டாவது தட்டு, பிறகு கை நேரே போக, சாமியை நீவா, நீவா என்று கூப்பிடுவது போல இருக்கும். தட்டித் தட்டிக் கூப்பிட்டுக் கொண்டே இருப்பார். அப்படியே இரண்டு கைகளையும் முகத்துக்கு மேலே கொண்டு போய், மாறு கை வைத்து தலையில் போட்டுக் கொள்வார். அரை மணி, முக்கால் மணிப் பொழுதுக்கு, கோயில் மண்டபத்தில் உட்காந்திருக்கிற விடலைகளுக்கு வேற பொழுதுபோக்கு வேண்டியதில்லை. ஆடு புலி ஆட்டத்தை நிறுத்தி விட்டு கவனிக்கிற அளவுக்கு சுவாரசியமானது. தினசரிகாலை ஒரு அரை மணி நேரம், அந்தியில் அரை மணி நேரம் இப்படி நடக்கும்.

'சும்மா கிடக்கிற சாமியை உசுப்பி விட்டுருவாரு' என்று விடலைகள் கேலி செய்வார்கள்.

கோயில் மண்டபத்தில் அவர் உட்காருவதே தனி அழகு. உட்காருகிற இடத்தைத் துடைச்சி, துடைச்சி கசாப்புக் கடை கட்டைபோல் ஒரு பள்ளம் உண்டாகியிருக்கும். இடுப்பில் கோவணத் துணிக்கட்டு, மேலே ஒரு துண்டு. துண்டை நான்கு பாகமாய் மடித்து, சில நேரம் எட்டு மடிப்பாய் மடித்து, துடைத்த இடத்தில் போட்டு உட்காருவார். அடியில் வேட்டி இருந்து அழுக்குப் படாமல் மேலே

இழுத்து விட்டுக் கொள்வது போல், கோவணத் துணியின் மீதத்தைப் பின்பக்கம் இழுத்துவிட்டுக் கொள்வார்.

''கோவணம் அழுக்காயிருச்சின்னா என்ன செய்யறது? அதுக்குத்தான் அந்தப்பாடு. கோட்டிக்கார மனுசன்'' என்று ஊர்வாய் (கோட்டி - பைத்தியம்) பேச ஆரம்பித்து, பிறகு அன்றாடக் காட்சி ஆகிவிட்டதால் மறந்தும் போனார்கள்.

உடு மாத்து இல்லாமல் ஒரு கோவணத் துணியும் துண்டுமாக ஊர் முழுதும் நடமாட்டம். பஞ்சாயத்து, ஊர்க்கூட்டம் எதற்கும் போக மாட்டார். போனால் கோவணத் துணிக்குக் கீழே ஒரு மாற்றுத் துணி வேணுமே. அந்த அளவுக்கு வாங்கி உடுத்த அவருக்கு ஊர்க்காரர்கள் சொன்னது போல் பைத்தியமா பிடித்திருக்கிறது?

கோமணத்தாண்டியாய் அலைகிற முத்து வீரப்பன் வேட்டி கட்டிக் கொள்கிற அவருடைய அண்ணனைப் பார்த்து சொல்வாராம் ''பெருமைக்காக வேட்டி கட்டிக் கொண்டு அலையறான்''

பழைய காலத்து கிராமங்களில் சில அசலான கிராமத்து ஆசாமிகள், ஒரே ஒருவேட்டி சட்டை, பெட்டியில் மடித்து சுருக்கம் சுருக்கமாய் வைத்திருப்பார்கள். ஊர்த் திருவிழா, பண்டிகைக்குகூட அந்த வேட்டி சட்டையை அணிய ஊர் பார்த்ததில்லை. வெளியூர்களுக்குப் போகிறபோது மட்டும் வேட்டி, சட்டை போட்டுக் கொள்வார்கள். ஒரு துணிப்பையில் மடித்துச் சுருட்டித் திணித்துக் கொண்டு டவுனுக்கு பாதி வழி வந்த பிறகுதான் சட்டை போடுவது.

ஓய்வு பெற்ற போலீஸ்காரரான முத்து வீரப்பன், ஓய்வூதியம் வாங்க ஊரை விட்டு வெளிக் கிளம்ப வேண்டியிருக்கும். தாலுகா தலைநகருக்குப் போயே ஆக வேண்டும். அப்போது மட்டும் வேட்டி, சட்டை போட்டுக் கொண்டு கிளம்புவார். அதே போல் ஓய்வூதியம் வாங்கிக் கொண்டு எங்கயும் நிற்காமல், ஒரு தேநீர் கூடக் குடிக்காமல் நேரே வீட்டுக்கு வருவார். வேட்டி, சட்டையைக் கழற்றி, ரூபாய் நோட்டுக்களை சம்சாரத்திடம், 'நாச்சியாரம்மா, இந்தா' என்று

கொடுப்பார். வேட்டி அவருக்கு ரூபாய்த்தாள் மாதிரி அதையும் கொடுத்தார்.

வீட்டிற்குள் இந்த ஓய்வு பெற்ற போலீஸ்காரர் பேசிப் பார்த்ததில்லை. நான் அறியக் கிடையாது என்பார் பக்கத்து வீட்டு முத்துக் குமார். பேசினால்தான் பக்கத்து வீட்டுக்குக் கேட்குமே. உடம்பு சிக்கனம், உடைச் சிக்கனம் எப்படியோ அப்படி சொற்சிக்கனம்.

அவர் வெளிக்குப் போகிறபோது நிறைய வேடிக்கை நடக்கும்.

கையில் ஒரு விளக்குமாறும் கூடவே கொண்டு போவார். வெளிக்கு இருக்கப் போகும் இடத்தை விளக்கு மாற்றால் தூத்துத் தூத்துத் துப்புரவாக்குவார். துப்புரவாய்ப் பளிச்சென்று ஆகிறவரை பெருக்கிக் கொண்டே இருப்பார். பக்கத்திலேயே பெருக்குமாறை வைத்துக் கொள்வார். வெளிக்கு இருந்து முடிந்ததும், மறக்காமல் பெருக்குமாறைக் கொண்டு மண்ணைக் கூட்டி மூடுவார். மற்றவர்க்கு அசூயையாகத் தென்படும் இந்தச் செயல்கள், அவர் மனசுக்குப் பிரியமாய்த்தான் செய்தார்.

ஒரு அதிசயப் பிறவியைப் பார்ப்பது போல முதலில் அதிசயமாகப் பார்த்த குழந்தைகள், பிறகு பழக்கமான காட்சிகளாய் ஆகிவிட, சுவாரசியம் இழந்து போனார்கள். கண்டும் காணாமல் 'சுத்தம் படு சுத்தம்' என்பார்கள்.

'நெருப்பில் போட்டாக்கூட வேகமாட்டான்' என்று அங்கலாய்ப்பார்கள் சில பெரிசுகள். "அங்க என்ன உடம்பா இருக்கு? மனசுதானே இருக்கு. மனசு எப்படி சொல்லுதோ அதுபடி அவன் கேட்கிறான், மனசு, என்ன நெருப்பிலே வேகுமா?" வேதாந்திகள் விளக்கம் போலவே சொல்வார்கள்.

ஒரு தடவை வியாபாரி சண்முகம் வீட்டில் பதிவாய் வேலை பார்த்து வந்தான் நாகையா. முத்து வீரப்பன் வீட்டு வலது பக்கச் சுவர் ஓரமாகத்தான் அவர் வீட்டைக் கடந்து வியாபாரி சண்முகம்

வீட்டுக்குப் போக வேண்டும். அங்கே, மாடு கன்னுகளை கவனித்துக் கொள்கிறது, உழவுக்குப் போறது, போய்வந்து மாட்டுக்குத் தீவனம் போடுவது நாகையாவின் தினப்படி வேலை. ராத்திரி போய்வந்து மாட்டுக்குக் கூளம் போட்டு வருவமே என்று போகிறபோது மழைபிடித்துக் கொண்டது. முத்துவீரப்பன் வீட்டோரமாய் ஒதுங்கினான் நாகையா.

''யாரு?'' என்று முத்துவீரப்பன் கேட்க,

''என்ன முதலாளி?'' என்றான் நாகையா.

அப்போது நாலைந்து தோசைகளை, கும்பாவில் வைத்து சட்னி, தோசைப் பொடி வைத்து சாப்பிட்டுக் கொண்டிருந்தார். முதலாளி என்ற சொல் குளுமையாகப் பாய்ந்திருக்கிறது. நம்ம தாத்தா, அய்யா காலத்துக்குப் பிறகு நம்பளை ஒரு பய முதலாளின்னு கூப்பிடலை, இவன் கூப்பிடுறானே என்று மனசில் பட்டிருக்கிறது.

''வாய்யா, நாகையா, உள்ளே வாய்யா'' அன்போடு உபசரனையாய்க் கூப்பிட்டார். 'இல்ல இருக்கட்டும் முதலாளி' என்று சொல்ல, பழையபடி முதலாளிங்கிறானே என்று அங்கமெல்லாம் புல்லரிக்க, புளகாங்கிதம் கொண்டு ''வாய்யா, எவ்வளவு நேரம் சாரல்ல நிப்பே?'' என்றார். உள்ளே திரும்பி ''நாச்சியாரம்மா யாரு வந்திருக்கான்னு பாரு. அவனுக்கு நாலு தோசை கொண்டு வந்து வை'' என்றார். நாகையா சங்கடத்தில் நெளிகிறான்.

நாச்சியாரம்மா சமையல் கட்டில் தோசை வார்த்துக் கொண்டிருந்தாள். அந்த அம்மாள், 'இவன் யாரு எம் பெழைப்பில கை வைக்க வந்தவன், நானே தோசை இல்லாம, கடைசி கடைசியா மாவை வழிச்சி ஊத்திக்கிட்டிருக்கேன். இவன் யாரு வந்தவன்னு தெரியிலயே' என்று மனசைத் தேத்திக்கிட்டு வந்து பார்க்கிறாள். ''நாகையா, எங்க அய்யா, தாத்தா காலத்தில கேட்டதுப்பா இந்தச் சொல். பொட்டு, சிந்துன்னு அன்னைக்கு விசுவாசமா இருந்த ஆட்கள் போல வாஞ்சையா இருக்கிறே'' முத்து வீரப்பன் உருகுகிறார்.

அது வெறும் செக்குலக்கை என்று தான் நாகையா நினைத்திருந்தான். அது இப்படி ஒரு சொல்லுலே தீப்பட்ட கற்பூரக்கல் மாதிரி உருகும் என்று அவன் எதிர்பார்க்கவில்லை.

"ஆமாய்யா, ஊர்ல ஒரு பய அவுகளை மொதலாளின்னு சொன்னதில்லை" நாச்சியாரம்மாவும் உருகியது. அப்படியே தோசைகளை வைக்க, சட்னி, சாம்பாரை ஊத்த,

"இதுவும் நல்லசீர் தான். இனிமே இது மாதிரி வாய்க்குமா?" என்று சாப்பிட்டுவிட்டு "அந்தம்மா கண்ணாடி மாதிரிதானே தோசை ஊத்துவாங்க. நாலைந்து தோசைகளைப் போட்டு வச்சாங்க, சாப்பிட்டு போட்டு வந்தேன்" என்று ஊர் முழுக்கச் சொல்விட்டான் நாகையா.

ஒரு மனுசனுக்குள் பழைய காலத்துப் பெருமைகளும், அய்யா, தாத்தா காலத்தைப் போல் தன்னை மதிக்க வேண்டும் என்ற உள்அவாவும் தேங்கிக் கிடந்தது என்பதை அன்றுதான் ஊர்புரிந்து கொண்டது.

விளாத்திக்குளம் வட்டாரத்தில், சிவஞானபுரம் கிராமத்திற்குப் பக்கத்து ஊரான சக்கம்மாள்புரத்தில் சுமார் நூறு ஆண்டுகளுக்கு முன்பு ஒரு ரெட்டியார் இருந்தார்.

எட்டயபுரம் ஜமீன்தாருக்கும், ரெட்டியாருக்கும் ஒரு நிலத்தாவா இருந்தது. வழக்கை ரெட்டியார் விடுவதாக இல்லை. வழக்கு நீதி மன்றத்துக்குப் போய் விட்டது.

ஒரு மன்னரை எதிர்த்து ஒரு சம்சாரி வழக்கு நடத்துவது லேசுப்பட்ட காரியமல்ல. அந்த நாளையில் அந்த வழக்கு பரபரப்பாகப் பேசப்பட்டது.

தோற்றாலும் வெற்றி பெற்றாலும் மன்னருக்கு இது பெருமையளிப்பதாக இருக்காது என்பதால் விவகாரத்தை உள் நாட்டிலேயே பேசித் தீர்த்துக் கொள்வது என முடிவாயிற்று.

சேத்தூர் சமீந்தாரிடம் வழக்கு சமரசத்துக்குப் போனது. சேத்தூராரை நடுவராகக் கொண்டு, வழக்கைத் தீர்த்துக் கொள்வதென முடிவாகி நாளும் குறிக்கப்பட்டது.

எட்டயபுரம் மன்னர் தனது சேனாதளங்களுடன், ஆள், அம்பு, பரிவாரங்களுடன் சேத்தூர் வந்து இறங்கினார். மன்னராயிற்றே! சகல மரியாதைளுடன் வரவேற்கப்பட்டு விருந்துபச்சாரங்களும் தடபுடலாக நடைபெற்றன. பல்லக்குகளிலும் குதிரைகளிலும் வந்திறங்கிய மன்னரையும், பரிவாரங்களையும் வேடிக்கைப் பார்க்க பெருந்திரளாகக் கூட்டம்.

எட்டப்பர் போல் தடபுடலாக, பந்தாவாகப் போய் இறங்கிவிட முடியாதே! இந்த வழக்கில் இன்னொரு தரப்பான ரெட்டியார் ஆர்ப்பாட்டம் எதுவுமின்றி, தான் வந்த மாட்டு வண்டியை அரண்மனை வாசலில் ஓர் ஒதுக்குப்புறமாய் நிறுத்திவிட்டு, அங்கிருந்த அத்தி மரத்தடியில் சர்வ சாதாரணமாய் உட்கார்ந்திருக்கிறார். கூடவந்த ஒருவரை அரண்மனைக்குள் அனுப்பிவிட்டு பதிலை எதிர்பார்த்துக் காத்திருக்கிறார்.

அந்தக் காலத்தில் ஜமீன்தார்களுக்கும், ராஜாக்களுக்கும் ஒரு சொல் லாவகமாய் வரும். ஜமீந்தார்கள் பேசுகிறபோது ''அரண்மனை நினைக்குது, அரண்மனை இப்படிச் சொல்லுது'' என்றுதான் பேசுவார்கள்.

''நான் நினைக்கிறேன்; நான் சொல்கிறேன்'' என்று சொல்ல அவர்களுக்கு வராது. ''சந்நிதானம் சொன்னது, சந்நிதானம் பேசியது'' என்பது போல! அந்தக் காலத்தில் அரண்மனைதான் சந்நிதானம்.

எட்டயபுரம் மகாராசாவை எதிர்க்கிற ரெட்டியார் ஆள் எப்படி, அவரும் மன்னர் மாதிரி பகுமானமாய் இருப்பாரா பார்க்கலாம் என்று மக்களுக்கு ஆசை. எப்போது வரப்போகிறார் என்று கட்டுக்கடங்காத ஆவலுடன் காத்திருந்தது கூட்டம். அரண்மனைக்குப் போனார்கள். அங்கே அவர் வரக் காணோம்.

ரெட்டியார் பலாட்டியமான (பலசாலி) ஆளும் இல்லை; தாட்டீகமான (செல்வாக்கு) ஆளும் இல்லை. ஒரு மகாராசாவை எதிர்க்கிற அளவு வாட்டசாட்டமும் கெடையாது. அரண்மனைத் தோரணையும் இல்லை.

மக்கள் வந்து பார்த்தபோது அரண்மனைக்கு முன்னாலயும், பின்னாலயும் காணோம்.

ரெட்டியார் அத்திமரத்தடியில் சாவகாசமாய் உட்கார்ந்து, கீழே கிடக்கும் அத்திப் பழங்களைப் பொறுக்கி, ஒவ்வொன்றாக வாயில் போட்டுக் கொண்டிருக்கிறார்.

நேரம் ஆக, ஆக ரெட்டியார் எப்போதோ வந்து விட்டாரென்றும், அரண்மனைக்கு முன்புள்ளது அவர் வந்த வண்டிதானென்றும் தெரியவந்தது. சிலர் வண்டிக்காரனிடம் நேரடியாகப் போய் விசாரித்தார்கள். அப்போதுதான் வந்திருப்பது அவர்தானென்று தெரிந்து கொண்டார்கள்.

கூட்டத்திலிருந்தவர்களுக்கு ‘சப்’பென்று போய்விட்டது. இன்னார் என்று இனங்கண்டு கொண்டதும், இளக்காரமாய்

‘‘ப்பூ... இவர்தானா?’’ என்றார்கள்

ரெட்டியார் ‘விசுக்’ கென்று எழுந்தார். பேசியவர்களைப் பார்த்து பலத்த குரலில்,

‘‘எட்டு அப்பனா இருக்கக் கண்டு... என் வினையைத் தாங்கினான். அவன் ஒரு அப்பனாக இருந்திருந்தால், இதற்குள் ஊதித் தள்ளியிருப்பேன்’’ என்றார்.

ஏளனப் பேச்சும், சிரிப்பும் போன இடம் தெரியாது. கூட்டம் ‘கப், சிப்’ என்று அடங்கி விட்டது.

அன்றைக்கு -

எளக்காரமாய்ப் பார்த்த அரண்மனைக்கு, அதிகார வலிமைக்கு சவால்விட ரெட்டியாருக்கு கம்பீரம் இருந்தது.

எட்டயபுரத்தாரை எதிர்த்து, வழக்காடிய கவுரவம் அது. அந்த கவுரவம் கிடந்த தொட்டிலும் காணோம், வீற்றிருந்த நாற்காலியும் காணோம், வீசிய காற்றும் காணோம் என்றிருந்தது. பெரும்புயல் இருந்து புறப்பட்ட இடம் என்பதற்கான எந்தத் தடயமும் இல்லை இன்றைய நாளின் அந்த பூமியில்.

வீரம் விளைந்த மண்ணின் சின்ன வீச்சுக் கூட இல்லாமல், முத்துவீரப்பன் என்ற ஒரு புழு அந்தக் கோயில் மண்டபத்தில் கிடந்து தவிப்பது பெரிய ஆச்சரியம். உருண்டோடுகிற காலம், கரிசல் பூமியில் ஒரு இடத்தில் வேங்கையையும், இன்னொரு இடத்தில் ஒரு பொட்டுப்பூச்சியையும் வைத்ததுதான் இன்னும் பெரிய ஆச்சரியம்.

கல்லில் நார் உரிச்சிரலாம். வாழைத்தண்டைக் கூட எரிச்சிரலாம். ஆனால் கவுரவத்தின் ஒரு துளியைக் கூட வாங்க முடியாது என்றிருந்த வேளையில், பாரம்பரியத்தின் பட்டொளியை நாகையா ஞாபகப்படுத்தியவுடன் முத்து வீரப்பனுக்குள்ளிருந்து ஒரு சுனை ஊற்றெடுத்ததுதான் இன்றைக்கும் எல்லோருக்கும் ஆச்சரியத்தைக் கொடுக்கிறது.

இன்னொரு மனிதர்

'செட்டியார் முறுக்கா, சரக்கு முறுக்கா' என்பார்கள். உண்மையாகவே வேப்பலோடை செட்டியார் சுடுகிற முறுக்கால் அவரும், அவரது கைப்பக்குவத்தால் முறுக்கும் பிரபலம் ஆகிக் கிடந்தது. பக்கத்திலுள்ள பத்து ஊர்கள் அவருடைய வியாபார இடங்கள். பத்து ஊர்களுக்கும் தலைச்சுமையாக முறுக்குக் கூடையைச் சுமந்து விற்று வருவார். கொஞ்சம் சேவும் சிறு கோணிப் பையில் கைச்சுமையாக எடுத்துக் கொள்வார். ஒருக்களித்து 'சவக் சவக்' என்று ஒருச்சாய்ஞ்ச நடை. தலைச்சுமையும் கைச்சுமையும் சேர்ந்து, அவருக்கு தனி நடையை உருவாக்கி விட்டது.

வேப்பலோடை சேவு, முறுக்கு போலவே, ஒவ்வொரு ஊரில் ஒரு தின்பண்ட வகை தனி ரகமாகப் போடுவார்கள். குறுக்குச்சாலை சேவு, மணியாச்சி முறுக்கு, சங்கரன் கோவில் பிரியாணி (பிரியாணி ரயில்பெட்டி ஏறி பொட்டலம் பொட்டலமாய் சென்னைவரை பயணம் போயிருக்கிறது), திருநெல்வேலி அல்வா, கடம்பூர் போளி. இப்போதும் கோவில்பட்டிக்கும், நெல்லைக்கும் இடைப்பட்ட ரயில் பயணத்தில் போளியை தனியாக வாங்கி சுவைத்துச் சாப்பிடுகிறார்கள் தெக்கத்திக்காரர்கள்.

எங்கள் ஊரில் ராசாமணி என்றொருவர் கடை வைத்திருந்தார். அவர் கைப்பட வறுக்கும் வேர்க்கடலைக்குத் தனி ருசி. வேர்க்கடலை வாங்குகிறபோது, இரண்டு பருப்பு, மூணு பருப்பு இருக்கிற மணி

மணியான கடலைகளாகப் பார்த்துத்தான் வாங்குவார். ஒத்தைப் பருப்புக் கடலையைப் பேருக்கு கூடத் தொடமாட்டார். வேர்க்கடலை வறுப்பில் கைப்பக்குவம் அப்படி. குறு மணலை வறுப்புச் சட்டியில் போட்டு, நன்றாகச் சூடுபடுத்தி செங்கனலாக தகதகங்கிற மணல் சூட்டிலேயே வறுப்பார். போகிற, வருகிற ஆட்களையெல்லாம் வறுப்பு மணம் இழுக்க, கடைப்பக்கம் கிறங்கி வந்து நிற்பார்கள். ஆழாக்கு கடலை உரித்து கருப்பட்டி அல்லது வெல்லம் கடித்துச் சாப்பிட்டு ஒரு செம்பு தண்ணீர் குடித்தால் வயிறு 'திம்' மென்று ஆகிவிடும்.

50 ஆண்டுகளுக்கு முன்பு ஏரலில் ஓதுவார் கடைக் காப்பி ரொம்பப் பிரபலம். ஓதுவார் கடைக் காப்பி, ஏரலில் இருந்து பிளாஸ்கில் திருநெல்வேலி வரை போகுமாம். கடைசியில் காப்பி சுவையின் ரகசியம் வெளிப்பட்டுவிட்டது. சோதனையில் பில்டரில் அபின் தடவப் பட்டிருந்ததைக் கண்டு பிடித்தார்கள்.

காடல்குடியில் ஒரு பெரியம்மா, சைவப் பிள்ளைமார். இந்த அம்மாள் சுட்டுப் போடும் தோசை பிரபலம். தோசை சாப்பிடுவதற்கென்று வெளியூர்களிலிருந்து வருவார்கள். வண்டி மாடு கட்டி, ஊர்ப் பயணம் போகிறவர்கள் இந்த அம்மாவின் கடைக்கு விலகாமல் போவதில்லை. மர நிழலில் வண்டியை அவிழ்த்துப் போட்டு, மாடுகளைக் கொஞ்சம் தைப்பாற விட்டு இரண்டு தோசை சாப்பிட்டுப் போவார்கள். தோசைக்குக் கிராக்கி ஆனவுடன், இட்லி, வடை, மசாலா மொச்சைப் பயிறு என்று பலகார அயிட்டங்களை அந்த அம்மா பெருக்கிக் கொண்டாள். பலகார எண்ணிக்கை கூடினாலும், சுவை ஒரு துளியும் கம்மியாகவில்லை.

செட்டியார் முறுக்குக் கூடை சுமந்து கால்நடையாய்ப் போய் விற்கிறபோது வழக்கமான ஊர்களிலிருந்து, கொஞ்சம் புது ஊர்களுக்கும் போய் வரலாமே என்று நினைத்தார். லிங்கம்பட்டி என்ற ஊரில் போய் விற்கிறபோது மழை பிடித்துக் கொண்டது. முன்னிருட்டு, கிராமத்தில் தங்கித் தீர வேண்டிய கட்டாயம்.

சனங்களைக் கேட்டார். அவர்கள் அவரை ஒரு வீட்டில் கொண்டுபோய் நிறுத்தினார்கள்.

அந்த வீட்டில் மிகுந்த உபசரிப்புடன் வரவேற்கப்பட்டார். புதிதாக வருகிற ஒரு ஆளை வரவேற்பது போல் இல்லை அந்த உபசரிப்பு.

வெந்நீர் வைத்துக் கொடுத்தார்கள். குளித்தார். சுடச்சுட குருதாலிச் சோறும், பருப்புக் கறியும் வந்தது. சாப்பிடச் சொல்லி கட்டாயப் படுத்தினார்கள். மிகவும் சங்கோசப்பட்டார். அவருடைய வாழ்நாளில் அப்படியொரு சுவையான உணவு கண்டதில்லை. வேண்டாம் வேண்டாம் என்று மறுத்தும் பூவரசு இலையைப் பறித்து வந்து தைத்தாகிவிட்டது.

செட்டியார் ஆசாரம் தவறாதவர். குளித்து சாமி கும்பிட்டு, நெற்றி நிறைய திருநீறு இட்டு ஆசாரம் எல்லாம் முடிந்து சாப்பிடுகிற பழக்கம் இன்னைவரை அத்துப் போகாமல் இருந்தது. அசலூரில் வேத்து ஆள் வீட்டில் இதுவரை கை நனைத்ததில்லை. கடைக்குப் போனால் காபி டபராவை நாலு தடவை வெந்நீர் கொண்டு அவரே கழுவி ‘இதிலே ஒரு கப் காபி கொடுப்பா’ என்று சொல்கிற ஆள்.

குதிரைவாலிச் சோறும், பருப்புக் குழம்பும் படு பொருத்தம். சைவச் செட்டி ரசித்துச் சாப்பிட்டு விட்டார். மனசின் ஒரு மூலையில் ஆசாரம் கடைப்பிடிக்காமல் சாப்பிட்டுவிட்டோமே என்ற குற்ற உணர்வு குறுகுறுத்துக் கொண்டிருந்தது.

மறுநாள் காலையில் ஊர் வந்து சேர்ந்தார்.

ஒரு வாரம் ஆனது. விசயம் வெளிப்பட்டு விட்டது. அவர் சாப்பிட்ட குதிரைவாலிச் சோறும் பருப்புக் குழம்புச் சுவையும் விசயத்தை வெளியே கக்கும்படி செய்து விட்டது.

‘‘லிங்கம்பட்டி கிட்ணம்மா வீட்டில சாப்பிட்டீராக்கும். ராஜமரியாதையா உபசரிச்சிருப்பாங்களே’’ என்று ஊர்க்காரர்கள் கேட்டனர்.

ஏழை, பரதேசிகள், அதிதிகளாய் வருகிறவர்களை அன்னமிட்டு ஆதரிக்கும் அருங்குணம் கொண்டவர் கிட்ணம்மா என்றும், அவர் வீட்டில்தான் சாப்பிட்டது என்றும் அப்போது தான் அவருக்குத் தெரிந்தது.

சைவச்செட்டியார் ஒரு நாயக்கர் வீட்டில் ஆசாரம் தவறிச் சாப்பிட்டது பற்றி எல்லோரும் கேலி செய்ய ஆரம்பித்தார்கள்.

''கிட்ணம்மா சாப்பாடுன்னதும், புத்தி மருண்டு போச்சாக்கும்'' என்றார்கள். கோபித்தார். பயன் இல்லை. கேலி செய்வது கூடிக்கொண்டே போயிற்று. தலைச்சுமை வியாபாரத்துக்குப் போகாத நாட்களில் ஓலை வேய்ந்த குடிசையில் மொச்சைப் பயறு, பணியாரம், கடலை, முறுக்கு, சேவு என்று வியாபாரம் செய்து கொண்டிருப்பார். கேலியாக 'குதிரைவாலிச் சோறு' என்று சொல்லிவிட்டால் போதும், வியாபாரத்தை மறந்து, கெட்ட வார்த்தைகளில் வைய ஆரம்பிப்பார். பார்ப்பவர்கள் விழுந்து விழுந்து சிரிப்பார்கள்.

சில இளவட்டங்கள் மிக அனுதாபமாய், அவருக்கு ஆதரவாய் பேசுபவர்களைப் போல் நம்பச் செய்து, கடைசியில் குதிரைவாலிச் சோறும், பருப்புக் குழம்பும் என்று வந்து விடுவார்கள்.

'நாசமாப் போக, விளங்குவியா? தொளங்குவியா?' என்று கடையை அப்படியே விட்டுவிட்டு, தலைவிரி கோலமாய் தெருவில் விரட்டிக் கொண்டு ஓடுவார். தலையில் அடித்துக் கொண்டு புலம்புவார்.

குதிரைவாலிச் சோறு என்று பட்டப்பெயர் வைத்துக் கூப்பிடுவது வாடிக்கையாகி விட்டது.

'லிங்கம்பட்டி கிட்ணம்மா ஒரு தரம் சோறு போட்டத்துக்குத்தானே என்னை இவ்வளவு கேவலத்துக்கு ஆளாக்கிறீங்க' என்று கோவிப்பார்.

கோவில்பட்டிக்குக் கிழக்கே கடலையூர் சாலையில் அமைந்த லிங்கம்பட்டியில் வாழ்ந்தவர் கிட்ணம்மா. நில புலம், வசதியான வீடு.

வசதி எந்த அளவுக்கு பெருக்கமோ அந்த அளவுக்கு தானதருமமும் பெருகியது.

''வயிற்றுக்குச் சோறிடல் வேண்டும் - இங்கு

வாழும் மனிதர்க்கெல்லாம்.''

எட்டயபுரத்துப் பாட்டனின் இந்த வரிகளை, தலைவர்கள் மறந்து போய்விட்டார்கள். சமுதாய அளவில் அவர்கள் புறக்கணித்த விசயத்தை தன்னளவில் செய்தார் கிட்ணம்மா.

நாள்தோறும் இவரை நாடிவந்து பசியாற்றிக் கொள்வது மட்டுமல்ல. அவரவர் கஷ்ட நிலைமைகள் அறிந்து, பட்டழிந்த கதைகள் கேட்டு வெகுமதிகளும் வழங்குவார்.

கணவரும் இரக்க குணம் உள்ளவர் என்றாலும் தான, தருமம் அளவோடு செய்ய வேண்டுமென்று நினைப்பார்.

''உண்பது நாழி

உடுப்பது நான்கு முழம்''

என்று தானே எழுதி வைத்திருக்கிறான். அந்த அளவுக்குச் செய்தால் போதும் என்பார். வந்தவர், போனவர்க்கெல்லாம் எத்தனை பேரானாலும் பசியாற அன்னமிட்டும், கைப்பொருள் கொடுத்தும் கிட்ணம்மாள் தன் போக்கில் சென்றார். கணவர் எவ்வளவோ சொல்லிப் பார்த்தும் கிட்ணம்மாளின் தயாள குணமும், ஈகையும் குறையாததால், குடும்பத்தை விட்டு பரதேசியாக வெளியேறி விட்டார். பலகாலம் கோயில் குளமென்று சுற்றித் திரிந்தார்.

கடைசியாக ராமேஸ்வரம் போனார். அங்கே கடலில் நீராடும்போது ''லிங்கம்பட்டி கிட்ணம்மாளுக்கு அரோகரா'' என்று சாமியார்கள், சந்நியாசிகள், பரதேசிகள் தீர்த்தமாடுவதைக் கேட்டார். தனது மனைவியின் பெயரும், புகழும் ராமேஸ்வரம் கடல் அலைவரை பரவியிருப்பதைக் கண்டு அதிசயப்பட்டார்.

இப்பேர்ப்பட்ட ஒருத்திக்கு அவப்பெயரை உண்டாக்கி விட்டோமே என்று மனம் திருந்தி, லிங்கம்பட்டிக்குத் திரும்பி, மனைவியின் அறச்செயல்களுக்கு அவரும் உடனிருந்து உதவினார் என்பார்கள்.

கிட்ணம்மாவின் கொடை, தெற்குச் சீமையெங்கும் பிரபலமாகியிருந்தது. வாழ்த்தி புகழ்ப் பாடல்களும் வந்தன. இந்தக் குக்கிராமத்துக் கீர்த்தி, எட்டயபுரம் மன்னர்வரை வந்தடைந்தது. கிட்ணம்மாவின் ஈகைக்குணம் பற்றி அறிந்த எட்டயபுரம் மன்னர், கிட்ணம்மாவைத் தனது அரண்மனைக்கு வரவழைத்து விருந்து கொடுத்து, பாராட்டிச் சிறப்பு செய்தார். வழியனுப்பும்போது பட்டுச் சேலைகளும், மேலும் பல பரிசுகளும் கொடுத்து அனுப்பி வைத்தார்.

முன்னேற்பாட்டின்படி மன்னர் இரண்டு மூன்று ஏழைப் பெண்களை கிழிந்த ஆடைகளுடன் வறிய கோலத்துடன் கிட்ணம்மாளுக்கு எதிரே தோன்றச் செய்தார். ஏழைப் பெண்களை எதிரே கண்ட கிட்ணம்மாள் துணுக்குற்று, மனக் கவலை கொண்டு அவர்கள் எல்லோருக்கும் தாம் பெற்ற விலையுயர்ந்த பட்டுச் சேலைகளை அளித்து செலவுக்குப் பணமும் கொடுத்தனுப்பினார்.

இதையறிந்ததும் மன்னர் மீண்டும் கிட்ணம்மாவை வரவழைத்து, சிறப்புகள் செய்து, உனக்கு வேண்டியதைக் கேள் என்றிருக்கிறார். "அன்னம் சமைக்க வேண்டிய விறகுகளைத் தந்துதவினால் போதும்" என்றிருக்கிறார் கிட்ணம்மாள். "நீ கேட்டபடியே, குருமலைக்காட்டில் உனக்கு வேண்டிய விறகுகளை வெட்டிக் கொள்ளலாம்" என்று மன்னர் உத்தரவிட்டு, காட்டையே எழுதிக் கொடுத்துவிட்டாராம்.

150 ஆண்டுகளுக்கு முன் நடந்த சரித்திரம் இது.

கிட்ணம்மாள் அன்னதானத்திற்கென்று ஒரு மடம் அமைத்து சில சொத்துக்களையும் எழுதிவைத்து அதில் வருகிற வருமானத்தைக் கொண்டு தான தருமங்கள் செய்ய வேண்டுமென ஏற்பாடு செய்தார்.

பா. செயப்பிரகாசம்

மன்னர் சொன்னபடியே குருமலைக் காட்டு விறகுகள், சமையல் தடைபடாமல் நடக்க கொண்டு வரப்பட்டன.

கிட்ணம்மாள் மறைவுக்குப் பின்னாலும் அத் தருமம் தொடர்ந்து நடக்க, கம்மவார் நாயக்கர் இனப் பெரியவர்கள் கூடி அந்த இன மக்களில் ஏர் வைத்திருப்பவர்கள், குறிப்பிட்ட அளவு தானியம் தருவது என்று திட்டப்படுத்தினர்.

1960 ஆம் ஆண்டு வரை, கம்மவார் வசிக்கும் ஊர்களுக்கு, கட்டுவண்டியில் வந்து கம்பு, கேப்பை, சோளம், குதிரைவாலி போன்ற தானியங்களைத் தருமமாக வாங்கிச் சென்றார்கள். மடத்துக்கு வருபவர்களுக்கெல்லாம் சோறும், குழம்பும், காய்கறியும் பரிமாறப்பட்டன.

இப்போது அங்கு யாரும் சாப்பிடுவதற்கென்று போவதில்லை. வேலைமெனக்கெட்டு கம்மவார் இனத்தார் வசூலுக்கும் வருவதில்லை.

கிட்ணம்மாள் இருக்கிறவரை வருவோரும் போவோருமாய் கலகலப்பாய் இருந்த மடம், இப்போது ஒளி கெட்டுக் கிடக்கிறது.

சாயக்காரர் வீடு

சாயக்காரப் பிள்ளைமார் என்று பேர். சுற்று வட்டாரத்துக்கு சாயக்காரர் குடும்பம் என்று சொன்னால் தெரியும். வேட்டி, சேலைகளுக்குச் சாயம் முக்கிப் போடுவது குடும்பத் தொழில். செம்மண் தரையும் ரோஜாக்கலர் சாய வேட்டியும் ஒரே மாதிரி இருக்கும். அந்த வண்ணம் அழுக்கைத் தனக்குள் அடக்கிக் கொள்ளும் வெளிக் காட்டாது.

நாயக்கமார் வீட்டில் ஏக தடபுடலாய் ஒரு கல்யாணம். கல்யாணம் முடிந்து இரண்டாவது நாள் பட்டணப் பிரவேசம். பல்லக்கில் ஏறி ஊர்வழியே புது மாப்பிள்ளை, பெண்ணும் பட்டணப் பிரவேசம் போகையில் இன்னொரு சாதி விடலைப் பையன்கள் கேலி செய்திருக்கிறார்கள். 'கல்யாணம் சுபமாக முடியட்டும். பிறகு பாத்துக்கிறோம்' என்று முடியும்வரைக் காத்திருக்கிறார்கள்.

கல்யாணம் முடிந்து, பொண்ணு, மாப்பிள்ளையை மறுவீடு அனுப்பியதும் ஒன்று திரண்டார்கள். கேலி செய்த பையன்களை, 'இவங்கதான், இவங்கதான்னு' அடையாளம் காட்ட வேண்டியது. சொல்லச் சொல்ல அப்படியே வெட்டிப் பொலி போட வேண்டியது.

போலீஸ் வந்தது. கண்ணில் கண்ட பேரையெல்லாம் 'நீ வா', 'நீ வா' என்று கூட்டிப் போய் சவட்டி எடுத்துவிட்டது. ஊர் மடம் - போலீஸ்காரர்களின் சித்திரவதைச் சாலையாக மாறியது. ஒவ்வொரு

வீடாய்ப் புகுந்து, தேடுதல் வேட்டை தொடங்கப் போகிறார்கள் என்று தெரிந்ததும், ஊர் சனங்கள் கிளம்பி, சுற்று வட்டார கிராமங்களுக்குப் போய்விட்டார்கள்.

போலீசின் கையில், எசகு பிசகாக மாட்டிக் கொண்டது சாயக்காரர் குடும்பம். குடும்பத்தில் மூத்தவரான பாட்டையாவையும், மகனையும் கூட்டிப் போய் விசாரித்தார்கள். விசாரணை என்றால் அடிதான். வாழ்நாளில் அப்படியொரு அடியை யாரும் பார்த்திருக்க முடியாது. கடைசியில் அவர்களைக் கூட்டிப் போய் ஊர் அதிகாரியிடம் கேட்டபோது, 'அவங்க கொத்தனார் வேலை பாக்கிறவங்க, சாயக்காரப் பிள்ளைமார்' என்று சொன்னதும் விட்டு விட்டார்கள்.

அப்படி அன்றைக்கு காப்பாற்றி விட்டதினால், இன்றைக்கும் அந்தக் குடும்பத்தார் ரொம்ப விசுவாசமாக இருப்பார்கள். அந்த நன்றி இன்னும் அவர்கள் நெஞ்சில் வற்றிப் போகாமல் கட்டிக் கிடந்தது.

அந்தக் காலத்தில் சேவல் கட்டும், வேட்டையும்தான் பொழுது போக்கு. போர்ச் சேவல் வெயில் தாக்காமலிருக்க வண்டிக்குக் கீழே தொட்டில் கட்டிக் கொண்டு போவார்கள். வண்டியின் ஓட்டத்திற்கு தொட்டில் ஆட்டம். தொட்டில் ஆட்டத்திற்கு சேவல்கள். சேவல்களை சேவல் கட்டுக்குக் கொண்டு போகிற மாடும் வண்டியும் வேற வேலைக்குப் போகாது. சேவல் போருக்கு அவ்வளவு பிரியக் காலமாய் இருந்தது.

இராமநாதபுரம் ராஜாவுக்கு சேவல் போர் பார்க்க வேண்டுமென்று ஆசை வந்துவிட்டது. பட்டத்து யானை மேல் அம்பாரித்து சாயல்குடி தாண்டி சூரங்குடிக்குக் காட்டு வழியே வந்து கொண்டிருக்கிறார். காட்டுவழி வருகிறபோது ஒரு யானைக்கு மதம் பிடித்துவிட்டது. மதம் பிடித்த மிருகத்தை, யானைப் பாகன்களோ அங்கிருக்கிற மற்றவர்களோ ஒன்றும் செய்ய முடியவில்லை. காடு மேடெல்லாம் தவிடு பொடியாக்கி வந்து கொண்டிருக்கிறது யானை.

யாராலும் அடக்க முடியவில்லை. யானை தரைக்குடிப் பக்கம் வந்துவிட்டது. ஒரு ஏகாலி (வண்ணான்) குளத்தில் துணி துவைத்துக் கொண்டிருந்தவன், யானை தன்னை நோக்கிப் பிளிறிக் கொண்டு வருவதைப் பார்த்து, பயந்து ஈச்சாங்கத்தியை வைத்து யானையின் தும்பிக்கையில் ஒரே போடாகப் போட்டான். தும்பிக்கை துண்டாகிவிட்டது. யானை கீழே விழுந்து ரத்தம் சொட்டிச் செத்தது. பயந்து போன ஏகாலி, ஓடிப் போய் கொண்டுநல்லான்பட்டி என்ற ஊரின் பெரிய தனக்காரரான சேர்வையிடம் முறையிட்டான். விபரத்தில் கூடியவரான சேர்வை மகாராசாவிடம் தானே யானையை வெட்டிச் சாய்த்ததாகக் கூறினார்.

"யார் யானையை அடக்கி வசக்குகிறார்களோ, அவர்களுக்கு வெகுமதி வழங்கப்படும்" என மகாராசா ஏற்கெனவே அறிவித்திருந்தார். உனக்கு என்ன வெகுமதி வேண்டுமோ கேள் என்று ராசா சொல்ல, வெகுமதியாக 'யானை வெட்டி' என்ற பட்டம் கொடுத்தால் போதும் என்றார் சேர்வை. அந்த இடத்திலேயே வெகுமதியும் வழங்கப்பட்டு இன்றும் யானைவெட்டிச் சேர்வையென்றுதான் அவர் குடும்பம் அழைக்கப்படுகிறது.

அதே கொண்டுநல்லான்பட்டியைச் சேர்ந்த வேறொரு சேர்வை வீட்டுக்காரருக்கு, சூரங்குடி சாயக்காரர் குடும்பத்தைச் சேர்ந்த ஒரு சாயக்காரர் மிக நேர்த்தியாய் வேட்டியை சாயம் தோய்த்துக் கொடுத்தார். அதனால் மகிழ்ந்து போன சேர்வை, 16 குறுக்கம் (ஏக்கர்) நிலத்தை சாயக்காரருக்கு இனாமாகக் கொடுத்தார்.

இனாமாகக் கொடுத்தபோது சாயக்காரரைக் கூப்பிட்டு, "கையில் கம்பு கொண்டு எவ்வளவு தூரம் எறியுறயோ, அந்த நிலம் ஒனக்கு" என்றார்.

அந்தக் கால இலக்கியத்தில், மன்னன் குன்றின் மேல் அமர்ந்து புலவரைக் கூப்பிட்டு, "கண்ணுக்கெட்டிய தூரம் வரை தெரிகிற

நிலங்களெல்லாம் உனக்கு'' என்று சொன்னானாம். அது போல் வள்ளல்தனம் அந்த நேரத்தில் சேர்வைக்கு வந்துவிட்டது.

எவ்வளவு தூரம்தான் கம்பெறிய முடியும். கம்பெறிந்து எறிந்து கை வலி எடுத்துவிட்டது. ஆசை போகிற தூரம், கை போக முடியாது. அப்பாடா போதும் என்று கை ஓய்ந்து உட்கார்ந்த பிறகு, அளந்து பார்த்த போது தேறியது இந்த 16 குறுக்கம் புஞ்சை என்பார்கள். இன்றளவும் அது 'கம்பெறி காடு' என்றாகி, அந்தப் பெயரே நிலைத்துவிட்டது.

அது ஒரு முட்டங்கிக் காடு. (முட்டங்கி - முக்கு, முட்டு)

அன்றைக்கு 16 குறுக்கம் நிலம் இனாமாகப் பெற்றவர் வழியில் வந்தவர்தான், தென் மாவட்டங்களில் இன்றைய தமிழ் நாடக மேடைகளில் வெற்றிக்கொடி நாட்டி வரும் ராஜ பார்ட் நடிகர் சேதுராசன். (இவர் ஒரு கலைச் சமுத்திரம். இந்த சமுத்திரத்தைப் பற்றி பின்னால் விரிவாக எழுதியிருக்கிறேன்)

சாயக்கரைக் குடும்பத்தார், பிறகு அந்தக் கரிசல் நிலத்தில் விவசாயம் செய்தார்கள்.

விவசாயம் செய்ய வேண்டும், கிணறு தோண்ட வேண்டும், பம்ப் செட் போடவேண்டும், பெருங் கொண்ட விவசாயம் செய்ய வேண்டும் என்ற ஆசை வந்துவிட்டது.

விவசாயத் தேர்ச்சி பெற்ற, விவசாயக் கூறுகள் அறிந்த ஒருவரிடம் போய் ஆலோசனை கேட்டார்கள். அவர் அனுபவப்பட்டதை அப்படியே எடுத்து வைத்தார். ''இது கரிசல். கரிசலுக்கு மேலிருந்து தண்ணி கொடுப்பினை உண்டுமே தவிர, கீழே இருந்து தண்ணி கெடையாது. வீணாய்ப் பிரயாசைப்பட வேண்டாம்'' என்றார்.

மேலிருக்கும் வானம் பார்த்துக் கொடுக்கும் மழைக் கொடுப்பினை தவிர, கீழிருந்து ஊத்து வாகு கிடையாது. பரம்பரை பரம்பரை காலமாய் வரும் சம்சாரி அனுபவம் அது. அப்படி தண்ணி கிடைத்தாலும் நல்ல

தண்ணியாக இருக்காது. சவர் அடிக்கும். அப்படி நல்ல ஊத்துக் கிடைக்கிறதாக இருந்தால் மற்ற விவசாயிகள் பைத்தியக்காரர்களா? தோண்டிக் குவித்துவிட மாட்டார்களா? வெள்ளாமையை அம்பாரம், அம்பாரமாய் வாரிக்கொண்டு போய்விட மாட்டார்களா?

கிணறு தோண்டினார்கள். தண்ணீர் சவர் அடித்தது. 'தண்ணீர் உப்பு அடிச்சிரும். வேண்டாம்பா' என்று சொன்ன சொல்லைப் பேச்சுக்குக்கூடக் கேட்கவில்லை.

சவர் தண்ணீர் பாய்ச்சி உப்பு பாரித்து, புஞ்சை வெள்ளை வெளேர் என்று கிடந்தது. விவசாயம் விளங்க வில்லை.

அத்தோடு சாயக்காரர் குடும்பத்தின் விவசாய ஆசை ஒரு முடிவுக்கு வந்துவிட்டது. 'கம்பெறி காடு' இன்றைக்கு மொட்டாந்தரையாய்க் காட்சி அளிக்கிறது என்றால் நம்புவதற்கு ஆள் தேடவேண்டும்.

கடைசி அத்தியாயம்

பனைவிடலிகள் குவிந்து கிடக்கும் செம்மண் மேடு (தேரி) தகதகவென்று காங்கை அடிக்கிற மத்தியானம்.

காற்றடி காலத்தில் தேரிக்காட்டில் உள்ளே நுழையக் கூடாது. காற்று ஊர்ப்பக்கம் திரும்பி விட்டால் தேரி மணல் 'சலார்' என்று மூஞ்சியில் சாடும். மூச்சுப் பரியாது. தலையைச் சுற்றி துணியைப் போர்த்திக் கொண்டு நடமாட வேண்டும். திடீர் திடீரென்று எப்போது வேண்டுமானாலும் செம்மண் காற்று ஊர்ப்பக்கம் சாயலாம். ஒரு மூனு பனை உயரத்துக்கு ஆகாயம் வரை தீ பற்றிக் கொண்டது போல் தெரியும். பத்து கி.மீ. தூரமுள்ள ஊர்களில் ஊர் மந்தையில் கூடி, தீக்கொழுந்துகளாய் பறக்கும் காட்சியைக் காண்பார்கள்.

போலீஸ்காரர்கள் தேரிக்காட்டுக்குள்ளிருந்து சட்டி, பானையோடு ஒரு கள்ளனைப் பிடித்திருக்கிறார்கள். கள்ளச் சாராயம் காய்ச்சியவன். அவனுடைய பொம்பிளையாள் வவுத்துப் பிள்ளைக்காரி. மொடா மாதிரி வயிற்றைத் துருத்திக் கொண்டு, இடுப்பில் தேவாங்கு போல் ஒரு பிள்ளையையும் சொருகிக் கொண்டு பரிதாபமாய்ப் பார்க்கிறாள்.

''அவரை விட்ருங்கய்யா, விட்ருங்கய்யா'' என்றாள் ஈனக்குரலில். மைனாக் குஞ்சுபோல் விய்யா, விய்யா என்று வாய் திறக்கிறாள்.

''இந்தச் சின்னஞ் சிறுசுகளை எப்படி வச்சிப் பொழப்பேன்'' இடுப்புக் குழந்தை காரணமாக, இரண்டு கைகளையும் ஏந்த முடியாமல், ஒரு கை ஏந்தி வாழ்க்கைப் பிச்சை கேட்கிறாள்.

வெயில் தாழட்டும் என்று காத்திருந்த போலீஸ்காரர்கள், சோலைராம் ஏட்டையாவைக் காவலுக்கு வைத்துவிட்டு மறுபடி தேடுதல் வேட்டைக்கு, தேரிக் காட்டுக்குள் புகுந்து விடுகிறார்கள். 'இந்தத் தேடுதல் வேலைக்கெல்லாம் கொஞ்சமும் லாயக்கில்லை' என்று சொல்லி அவரை உட்கார வைத்துவிட்டுப் போனார்கள்.

ஏட்டையா, பராக்கு பார்ப்பது போல் பிடிபட்டவன் பக்கமாய் போய், "இஸ், இஸ்" என்கிறார். அவன் காதுக்கு மட்டும் கேட்கும்படி "ஏய், ஓடு, ஓடு" என்கிறார். 'விளையாட்டுப் போக்காத்தான்' சொல்கிறார் போல இருக்கிறது என்று கள்ளன் முதலில் பயந்தான். கொஞ்சம் பொழுது தயக்காடியவன், பிறகு ஓட்டம் எடுத்தான். கொத்தாக கருவமுள் குதிங்காலில் அப்புகிறது. தேய்த்துக் கொண்டே, அப்படியே ஓடி மறைந்து போனான்.

இது ஒரு தனி நிகழ்ச்சி அல்ல. துண்டு துண்டாக நிகழ்ச்சிகளை ஒன்று சேர்த்துக் கோர்த்துப் பார்த்தால் ஊடாக ஒரு குண ஓட்டம் ஊடுருவிய குணவானைச் சந்திக்க வேண்டியிருக்கும். அதுதான், சோலைராம் ஐயா; காவல்துறை வேலைக்கு லாயக்கில்லாத ஆள்.

குற்றவாளிகளைப் பிடிப்பது, பிடித்ததும் அவன் ஆத்தா கொடுத்த சேனையைக் கக்குவது மாதிரி அடிப்பது, உள்ளே தள்ளுவது இதிலெல்லாம் அவருக்கு அக்கறை கிடையாது. பொருளாசையும் கிடையாது. ஆனால் இரக்கப்பட்டவர்.

பந்தல்குடி என்ற ஊரில் சோலைராம் ரொம்ப காலம் இருந்தார். ஊருக்குத் தென்கோடியில் காவல் நிலையம், ஊருக்கு ஒதுக்குப்புறமாய் 'எஞ்சிவனேன்னு' கிடப்பது போல் காவல் நிலையம் கிடக்கும். இப்போது அதன் வலது பக்கச் சுவரில் பேருந்து நிலையம். அதையும் தாண்டி எட்டயபுரம் போகும் சாலையில், இடப்பக்கம் ரொம்ப ஒதுக்கமாய் உயர்நிலைப்பள்ளி. படிக்க ஏதுவாய் இடைஞ்சல் இல்லாமல், அமைதியாக இருக்க வேண்டும்

என்பதற்காக, ரொம்ப தூரமாய்க் கொண்டு போய் கட்டி வைத்திருக்கிறார்கள்.

நிலைமையோ நேர்மாறு. ஒரு பள்ளத்தாக்கு போல் அமைதி சூழ்ந்த இடமாக இப்போது அது இல்லை. கணவாய் வழியாக நடந்த படையெடுப்புப் போல், அமைதியைத் தூள் செய்கின்றன வாகனங்கள். ஊரின் தென்மேற்கில் ராம்கோ சிமெண்ட் ஆலை. தென்கிழக்கில் ஜெயவிலாஸ் மில். எட்டயபுரம், தூத்துக்குடி சாலையில் நாள் முச்சூடும் லாரி, வேன், கார், பஸ் பறக்க, சக்கரங்களின் கீழ் தார்ச்சாலை தேய்படும் ‘கரகர’ சத்தம். எந்த நேரம் பார்த்தாலும் சத்தக்காடு, புகை மண்டலம், விபத்து.

இயற்கையின் நெஞ்சை வகிர்ந்து பணம் குடிக்கிற காட்டேரிகள் பெருத்துவிட்டார்கள். தொடர்ந்து நாக்கைச் சப்புக் கொட்டுகிறார்கள் என்று தலைவிரி கோலமாய் அழுதபடி சொல்கிறது இப்போதைய பந்தல்குடி.

மயிலேறி பெரிய களவாணி. உடம்பு, மனசு பூராவும் களவு. அன்றைக்கு என்று கதர் வேட்டி, சட்டை உடுத்தியிருக்க, தோளில் அவன் போட்டிருந்த கதர்துண்டை எடுத்து, முறுக்கி பிறத்தாலே கைகளைக் கட்டி, காவல் நிலையத்துக்குக் கொண்டு வந்தார்கள். பொல்லாத காலத்துக்குத் தப்பினாலும் தப்பிவிடுவான் பயல் என்று, அமுக்கி குனிய வைத்து. பின்புறமாய்ச் சங்கிலியால் சன்னலோடு கட்டிப்போட்டு வைத்திருக்கிறார்கள்.

அவன் பையிலிருப்பதையெல்லாம், சோதித்துப் பார்த்தால், அவ்வளவு சாவி வைத்திருக்கிறான். ‘‘இதென்ன, இதென்னது?’’ என்று கேட்கிறார்கள். அவன் ஒவ்வொன்றாய் எடுத்துக் காட்டுகிறான்.

இரண்டு பக்கமும் திறப்பு உள்ள ஒரு சாவி. இந்தப் பக்கம் ஒரு கதவு திறக்கிற மாதிரியும், அடுத்த பக்கம் வேறோர் கதவு திறக்கிற மாதிரியுமான சாவி. அவ்வளவு பக்குவமாய்ச் செய்து

வைத்திருக்கிறான். ஒரு சைபால் டப்பா (சைபால் - அந்தக் காலத்தில் பேர்போன களிம்பு)

"இதை எங்கே திருடினே?" கேட்கிறார்கள்.

ரசீது காட்டுகிறான்.

போலீசில் அகப்படறதும், அவனே வழக்கறிஞனாக வாதிடுவதும் மயிலேறிக்குத் தண்ணீர் பட்ட பாடு. எந்நேரமும் சிறையில்தான் இருப்பு.

ஒரு வழக்கில் கைதியாக உள்ளிருந்த போது, விசாரணை முடிந்த பிறகு, இந்த வினைக்காரப் பயல், நீதிபதியைப் பார்த்து சாதாரணமாகக் கேட்கிறான்.

"தீபாவளி வருது, எங்களுக்கும் ஏதாவது உத்தரவாக வேண்டும் எஜமான்"

நீதிபதி தாங்க மாட்டாமல் சிரித்து விட்டார். அவனுடன் இருக்கும் சக கைதிகளுக்கும் தீபாவளி இனிப்பு, பலகாரம் என்று உத்தரவானது.

சிறை அவனுக்குச் சொந்த வீடு போல. சிறையினுடைய ஒவ்வொரு இண்டு, இடுக்கும் அவனுக்குத் தெரியும். அதேபோல், சிறைச்சாலையில் வேலை பார்க்கிற அத்தனை ஆட்களையும் பழக்கம் பிடித்து வைத்திருந்தான்.

மயிலேறி சிறையில் இருக்கிறானா, வீட்டில் இருக்கிறானா என்று தெரியாது. போவதும் வருவதும் யாரிடமாவது சொல்லிக் கொண்டு, தண்டோரா போட்டுக் கொண்டா போவார்கள்?

அவனை ஓரளவுக்குத்தான் சோலைராம் பார்த்திருக்கிறார். கோவில்பட்டியில் திருட்டுச் சாமான்களைக் கடை விரித்து, வியாபார மும்மரத்தில் இருந்தபோது தான் அவனைப் பிடித்து பந்தல்குடி கொண்டு வந்தார்கள்.

விசாரணையில் முன்னுக்குப்பின் முரணாகச் சொன்னதால் அடி 'சாம்பி' எடுத்திருக்கிறார்கள். ரணப் பித்தை எடுக்கிற மாதிரியான அடி. அத்தனையையும் வாங்கிக் கொண்டு, பாறையாட்டம் அசையாமல் நிற்கிறான். அடித்துத் தளர்ந்து போய் தீபாவளி கழித்து வைத்துக் கொள்ளலாம் என்று கொட்டடியில் அடைத்து விட்டார்கள்.

தீபாவளியன்று சோலைராம் ஒருத்தர்தான் காவல். இந்த மாதிரி நேரத்தில் அவரைப் போட்டு விடுவார்கள். அவரும் ''என்னை சோதித்துப் பார்க்கிறாயா, பார்'' என்று சளைக்காமல் கெடையாய்க் கெடப்பார். பண்டிகை, திருவிழா, நாடகம், கூத்து மாதிரி நிகழ்ச்சிகளுக்கு, அவரைத்தான் அனுப்பி வைப்பார்கள்.

''ஏட்டையா, வந்திட்டீங்களா?'' என்று மேடைக்கு முன்னால் தோதாய் உட்கார நாற்காலி கொண்டு வந்து போடுவார்கள். அதெல்லாம் வேண்டாம் என்று கை காட்டிவிட்டு, கொட்டகைக்குப் பின்புறம் அல்லது ஒதுக்குப் புறமாய், கட்டிலைப் போடச் சொல்லிப் படுத்து விடுவார். நிகழ்ச்சி நடத்துகிற பேர்வழிகள் ஏட்டையாதான் வருவார் என்று தெரிந்து, முன்னக்கூட்டியே ஒரு கட்டிலைத் தயார் செய்து வைத்திருப்பார்கள்.

அடிபட்ட களவாணிப் பயலுக்காக சோலைராம் பரிதாபப்பட்டார். வீட்டில் - சுக்குநீர் போட்டுக் கொண்டு வந்து அவனுக்குக் கொடுத்தார். வீட்டில் கொடுத்தனுப்பிய தீபாவளிப் பலகாரங்களை, அவனுக்குக் கொடுக்க, அவன், இவர் ஒரு அப்பாவி என்பதை ஒரு 'நிமிட்டிலே' தெரிந்து கொண்டான்.

''கொஞ்சம் வெளியே உட்கார்ந்து சாப்பிடுகிறேனே'' என்றான்.

அவனைத் திறந்துவிட்டு உட்காரவைத்து, அவனுக்குப் பக்கத்திலேயே ஒரு நாற்காலி போட்டு உட்கார்ந்து பார்த்துக் கொண்டிருக்கிறார். நல்ல பிள்ளை போல் சாப்பிட்டுக் கொண்டிருந்தவன், திடீரென்று சோலைராமை நாற்காலியோடு

தள்ளிவிட்டு நிலையத்தைச் சுற்றியிருந்த முள்வேலியைத் தாவித் தாண்டி ஓடிவிட்டான். அந்தி பூப்போல வந்து உட்காரும் நேரம். காவல் நிலையத்திலும் யாரும் இல்லை. அப்போதுதான் பகல் காட்சி முடிந்து, திரைப்படக் கொட்டகையிலிருந்து நடந்து வந்து கொண்டிருந்தார்கள் மக்கள். ''பிடியுங்க, பிடியுங்க'' என்று சத்தம் கொடுத்தார் ஏட்டையா.

அதற்குள் கிளி பறந்துவிட்டது.

நல்லவேளை காவல் நிலையத்தில் குற்றம் பதிவாகாததால், ஏட்டையா வேலை தப்பியது.

அவரை வேலையில் சேர்த்து விட்டவர் கருப்பூர் அழகிரிசாமி. இவருக்கு அண்ணன்முறை. ''ஏட்டு அழகிரிசாமி என்றால் தெரியும். தலைமைக் காவலராக இருந்து, சர்க்கிளாக உயர்வு பெற்றவர். கம்பீரமாக இருந்து, கம்பீரமாக ஓய்வு பெற்றார். அவர் காலடி துப்புரவாக இருந்தது, கை சுத்தமாக இருந்தது. அதனால் சாதாரண சனங்கள் 'நம்ம அழகிரிசாமி' என்றும், போக்கிரி, ரௌடி, சண்டியர், குற்றவாளிகள் 'அவரா, நம்ம கொக்கு ஏட்டு' என்றும் சொல்வார்கள்.

ஒவ்வொருவரும் அவனவன் குணத்துக்கு ஏற்றபடி, ஒரு சொல் வைத்திருக்கிறான். அவரவர் தரத்துக்குத் தகுந்த சொல், மற்றவர்களைப் பற்றிய கணிப்பு, இந்தச் சொற்களிலிருந்து பிறக்கிறது.

அருப்புக்கோட்டையில் பயிற்சி (பரேடு). சோலைராம் பயிற்சிக்குத் தாமதமாய்ப் போனதற்காக புதிதாக வந்திருந்த மேலதிகாரி, 'என்னடா, லேட்' என்று 'டா' போட்டுப் பேசியிருக்கிறார். 'பட்டன் சரியாகப் போடவில்லை. தொப்பி சரியாக வைக்கவில்லை' என்று ஏசியிருக்கிறார்.

மற்றதைச் சுட்டிக் காட்டட்டும். இந்த 'டா' போட்டுப் பேசியது சோலைராமுக்குப் பிடிக்கவில்லை. துப்பாக்கிக் கட்டையைத் திருப்பிப் பிடித்து, அதிகாரி மேல் பாய்ந்து தாக்கப் போனார். உடனிருந்த

காவலர்கள், சோலைராமைப் பிடித்து இழுத்து நிறுத்தியிருக்கிறார்கள். அதிகாரி அதிர்ந்து போய்விட்டார். மற்ற காவலர்கள் அதிகாரியிடம் சோலைராமின் நேர்மையைப் பற்றி எடுத்துச் சொல்லியிருக்கிறார்கள். பிறகு கருப்பூர் அழகிரிசாமிக்கு இவர் தம்பி முறை என்று எடுத்து சொன்னதால், மேல் நடவடிக்கை எடுக்காமல், அதிகாரி அப்படியே விட்டுவிட்டார்.

நடவடிக்கை எடுக்காமல் விட்டது, நேர்மையாக ஊழியம் செய்யும் ஒரு பணியாளனுக்குக் கிடைத்த மரியாதை. அந்த அதிகாரி தன்னுடைய மரியாதையைக் காப்பாற்றிக் கொண்ட நிகழ்ச்சியும் கூட.

ஒரு அரசு ஊழியன், மேலிருக்கும் அலுவலரிடம் எப்படி நடந்து கொள்ள வேண்டும் என்பதற்கான விதிகள் இருக்கின்றன. ஆனால் மேலிருக்கும் அதிகாரி கீழே இருப்பவனை எப்படி நடத்த வேண்டும் என்பதற்கு விதிகள் இல்லை. ஒன்று எழுதப்பட்ட விதி; இன்னொன்று எழுதப்படாமல் விடப்பட்ட விதி. வெள்ளைக்காரன் தெரிந்தே உண்டாக்கிய இந்த ஓட்டை அடைக்கப்படாமலே, அரசு நிர்வாகம் ஓடிக் கொண்டிருக்கிறது.

ஏட்டையா மிகவும் சிக்கனமானவர். வெளி வேலைக்குப் போகிற இடங்களில் மிக மலிவான கடையாகத் தேடிப் பிடித்து சாப்பிடுவார். அப்போது ஆறணா சாப்பாடு. (ரூபாய்க்கு பதினாறு அணா) ஆறணா சாப்பாடு கிடைக்கிற கடைகள் ஏதெது என்று குறித்து வைத்திருப்பார். அந்தக் கடைக்கு கால்கள் தன்பாட்டுக்குப் போய்ச் சேரும்.

முதல் தேதி சம்பளம் வாங்குகிறதோடு சரி. ஆனால் சம்பளம் மட்டுமில்லாமல் மேல் வருமானமும் வருகிற மற்ற காவலர்கள், மூன்றாவது, நான்காவது வாரத்தில் இவர் வீட்டில் வந்து கடன் வாங்க நிற்பார்கள்.

தீபாவளி பொங்கல் இனாம்களை, போலீசாருக்குள்ளேயே இரண்டு பேர் குத்தகை எடுத்துக் கொள்வார்கள். குத்தகை எடுத்து,

கடைகளிலும், வசதி படைத்தவர்களிடமும் வசூலித்துச் சேர்ப்பார்கள். வசூலித்ததை பாகம் பிரிக்கிறபோது சோலைராம் வாங்கமாட்டார். இது வந்துதான் நிறையப் போகுதாக்கும் என்று தள்ளுபடி செய்து விடுவார். எதுவாக இருந்தாலும் இது தப்பான வழி என்று சொல்லாமல் சொல்லி ஒதுக்கி விடுவார். பொதுவாய் அவர் அதிகம் பேசிக் கண்டது கிடையாது.

காவல் நிலையத்தில் ஒரு புளிய மரம், காய் அப்பி, சடை, சடையாய் தொங்கியது. காற்று நேரத்தில் காய்கள் ஒரே சீராய் இந்தப் பக்கமும் அந்தப் பக்கமும் ஆடுவதைப் பார்த்தால் மனசுக்குச் சுளுக்குப் பிடித்துக் கொள்ளும். போலீஸ்காரர்கள் புளியம்பழம் உலுக்கி, பொறுக்கி, ஆளுக்குக் கொஞ்சம் பிரித்து எடுத்துக் கொண்டு ஏட்டையா வீட்டுக்கும் கொடுத்தனுப்பினார்கள். நேரில் கொடுத்தால் அவர், வீட்டுக்குக் கொண்டு போகமாட்டார் என்று தெரியும். அதனால், அவர் வீட்டுக்கு நேரடியாகப் போய்ச் சேருமாறு அனுப்பிவிட்டார்கள்.

வீட்டுக்குப் போனதும், இவரிடம் வீட்டம்மாள் 'இன்ன மாதிரி' என்று சொல்லியிருக்கிறார்கள். மறு பேச்சு இல்லை. அப்படியே புளியம்பழ மூட்டையை சைக்கிளில் கட்டி, பையனிடம் கொண்டு போய், காவல் நிலையத்தில் 'பைசல்' செய்துவிட்டு வரும்படி திருப்பி அனுப்பிவிட்டார்.

அப்படியும் பொருளாசை இல்லாதவரல்ல; ஓய்வு பெறும்வரை லாட்டரிச் சீட்டு வாங்கிக் குவித்துக் கொண்டே இருந்தார். ஓய்வு பெற்ற பிறகும் லாட்டரிச் சீட்டு வாங்கி, வாங்கிக் கட்டிலடியில் வைத்துக் கொள்கிறார்.

அதனால் என்ன? ரோஜா மலரில் ஓரிரு இதழ்கள் கருப்படித்து இருப்பதினாலே ரோஜா இல்லாமல் போய்விடுமா? ரோஜா ரோஜாதான்.

பா. செயப்பிரகாசம்

"சோலை மாமாவைப் பாத்தியா? சவக்கட்டையா கெடக்காரு."

"கழியுற பருவம்தான். அந்தா, இந்தான்னு இருக்கு"

"ஒடம்பிலே ஒண்ணுமில்லே, கூடுதான்."

"தோல் மூடிக்கிடக்கு"

சுற்றி நின்று பேசிக் கொள்கிறார்கள். பேசுவதைக் கேட்கும் பருவத்தில் அவர் இல்லை. தன்னுசார் இல்லாமல் கிடக்கிறார்.

ஏட்டையாவுக்கு ஓய்வு கிடைத்துவிட்டது; வாழ்க்கையில் இருந்துதான் ஓய்வு கிடைத்தபாடில்லை.

"பகவான், அதுக்கு ஒரு உத்தரவு போடமாட்டேங்கிறாரே. எத்தனையோ உத்தரவுகளைச் செயல்படுத்தின அதிகாரி, மாட்டேன்னா சொல்வார்"

"அதானே. யாருக்குமே கேடு நினைக்காத மனுசன். அப்பேர்பட்டவர் இன்னைக்கு இப்படிக் கெடக்கிறாரே"

பெண்கள் பொல பொலவென்று, கண்ணீர் மாலை சொரிகிறார்கள்"

மூத்தமகள் வீடு, சிவஞானபுரத்தில். மகள் வீட்டுக்குப் போகிறேனென்று புறப்பட்டிருக்கிறார். விளாத்திக்குளத்தில் நினைவின் திசை மாறிவிட்டது. மூளையின் சிந்தனைக் கிளை ஒடிந்து, ஒரு சுழி சுழித்து நின்று போனது. வண்டி குடை சாய்வது போல், சாயப் போயிருக்கிறார். பக்கத்தில் இருந்த துடிப்பான இரண்டு பேர், சுதாரித்துப் பிடிக்கவில்லையென்றால், அங்கேயே குப்புற அடித்து விழுந்திருப்பார். பிறகு பேருந்தில் ஏற்றிவிட்டார்கள். சிவஞானபுரம் போகிறேனென்று இடைப்பாடி போகிற பேருந்தில் ஏறி இருக்கிறார்.

"இது போகாது; எறங்குங்க" என்று அப்போதும் சொல்லியிருக்கிறார்கள். நினைவின் விசைத்துடிப்பு சரியாக இருந்தால்தானே, கேட்பதற்கு?

சொன்னது கேட்கவில்லை. 'எந்த ஊர்க்காரர் என்று தெரியவில்லையே' என்று நடத்துநர் மாடக்குளத்தில் இறக்கி

விட்டிருக்கிறார். அங்கே கம்மாய்க்கரை மடத்திலேயே இருந்திருக்கிறார். ஒரு இரவு, மறு பகல் புரண்டது. கெட்டுக் கிடையாய் கிடந்தவரை, இன்ன மாதிரி ஒருத்தர், இந்த மடத்தில் இருக்கிறாராம் என்று ஊர் ஊராய்த் தேடி அலைந்தவர்களுக்கு தாக்கல் வந்தது. பிறகுபோய்க் கூட்டி வந்தார்கள்.

நினைவுத் தடங்கள் மங்கலாகி, பிறகு ஒன்றுமே தெரியாமல் போய்விட்டது. திடீரென்று பெருங்கூச்சல் எதையோ கண்டது போல் சத்தம். "ஆய், ஊய்" என்று ராத்திரியெல்லாம் பெருங்கூப்பாடு.

இருபக்கமும் வழிகள் உள்ள அறை. எழுந்து தள்ளாடி விழுந்து விடுகிறார் என்று ராத்திரி இரண்டு பக்கக் கதவுகளையும் அடைத்து வைத்து விடுகிறார்கள் பகலென்றால் பரவாயில்லை? அப்படியும் கதவுகளில் போய் முட்டி, அங்கங்கே காயம்.

அந்தி மயக்கும் நேரத்தில், சின்னப் பிள்ளைகள் வெளி முற்றத்தில், 'கால் தூக்கிக் கணக்குப் பிள்ளை' விளையாட்டு விளையாடிக் கொண்டிருக்கிறார்கள். இரண்டு பேர் கைகளைக் கோர்த்து குனிந்து கொள்ள, ஒருத்தன் முழங்காலை அதன் மேல் வைத்து, அவர்களின் தோள்களைப் பற்றிக் கொள்ள,

"கால் தூக்கிற கணக்குப் பிள்ளைக்கு

மாசம் பத்து ரூபா,

குண்டி தூக்கிற கணக்குப் பிள்ளைக்கு

கூடப் பத்து ரூபா"

என்று உரக்கப் பாடுகிறார்கள்,

"ஏய்" என்றொரு பெருங்கத்தல்: அத்துப்போன தன்னுசார் ஏட்டையா போடுகிற பெருஞ் சத்தம்.

பையன்கள் மிரண்டு போய் நிற்கிறார்கள். நின்ன நிலையிலேயே அடங்கிப் போய்ப் பார்க்கிறார்கள்.

பா. செயப்பிரகாசம்

சமுத்திரம்

நதி, ஓடைக்கால் அளவு ஒடுங்கிவிட்டது. அந்த மகாக் கலைஞனின் ஒடுக்கமும், இரு கரைகளையும் செழிக்க வைத்த நதியின் ஒடுக்கம் போலத்தான்.

நதிக்கரையில், விளைச்சல் நிலங்களில் கூத்தடிக்கின்றன வேலிக்கருவை மரங்கள். வேலிக்கருவை தீண்டி, பச்சைப் பசேல் என்று புதர்கெணக்காய் அப்பிக் கிடக்கும் பசும்புல் சரிந்து விட்டது. நவதானியப் பயிர்களை நச்சுப் பயிர் தீ வைத்துப் பொசுக்கிய சரித்திர அடையாளம் அது.

கிராமங்களில் ஆள் நடமாட்டம் அருகிவிட்டது. விவசாயத்தை ஒதுங்க வைத்துக் கொண்டிருக்கிறார்கள். மண்ணை நம்பி விவசாயம்; விவசாய ஓட்டத்தை நம்பி கிராமியக் கலைகள். சனங்கள் ஒதுங்குகிறபோது, கலைகள் ஒடுங்குவது நடக்கிறது.

கிராமியக் கலைகளில் சுகம் காணுகிறவர்கள் நிச்சயமாக அதில் சுடலைவாசம் அடிப்பதை சுவாசிப்பார்கள்.

''சுடலைக்கு ஏங்கி
வெம்பிணத்தைச் சுட்டெரிக்கவோ
நான் பிறந்தேனோ?''

என்று மயான வாசனையிலிருந்து, அந்தக் கலைகளை மீட்டெடுக்க உதித்த நாடகக் கலைஞன் சேது என்ற சேதுராஜப்பிள்ளை.

"கலைதான் உயிர் மாப்பிள்ளய்! நம்ம கலையை உயிரா மதிக்கிறோம். தண்ணி போடறான். கெட்டுப் போயிட்டான்னு சொல்றாங்க. எப்ப மாப்பிள்ளய் தண்ணி போட ஆரம்பிச்சேன்? ஒங்க அக்கா தனியாப் பிரிஞ்சதிலிருந்து'

அவனுடைய வாழ்க்கையை நடைமுறைச் சிமிழுக்குள் அடக்குகிற இந்த வாசகங்களை, மற்றொரு சக நடிகனிடம் சொல்லிக் கொண்டிருந்ததை நான் காதுபடக் கேட்டேன்.

தகிக்கும் கரிசல் காடுகளை, அவனது கானங்கள் நனைத்தன. அவனுக்குத் தங்கள் காதுகளை, கண்களைக் கொடுத்திருக்கிறார்கள் தென் பிரதேசத்து மக்கள்.

ஆட்டம் பிடிக்கிற காலத்தில், வாழ்க்கையை ஆடத் தெரியாமல் ஆடி, பிறகு இழந்ததை எண்ணி, மனசை சாவக் கொடுத்து, குற்ற உணர்வுகளின் மரக்கட்டையாகத் தன்னைத்தானே ஆக்கிக் கொண்டான். அவனுக்குக் குடும்பத்தைக் கோளாறாய் வைத்துக் கொள்ளத் தெரியவில்லை. சொந்த வாழ்க்கையைக் கட்டுமானமாக வைத்துக் கொள்ளாமல், கரிந்து பொசுங்கிய அவனை நினைக்கையில் கண்ணில் ரத்தம் சுண்டுகிறது.

நாடகத்தில் ராஜாவாக வேடம் கட்டி வருகிறவன், கூத்து முடிந்த மறுநாள் வெறும் ஆளாக நிற்பான். அப்படித்தான் வாழ்க்கை முழுதும் வெறும் ஆளாக நின்றான் சேது.

கலையில் சகல வலிமைகளும், சொந்தக் காரியத்தில் சகல கேடுகளும் கொண்ட ஒரு கலைஞன். வண்டு குடைந்த பயறுபோல் வெறும் கூடாகிப் போய்விட்டவன் அவன்.

விழுந்து எழுந்ததும், எழுந்து விழுந்ததும் தான் சேதுராஜப் பிள்ளையின் சரிதம்.

"வறுமைக் கோட்டுக்கு கீழேதான் கெடக்கறேன். பாத்துக்கோங்க" சுரீர் என்று பட்டது. யார் சொன்னது?

சாயக்காரர் குடும்பத்தைச் சேர்ந்த சேதுராசன்.

தூத்துக்குடி போகும் வழியிலுள்ள குளத்தூரில் அம்மன் பண்டிகை. மேலத் தெருக்காரர்களும், கீழத் தெருக்காரர்களும் போட்டி போட்டு சாமி கும்பிடு நடத்துகிறார்கள். மேலத் தெரு நாடாக்கமார் ஒரு பக்கம் மேடை போட்டு உடையப்பா அரிச்சந்திர நாடகம். கீழத்தெரு ஆசாரிமார், இந்தப் பக்கம் சேதுவோட அரிச்சந்திர நாடகம். எதிரெதிர் ஒலி பெருக்கி வைத்து, குழாய் கட்டி சரிக்கு சரி சத்தம். ஆர்மேனியப் பெட்டியும், மிருதங்கமும், பின்பாட்டும் பீச்சியடிக்கிறது.

சேது திரைச்சீலைக்குப் பின்னாலிருந்து பாடி வருகிறான். அரிச்சந்திர நாடகம், மயான காண்டம்.

''துய்யமா முனிவருக்கு

தொல்பொருள், புவியும் தந்தேன்''

எடுப்பு எடுத்து மேடையில் பாடி வருகிறபோது, தாளத்தை சரி செய்வதென்ன, சுதியைச் சரி செய்வதென்ன என்று மிருதங்க கோடையிடி மன்னனும், ஆர்மோனியச் சக்ரவர்த்தியும் எச்சரிக்கை ஆகிறார்கள்.

சமதளத்தில் நிகழ்கிற அதிசயமல்ல இது. ஏற்ற, இறக்கமாகி, சுழித்து ஒரே வெள்ளக்காடாய்ப் பெருகி, சனங்களை அடித்துக் கொண்டு போகிற அற்புதங்களைக் குரலில் அடுக்குகிறான். சருகுகள் சலசலக்கும் மூச்சுக் காற்றுப் போல் இழைகிறான்.

எதிரெதிரில் ஒலிபெருக்கிக் குழாய்கள் வழியே பீறிட்டடிக்கிறது சத்தம். பின்பாட்டு, ஆர்மோனியம், தாளம் எல்லாவற்றையும் கொஞ்ச நேரம் உடையப்பா நிறுத்தச் சொன்னார். அரிச்சந்திரா நாடகத்தில் கொடி நாட்டிய உடையப்பா சைகை காட்டி அமர்த்தினார். சொக்குப் பொடி போட்டது மாதிரி, தன்னிடம் மயக்க மடித்துக் கிடக்கும் ரசிக மகா சனங்களிடம் சொல்கிறார்,

"என் மகன் பாடுகிறான். கொஞ்ச நேரம் கேட்கிறேன்"

அந்தச் சொல்லுக்கு ஈடாய், அந்தச் சொல்லின் பின் பரவிய ஆயிரம் பொருள் கொண்ட மௌனத்திற்கு ஈடாய் வேறெதேனும் சேது கண்டதில்லை.

சூரங்குடி ஆசிரியர், எழுத்தாளர் முத்தானந்தம் சொல்வார், "சேது ஒரு மஹா சமுத்திரம்"

அப்படியொரு சமுத்திரம் வறுமைக்கோடு என்றொரு வார்த்தையை படரவிட்டு, கரைமீது தளர்ச்சியாய் அலைகளைப் போட்டு நொம்பலப்பட்டு நிற்பது உண்டுமா?

சேதுவின் முகம் பார்க்கும் துணிச்சல் இல்லை. முகம் பார்க்காமல் ஊனமுற்ற பார்வையை வேறெங்கோ பதித்தேன்.

கருமேகங்கள் கந்து கந்தாய் திரிகிற ஒரு மழைக்காலத்தில் தேவராட்டக் கலைஞர் கலைமாமணி குமார ராமனும், நானும் சூரங்குடி போயிருந்தோம். எருதுகட்டு மேளம் அடிப்பவர்கள் சூரங்குடியில் கொஞ்சம், புதூருக்கு கிழக்கே கல்லூரணியில் கொஞ்சம் என்று இரு பாகமாய் இருந்தார்கள். அவர்களை ஒரு குழுவாக, மதுரையில் நடக்கிற கிராமியக் கலைஞர்கள் மாநாட்டுக்குத் திரட்டிக் கொண்டு போக வந்திருந்தார் குமாரராமன்.

'ஜல்லிக்கட்டுக்கு' அலங்காநல்லூர் எப்படியோ, அப்படி எருதுகட்டுக்குத் தரைக்குடி. இரண்டும் இரண்டு வகையான மாடு விளையாட்டு. தரைக்குடி எருது கட்டுக்குச் சூரங்குடியிலும் பக்கத்து ஊர்களிலும் இருக்கிற தலித்துகள் மேளம் கொட்டுவார்கள். 'கிடுகெட்டி மேளம்' என்று பேர். தோள்களின் வழியே வார் அல்லது கயிற்றில் கட்டி வயிற்றின் மேல் தொங்கும். இரண்டு கைகளில் இரண்டு குச்சிகள். தண்டோரா போடுகிறவனை ஞாபகப்படுத்திக் கொள்ளுங்கள். எருது கட்டின்போது மாட்டுக் கொம்புகளுக்கு நூறடி தள்ளி, மாட்டின்

பின்னத்தங்கால்களுக்கு நூறடி தள்ளி, மாட்டுக்குப் போக்குக் காட்டிக்கொண்டே, வெளுத்துத் தள்ளுவார்கள்.

இந்த ஏற்பாடுகளுக்காக எஸ்.எஸ். போத்தையா, குமாரராமன், சேதுராசன் ஆகியோருடன் சூரங்குடி முன்னாள் ஊராட்சித் தலைவரைத் தேடிப் போயிருந்தோம். போன இடத்திலேயே இருந்தார். நிலபுலம், வீடு, வாசல் என்று செழிப்பாக இருந்தவர். பலாட்டியமான ஆள். சேது அவருக்குக் கட்டுப்பட்டவன். ஒரு ஓரமாய் ஒண்டிக் கொண்டு நின்றான்.

"தங்கம்மாள்புரம், சூரங்குடிக்கு உள்கிடக்கையா இருந்த ஊரு. சூரங்குடியில் ஒரு தடவை எருதுகட்டு நடந்தது. அதைப் பார்த்துத்தான் சண்முகாபுரத்தில் எடுத்தாங்க. ஏதோ ஒரு வில்லங்கத்தில் தங்கம்மாள்புரம் தனியா விலகிக்கிருச்சி" என்றார் ஊராட்சித் தலைவர்.

எருதுகட்டு சமயத்தில் செய்யப்படும் மரியாதைக்கு மன்னணை என்பார்கள். முதல் கரை, இரண்டாம் கரை என்று சொல்வதும் உண்டு.

முதன் மன்னணை சூரங்குடிக்கு; இரண்டாம் மன்னணை தங்கம்மாள்புரத்துக்கு. தர வேண்டிய மன்னணை சரியாகத் தராமல் போய் உரசல் வந்துவிட்டது. சூரங்குடிக்கும், தங்கம்மாள்புரத்துக்கும், விரிசல் வந்ததால், அந்தப் பொழுதிலிருந்தே தங்கம்மாள்புரம் தனியாக விலகிப்போய்விட்டது.

சூரங்குடி ஊராட்சித் தலைவர் குறிப்பிட்ட வில்லங்கம் அதுதான்.

சைக்கிளில் போய்க்கொண்டு இருந்த ஒருத்தரை, தலைவர் கைதட்டி நிறுத்தினார். "ஆதிராமு" என்று கூப்பிட்டார். "முனியாண்டி மகனைக் கண்டு, இங்க வரச் சொல்லிட்டுப் போ" என்றார்.

சேதுவை அவர் கண்டுகொள்ளவே இல்லை. அவரையும் சேதுவையும் நாங்கள் மாறி, மாறிப் பார்த்தோம். எங்கேயோ பராக்குப் பார்ப்பது போல் சேதுவின் தோற்றம். அவர் பார்த்து வளர்ந்தவன்; அவரால் வளர்க்கப் பட்டவன்.

எருதுகட்டு மேளம் அடிப்பவர்களை ஒண்ணாய்த் திரட்டி பறையாட்டம், தப்பாட்டம் போல், அடவுகள் சொல்லிவைத்து, ஒரு ஆட்டமாக சோடித்துப் பார்க்க கலைமாமணி குமாரராமன் துடிதுடியாய்த் துடித்தார். கோவில்பட்டியைத் தலைமையிடமாகக் கொண்டு தமிழ்நாடு கிராமியக் கலைஞர்கள் நல்வாழ்வுச் சங்கம் செயல்பட்டுக் கொண்டிருந்தது. அதன் தலைவர் வில்லிசைக் கலைஞர் கலைமாமணி சின்னப்பா. எருது கட்டு மேளக் கலைஞர்கள் எல்லோரையும் சங்க உறுப்பினராக்கிவிட்டால், பல நன்மைகள் தானாகத் தேடிவரும் என்றார் குமாரராமன்.

முனியாண்டி மகன் வரத் தாமதமாகவே அவர்கள் இருக்கும் காலனிப் பகுதிக்கே போய்ப் பார்த்து விடுவதென்று நடந்தோம். எதிரே முனியாண்டி மகன் கறுப்பு வந்தான்.

தலைவர்தான் எடுத்துச் சொன்னார்.

''கிராமியக் கலைஞர் மாநாடு மதுரையில் நடக்குது. அதுக்கு கரகாட்டம், ஒயிலாட்டம், தேவராட்டம் வில்லுப் பாட்டுன்னு சகல கலைஞர்களும் வர்றாங்க. அதில எருதுகட்டு மேளக் கலைஞர்களும் கலந்துக்கிறனுங்கிறாங்க. இவரைத் தெரியுமில்லே. குமாரராமன். இதுக்காகவே வந்திருக்காரு. மத்த எல்லா ஏற்பாடுகளும் அவர் பொறுப்பு. மதுரை போக வர விளாத்திக்குளத்தில லாரி தயாரா இருக்கும். விளாத்திக்குளம் வரை பஸ் செலவு அவங்களது. சாப்பாடு, போக்குவரத்து எல்லாம் அவங்களது'' என்று விளக்கினார்.

கறுப்புவின் கண்கள் செவசெவ என்றிருந்தன. பகல்பட்டிலயே 'தண்ணி' ஊத்தியிருந்தான். நிதானமாக நெற்றிப் பொட்டில் அடிப்பது போல் சொன்னான். ''அது சரிதான் சாமி, தென்னங்கன்னுக்கு உரம் வைக்கப் போனாலே, தொண்ணூறு ரூபாய் கூலி; எங்கள் ஆட்கள் ஆறு பேர் போயிருக்காங்க''

''ஒங்கள வற்புறுத்தலப்பா. எருது கட்டுக் கலைஞர்கள் ஒண்ணா திரள்றதுக்கு ஒரு சந்தர்ப்பம் வந்திருக்கு. பின்பலன் நல்லா இருக்கும்.

கிராமியக் கலைஞர்கள் சங்கத்தில் உறுப்பினராச் சேர்த்துக்கிரலாம்னு சொல்றாங்க.''

''அது சரி, முதலாளி. நா நடப்பைத்தான் சொல்றேன். நடக்காததையா சொல்றேன்'' பிடிகொடுக்காமல் பேசியவுடன் தலைவரின் பேச்சு கொஞ்சம் தவங்கியது.

''இந்தக் கூலியெல்லாம் பார்த்தா முடியாது. ஒங்கூட்டாளிகளையும் கலந்து யோசிச்சுக்கிட்டு சொல்லு'' என்றார்.

'மற்றவங்ககிட்டே கலந்து சொல்றேன்' என்று கறுப்பு கடைசியாகத் தெரிவித்தான்.

கொஞ்ச தூரம் இந்தப் பக்கம் வந்ததும் தலைவர் சொன்னார். ''சண்டித்தனம் பண்றான். சண்டித்தனம் பண்ணிக்கிட்டேயிருந்தா வெளங்குமா? அப்படித் தட்டி விட்டாப் பறக்கணும். ஒரு சுண்டு, சுண்டினா அது எந்த வசத்திலேன்னு புரிஞ்சுக்கிட்டு, பறக்கிறதுதான் மாடு. பிறந்தாலே தார்க்குச்சி போட்டுக்கிட்டே இருந்தா வெளங்குமா?''

எப்படி முண்டி முண்டித் தள்ளினாலும், என்ன முட்டுக் கொடுத்தாலும் அவர்கள் முன்னேற்றதுக்கு வர மாட்டார்கள் என்ற தீர்மானத்துக்கு வந்திருந்தார் தலைவர். அது சேரியிலிருக்கிற எருதுகட்டு மேளக் கலைஞர்களுக்குச் சொன்னதா அல்லது மறைமுகமாக சேதுவுக்குப் போடுகிற தார்க்குச்சியா என்று தெரியவில்லை. இரண்டும் போலவே தெரிந்தது. இவ்வளவுக்கும் சேது பேச்சு வராத ஊமைப் பிள்ளை போல் இருந்தான்.

தலைவரை அனுப்பிய பிறகு, எஸ்.எஸ். போத்தையா கேட்டார், ''ஏன் நீ ஒண்ணும் பேசலே?''

சேது சொன்னான்.

''அதான் சொல்லிட்டார்ல திருவாத்தன்னு. அதைவிட வேற பட்டம் ஏதாவது வேணுமா? இல்ல, வேற யாராவது கொடுக்க முடியுமா?

தலைவருக்கு உரிமை இருக்கு. இடையில ஏதாவது ஒரு சொல் சொல்லீட்டாருன்னு வச்சிக்கோங்க. அய்யோ இப்படிச் சொல்லிட்டாரே, சொல்லிட்டாரேன்னு முள் எடுக்க வேண்டி இருக்கும். அது எதுக்கு வம்பு?''

கலை மேல் லயிப்பு வந்துவிட்டால் கிறுக்குப் பிடிக்காத குறைதான். எதையெடுத்தாலும், எதைச் சொன்னாலும் அவன் அந்தக் கலைக் கிறுக்குப் பிடித்தவனாகவே செயல்படுவான்.

ஒரு கலைஞன் தானே கலையைப் புதிது புதிதாக பிறப்பித்துக் கொண்டிருக்கிறான். அவன் கலையையும், கலை அவனையும் தொய்வில்லாமல் பிறப்பித்துக்கொண்டே போகிறது. படைப்புத் தொழில் தொடர் பிரசவமாகிறது. அவனைக் கலைப்பிறப்பு என்று சொல்வதும், பிறவிக் கலைஞன் என்று அழைப்பதும் இந்த அர்த்தத்தில்தான்.

அதற்கு சரியான அடையாளம் பொன்ராசுத் தாத்தா. இன்னொரு ஆள் 'ராஜபார்ட்' சூரங்குடி சேதுராசன்.

மார்கழிக் குளிரில் பஜனை பாடுவதில் ஆரம்பித்தது. அப்போது 'பொன்ராசு' தாட்டியமான இளவட்டம். கையில் ஒரு கஞ்சரா கருவி. இடுப்புக்கு மேல் வெற்றுடம்பு. குளிரோ, நடுக்கமோ கிஞ்சித்தும் தெரியாத குத்துக்கல் உடம்பு. பஜனைக் குழுவுக்கு முன்னால் கஞ்சரா தட்டிக் கொண்டு எடுப்பு எடுத்துப் பாடுகிறபோது, கீழத்தெரு முனையில் பிறக்கிற பாட்டு மேலத்தெருவுக்கு அதற்கும் மேற்கே சாலைப்புளி வரை ஓடிவரும்.

பஜனைக்கு ஒரு ஆர்மோனியம், மிருதங்கம் தேவைப்பட்டது. வீட்டு வீட்டுக்குப் போய்ப் பாடி பிச்சையெடுப்பது போல், வசூலித்தார்கள். சந்தைக்குப் போய் கடை கடையாக ரெண்டு பாட்டுப் பாடி வசூல் செய்தார்கள்.

மிருதங்கம் வந்தது. கூடவே பொன்ராசுவுக்கு மிருதங்கம் கற்றுக்கொள்ள வேண்டும் என்ற பைத்தியம் பிடித்தது. அப்போது வீரப்பட்டியில் ஒரு மிருதங்க வித்வான். அவர் ஒரு தலித். அந்தக் காலத்திலேயே (1930, 40கள்) அவரை சரிசமமாக உட்கார வைத்து, மிருதங்கம் கற்றுக் கொண்டார். இன்னும் சொன்னால் சரிசமமாக இரண்டு பேரும் உட்கார்ந்து சாப்பிடுவார்கள். கலைக்கிறுக்குப் பிடித்து விட்டால், அதன் குணாம்சம் அப்படி.

பஜனைக் காலம் முடிந்துவிட்டது. மிருதங்கம் தட்டுவது நிற்கவில்லை. உழவுக் காட்டுக்கு போய்வந்து, மாடு, கலப்பையை ஒண்டித்துவிட்டு, ராத்திரி 12 மணிப் பொழுதானாலும், மிருதங்கத்தை எடுத்து ரெண்டு தட்டுத் தட்டுவார். பாடிப்பாடிப் பயிற்சி செய்து, குரலைப் பக்குவம் செய்து, தொடர்ந்து கொண்டு போகிறமாதிரி, மிருதங்க வாசிப்பு செய்வதும் சாதகம் செய்வது மாதிரித்தான்.

அவருடைய பொம்பிளையாள் அதற்கு மேலே! நிலைப்படியில் உட்கார்ந்து கண்கள் கிறங்கி, சொக்கட்டாம் போடுகிற நிலையிலும் மந்திரம், மாயம் போட்டது மாதிரி அவரைப் பார்த்தது பார்த்தபடி வாசிப்பைக் கேட்டுக் கொண்டிருக்கும்.

பொன்ராசுத் தாத்தாவின் மிருதங்கம் மட்டும் இருந்தால் போதும், ஒயிலாட்டம் நடக்கும். தெருக்கூத்து நடக்கும். இருப்புக் கச்சேரி நடக்கும். அதற்காகவே சுத்துப்பட்டிகளில் இருந்து ஏதாவது ஒரே விசேசம் என்றால் வண்டி கட்டி வந்து கூட்டிப் போவார்கள். அந்த நேர வாசிப்பில்,

‘‘நானாகவா வாசிக்கிறேன். அது தானா வருது. கலை என்னைத் தூக்கிக்கோ, தூக்கிக்கோங்குது. இடுப்பில இருந்து, என்னைக் கீழே விட்டிறாதேங்குது’’ என்பார்.

அப்படி விட்டுவிட முடியாது. ஒரு தடவை விட்டுவிட்டால், பிறகு ‘‘என்னைப் பிடித்துப் பார், நான் ஓடுகிறேன்’’ என்று ஓடிக் கொண்டே இருக்கும்.

ராஜபார்ட் சேது

கலைக்காகவே தான் உயிர் வாழ்கிறோம் என்று சொல்லிக் கொண்டு இருந்தான். சின்ன வயிசிலிருந்தே, கலை என்ற ஒன்றுக்காகக் கையில் கிடைத்தது எல்லாவற்றையும் தட்டிவிட்டுக் கொண்டேயிருந்தான். கைவசம் இருந்த வேலைகள், வீட்டிற்கு வந்த மனைவி, குடும்பம் எதையும் உருப்படியாகத் தக்க வைத்துக் கொள்ளவில்லை.

உடுக்கைப் பாட்டு, வில்லுப்பாட்டு, பாவைக்கூத்து எதுவாக இருந்தாலும் மூணுநாள் கதை நடக்கும். அரிச்சந்திர நாடகமாக இருந்தால் ஏழுநாள். அந்தக் காலத்தில் இன்னைக்கு என்ன கதை என்று கேட்டுக் கொண்டுதான் கூத்துப் பார்க்கப் போவார்கள். "அரிச்சந்திரரு மயானம் காக்கப் போறாராம்"

"பொய்யது உரைத்தல் அஞ்சி - இந்தப் பாவி நான்

புலையருக்கு அடிமையானேன்

வையக மெல்லாம் காத்தேன் - இந்த

வையக மெல்லாம் காத்தேன் - ஐயோ

காசி மயானம் காக்கப் போறேன் -

தெய்வமே, தெய்வமே, தெய்வமே

காசிமயானம் காக்கப் போறேன்"

பா. செயப்பிரகாசம்

என்று அரிச்சந்திரன் அழுத அழுகையில் கூட்டமெல்லாம் கண்ணீரில் தத்தளித்தது. கலப்படம் இல்லாத ஆத்மாக்கள், 'ஐயோ, ஐயோ' என்று சனம் அவ்வளவும் ஒட்டுக்க (ஒருமிக்க) அழுவது போல் தோன்றியது. ஒரு இணுக்குக் கூட குறையாமல் கலைஞனோடு கலந்தார்கள். நடிப்புச் சக்கரவர்த்தி, நாத கானச் சக்ரவர்த்தி, இன்ன பிற மகுடங்களில் நுழைந்து மேடைக்கு வருகிறவர்களிடம் வராத லயிப்பு, சொந்த மண்ணின் கலைஞனிடம் வந்தது. வனத்திலே மேய்ந்தாலும், இனத்திலே அடையணும் என்கிற மாதிரி சேதுவிடம் அடைந்தார்கள். உணர்வுகளின் கூடமாக அவர்களின் உள்ளங்கள் இருந்ததால், வாழ்க்கையில் ஏதோ ஒரு மூலையில் என்றோ ஒரு காலத்தில் பட்ட அனுபவம் அந்த நேரத்தில் மேலெழுந்து ஊர்வலம் வருகிறது. அதுதான் லயிப்பு, அதுதான் கலை ரசனை.

மெதுவாக ஊர்ந்து கொண்டிருந்த கிராம வாழ்க்கைக்கு, அதெல்லாம் பொருத்தமாக இருந்தது.

இப்போது வாழ்க்கை விசைதெறிக்க ஓடுகிறது. விசைதெறிப்பு கிராமத்திற்குள்ளும் புகுந்துவிட்டது. பால்நிலா கொட்டக் கொட்ட நடுமடத்தில் உடுக்கடிப்புக்காரன் வடித்துக் கொட்டிய பாட்டை ஊரெல்லாம் ஏந்திக் குடித்த காலம் போய்விட்டது. வில்லிசையும் சொல்லிசையும் விண்ணாரம் கொட்ட ராமுழுதும் கொட்டிய வில்லுப் பாட்டு அருகிவருகிறது. கொஞ்சம் வில்லு, கொஞ்சம் நாடகம், கொஞ்சம் ஒயில் கும்மி, கொஞ்சம் ஆட்டம் என நாலும் கலந்து கொடுத்த கதம்பக் கச்சேரி காணோம். ''பாட வேண்டியதில்லை, ஆட வேண்டியதில்லை; நீங்க நடிப்பு சொல்லி வச்சா போதும்'' என்று நாடக வாத்தியாரைக் கூட்டிப் போய் பிரியமாய் நாடகம் கற்றுக் கொண்ட 'பழங்கால' ஆட்கள் இல்லை. பாடுகையில் ஒருத்தர் பாதியில் நிறுத்தி தைப்பாறிக் கொள்ள (இளைப்பாறுதல்) அதையே திரும்ப வாங்கிப் பாடும் இசைத் தொடர் ஓட்டம் இல்லை.

''ஒரே கூத்தைப் பண்ணிக்கிட்டிருந்தா சலிச்சிப் போகும். சுப்பையா வில்லு நடத்துறாரேமே என்று ஒரு மாற்றமாக இருந்தா, அதற்கு நாலு பேர் கூப்பிடுவாங்க'' என்று பல கலைகளும் மாற்றி மாற்றி நிகழ்த்திய நிகழ்ச்சிகள், மழை இல்லாத செடி போல் நின்ன நிலையில் குக்கிப் போயின.

கலைகளும் நவீனமாகிவிட்டது. எங்கு பார்த்தாலும் சினிமா பெருகிக் கொண்டது. மொழி தெரிய வேண்டியதில்லை. மொழி தெரியாமல், குரல் இல்லாமல், உரையாடல் பேசாமல், உணர்ச்சி பாவம் காட்டாமல் சினிமா என்ற கலை விளக்கு எரியும். 'மசாலா'வுக்கு மொழி தேவையில்லை.

யாரும் எதையும் வருத்திக் கொள்ளாமல் முக்காத்துட்டுக் காசுக்கு, வீட்டுக்குள்ளே செவ்வகப் பெட்டிக்குள் படம் ஓடுகிறது. ஓடுகிறதை அள்ளிக் குடித்துவிட்டு ஓட வாழ்க்கை லவித்திருக்கிறது. தொலைக்காட்சியில் அரை மணி ஒலியும் ஒளியும்; இரு மணி நேர படம் என்று பார்த்துவிட்டு, மல்லாக்க அடித்து கிடக்கிற வாழ்க்கையாகிப் போனது ஏகத்துக்கும்.

''எப்படி சுடலைக்கு ஏகி நான்

வெம்பிணத்தைக் காப்பேன் - ஐயோ

வெம்பிணத்தைச் சுட்டெரித்து

சாம்பலாக்கிடவோ,

மண்ணுலகில் நான் பிறந்தேனோ

மண்ணுலகில் நான் பிறந்தேனோ''

மயானம் காக்கும் அரிச்சந்திர நாடகம். கிரகித்து உள் பதியமிட்டு ஞாபகமாய் எடுத்து மற்றவர் வாங்கிக் கொள்ள கொடுக்கிறார் சூரங்குடி சேதுராஜப்பிள்ளை என்கிற சேது.

சின்ன வயசில் மற்றவர்கள் பாடுவதை உள்வாங்கி, ஞாபகமாய் வச்சிருந்து வெளியே எடுத்து விரிக்கிற வெறி அவனுக்குள்ளிருந்தது.

"துய்யமா முனிவருக்குத் தொல்புவி

அரசு தந்தேன்

கைப்பொருள்தனை இழந்தேன்

இந்தப் பாவி நான்...

காதலி மகனை விற்றேன்"

என்று எடுப்பும், துய்யமா முனிவருக்கு என்ற பதத்தைச் சீவாளியால் நாயனத்தில் ராகம் இழைக்கிற நாதசுர வித்வான் போல் இழைத்து, நல்ல வாசிப்புக்காரன் என்ற ஒரு சொல் வருகிறதைப் போல, நல்ல பாட்டுக்காரன் என்ற ஒரு சொல்லுக்காக இழைத்து, இழைத்து உருகும், அந்த உருக்கம் அற்புதம்.

ராக சஞ்சாரம் செய்வது சேது என்ற கலைஞன் மட்டுமல்ல. சங்கீத ஞானமுள்ளவர்கள் அந்த ராகங்களில் கொடுக்குப் பிடித்துக் கொண்டே சஞ்சாரம் செய்தார்கள். சங்கீத ஞானக் கொடுப்பினை இல்லாதவர்கள், இன்ன ராகம் என்று தெரியாவிட்டாலும் இசையில் லயித்தார்கள்.

வாழ்க்கை என்பது, வெம்பாடு பட்டு, சிறுகச் சிறுகச் சேகரம் செய்து கொள்ள வேண்டியது. காலடி துப்புரவாக, கை நெருக்கடி இல்லாமல், மேன்மேல் கெட்டிப்பட கட்டிக் கொண்டே போக வேண்டியது. அப்படி இல்லாமல் கலை என்ற பெருந்தீக் கொழுந்துகள் லாவிப் பிடிக்க, அதற்குள் ஒரு வெறியோடு எறிவது சேதுராசனுக்கு பிடிக்கும்.

சின்ன பிராயத்திலிருந்து அப்படித்தான்.

துட்டு (காசு) கையில் வைத்துக் கொள்ள மாட்டான். துட்டு இருந்தால் 'இந்தாடா' என்பான். நண்பர்கள் உபசரிப்புக்கு, குடிப்பதற்கு போய்ச் சேரும்.

சூரங்குடியிலிருந்து ஒரு பத்து கி.மீ. தொலைவில் இருக்கும் மேல்மாந்தை கிராமம். மேல் மாந்தை ஜமீந்தார் எங்கும் போவது இல்லை. மேல் மாந்தை வீட்டு மாடியில் போய் உட்கார்ந்து கொள்வர்.

சகல அதிகாரமும் கொண்டதாக இருந்தது ஜமீன். ஜமீன் ஒழிப்பு - சட்டம் அமுலானதும் சொத்தும் அதிகாரமும் பறிபோயிற்று. ரட்ணக்கால் போட்டு உட்கார்ந்து அதிகாரம் செய்ய குடிமக்களும் இல்லாமல் ஆனது. பழைய தாட்டீகத்தை விட்டுவிடக்கூடாதே என்று ஒத்தைமனுசனாய் வெளியே தலைகாட்டாமல், வீட்டுக்குள் உட்கார்ந்திருந்தார்.

ஜமீன் சங்கீத ஞானமுள்ளவர். நாடகம், கச்சேரி என்றால் வில்வண்டி கட்டிக்கொண்டு தெற்கே, வடக்கே போய் வருவார்.

அவருடைய மேல்மாந்தை வீட்டில் கட்டுமான வேலை நடந்து கொண்டிருந்தது. இளவயதில் சேது கொத்து வேலை நன்றாகச் செய்வான். ஆனால் பாதியிலேயே நின்று விடுவான். ஒரு வீடும் முழுசாய்க்கட்டி முடித்து கிரகப் பிரவேசம் செய்தது கிடையாது. கொத்தனார் வேட்டி, துண்டு வாங்கியது இல்லை.

கொத்துவேலை அவனுடைய தாத்தா செய்தார், அய்யா செய்தார். தலைமுறைத் தலைமுறையாகத் தொடர்ந்தது.

ஜமீந்தார் அவன் கொத்து வேலை செய்கிறபோது, பாடுவதைக் கேட்டார். 'நல்லாப் பாடுறியேப்பா' என்று வீட்டுக்குள் கூட்டிப்போய், அவனைப் பாடச் சொல்லிக் கேட்டார். ஜமீந்தாருடைய பாராட்டு சேதுவின் சங்கீத ஞானத்தை எண்ணெயிட்டு திரியிட்டு வளர்த்தது.

இதற்குப் பிறகு அந்த சங்கீத ஜமீன், நாடகம், கச்சேரி பார்க்க என்றால், சேதுவை கூடவே வைத்துக் கொள்வார்.

அவனுடைய கலைப் பயணத்தில் - நிஜத்தில் அது ஒரு வெறிபிடித்த பயணம் - ஆதரவாய் இருந்து கைதூக்கி விட்டவர்கள் இந்த மேல் மாந்தை ஜமீன்தார், இன்னொருத்தர் 'சூரங்குடி' ஊராட்சி மன்ற முன்னாள் தலைவர்.

முன்னாள் தலைவருக்குத் தேக்குக் கட்டை போல் இருந்தது உடம்பு. இப்போது அவருக்கு வயது ஆகிவிட்டது.

"அவனைக் கரை ஏத்தி விட்டிரு. ஊர்ப் பேரை விளங்க வைப்பான். எல்லாத் திசையும் போய்ப் பாடிப் புகழ் பெறுவான்" என்பார். இப்போதைக்கு இப்போதுதான் அவனைப் பிடிக்காமல் போய் விட்டது. நேரடியாக முகம் பார்த்து பேசுவதில்லை. ஆனால் பார்க்கிறவர்கள் ஒருவர் விடாமல் சேது பற்றி சொல்வார். வருகிறவர்கள் எல்லோரிடமும் சேது, சேது, சேதுதான்.

"இந்த மனுசனுக்கென்ன கோட்டி (கிறுக்கு) பிடிச்சிருக்கா? மனுசன் சங்குவார் (தொண்டைக்குழி) அந்து போய்க் கெடக்கிறபோதும், அந்த கூத்துக்காரப் பயலைப் பற்றிப் பேசுகிறாரே" என்று பலர் அங்கலாய்த்தார்கள்.

அப்படித்தான் ஆகிவிட்டது. சேது ஒரு நிஜமான கலைஞனாய், ஊர் ஊராய் அலைந்தான். நிஜமான கலைஞனானதினாலேயே, அப்படி அலைய வேண்டி வந்தது போல.

ஊர்ப்பொங்கல் (கொடை) மூன்று நாள் நடக்கும். மூன்றாவது நாள் நாடகம். வழக்கமாய் முதல் செவ்வாய் காப்புக் கட்டி மறு செவ்வாய் சாமிக்குப் பொங்கல், வியாழக்கிழமை நாடகம். அரிச்சந்திர நாடகம் மயான காண்டம். ஆர்மானியப் பெட்டி மிருதங்கம், ஜால்ராவுடன் நாடக கோஷ்டி இரவு 10 மணிக்கு வந்து இறங்கும். இப்போதெல்லாம் 'வேன்' பிடித்து வந்து விடுகிறார்கள். முகத்துக்கு ஒத்துமாப் பொடி பூசி, அரிதாரம் அடித்து, உடுப்பு போட்டு, வேடம் கட்ட இரண்டு மணி நேரம். மணி பன்னிரண்டு நிற்கையில் நாடகம் ஆரம்பம். முந்திபோல் ராத்திரி, ராத்திரியெல்லாம் நடப்பது கிடையாது. முன்னக்காலம் போல், மூணுநாள் பாட்டும், ஆட்டமும் இல்லை. நிலந்தெளிய காலை 5 மணிக்கு மங்களம் பாடிவிட்டு, ஊரைப் பார்த்துப் போய்விடுகிறார்கள். தயாராய் நிற்கிறது 'வேன்'

சேது ராத்திரி பன்னிரெண்டு, பன்னிரெண்டரை மணிக்குத்தான் மேடைக்கு வருவான்.

"இன்னும் என்ன சோதனை?" என்று ராகம் எடுத்துப் பாடுகிற போது, கூட்டம் சொக்குப்பொடி போட்டது மாதிரி கெடக்கும். பொல பொலவென்று விடியும். நாடகமும் முடியும். அப்படியே சனங்கள் ரேக்ளா ரேஸ் (மாட்டு வண்டிப் பந்தயம்) பார்க்கப் போய்விடுகிறார்கள்.

குருமுறை கிடையாது. முறையாக ஒரு குருவிடம் உட்கார்ந்து பாடம் சொல்லி வைக்கக் கேட்டது இல்லை. எல்லாம் கேள்வி ஞானம். அங்கங்கே கச்சேரி, நாடகம் என்று அலைந்து தன் படிப்பாகப் படித்துக் கொண்டது. உடையப்பா நாடகம் ஒரு இடத்தில் நடக்கிறது என்றால், அது எந்த மூலையாக இருந்தாலும் சேது குதியாளம் போட்டுக்கொண்டு போவான். வேங்கைப் பாய்ச்சல்.

"நம்ம சொன்னதை வச்சி தன்படிப்பா படிச்சிட்டது. ஆரோகணம், அவரோகணம் தெரியாது. வசனம் பேசுறதில ஏற்ற இறக்கம் கிடையாது. பொதுவாப் பேசிக்கிட்டிருந்தவனக் கூட்டிப் பேசுடான்னு சொன்னா ஒரேடியா சத்தமா மேலே கொண்டு போய்ட்டான். சினிமாவில கத்துறமாதிரி கத்துறான். பிறகு பேச்சை சமப்படுத்திக் கொண்டுவர வேண்டியதாயிருச்சி"

தொடக்கக் கட்டத்தில் அவனுக்குப் பாடம் சொல்லி வைக்கப் பாடுபட்ட தலைவர் சொல்வார்.

சேது படிக்கிற அரிச்சந்திர நாடகம், சங்கரதாஸ் சுவாமிகள் எழுதியதல்ல. சிவசாமி எழுதினது. தெற்குப் பக்கம் பாடுவதெல்லாம் சிவசாமி வாத்தியார் எழுதினதுதான். அந்தக் காலத்தில், அவர் சொல் அருத்தம் திருத்தமாக இருக்கும். பேர் எடுத்த அந்த வித்துவான் எழுதினதைத்தான் தலைவர் சேதுவுக்கு எழுதிக் கொடுத்தது.

அரிச்சந்திர வேசத்துக்கு உடுப்பு தைப்பதற்காக, மதுரையில் உடையப்பாவைப் போய்ப் பார்த்தான்;

"அவர் செல்லப் பிள்ளை மாதிரிதான் வைச்சிக்கிருவாரு, பிள்ளைய கவனிக்கிற மாதிரி, கவனிச்சி, உடுப்பு தைச்சி, போட்டு காட்டுடான்னு காட்டச் சொல்லி அனுப்பினாரு. ஒரு உடுப்புத்தான், மறு உடுப்பு இல்லே. நம்மளும் நல்லாத்தான் கவனிக்கிறோம். முன்னேத்தி விட்டிரலாம்னு என்னென்னமோ செஞ்சி பாக்கிறேன். அசைவனாங்கிறான். நம்மள சோதிச்சிப் பார்க்கிறான். கிரகம் பிடிச்ச பய" என்பார் தலைவர்.

பல ஞானமும் கைவரப் பெற்றவர். பள்ளிப் படிப்பில் இருக்கிற போதே, அப்போது ஏட்டுப் பள்ளிக்கூடம். ஊரில் பெரிசுகள் இறந்து போய்விட்டால் புராண வாசிப்பு அவர்தான். ஏற்ற, இறக்கத்தோடு நாடகம் நடத்துற மாதிரியே இருக்கும். அப்பேர்பட்ட தலைவர், 'எசகேடாய்' நடக்கிற இவனைப் பார்த்து, நொம்பலப்பட்டு உதறிவிட்டார்.

நாடகம் மட்டுமல்ல; சேது இருப்புக் கச்சேரியும் செய்வான். சாமா ராகம், முராரி, தோடி, பாகேஸ்வரி ராகம் என்று பலதும் தலைவரிடமிருந்து தெரிந்து கொண்டது.

"சென்னிகுளம் அண்ணாமலை ரெட்டியார் காவடிச் சிந்து, நாலுசிந்து நல்லா பாடிருக்கான். மற்றது அவர் குறிச்ச ராகம் இல்லே. வேற ராகத்தில் இவனே பாடிருக்கான். கொஞ்சம் விடுதலையாத்தான் தெரியுது. ஆனால் அதுவும் நல்லாத்தான் இருக்கு"

"நல்லா இருக்கு" என்பதற்கு விளக்கத்தைத் தலைவர் இன்னைவரை சொல்லவில்லை. தனது நாட்டுப்புறத்தில் உருவாகி மேலே வந்து கொண்டிருக்கிற கலைஞனை, கடுமையாக விளாசி, மட்டந்தட்டின மாதிரி ஆகிவிடக்கூடாதே என்ற நல்ல மனசு காரணமாக இருக்கலாம்.

ஒரு தடவை சிங்கிலிப்பட்டி பாட்டு வாத்தியாரிடம் நந்தனார் கதை சொல்லி வைக்க வேண்டுமென்று ஏற்பாடாயிற்று. வேசப் பொருத்தமும் சேதுவுக்கு சரியாக இருக்கும். வேறு எந்த உடுப்பும் வேண்டியதில்லை.

இடுப்பில் ஒரு துண்டு கட்டி வந்தால் போதும். பாடம் சொல்லி வைக்க, அந்த 'சிங்கிலிபட்டி வித்துவான்' வந்து காத்துக் கிடந்தார். சேதுவுக்கு 'தண்ணி' ஞாபகம் வந்து தண்ணி குடிக்க வேம்பார் போய்விட்டான். அவ்வளவுதான். அதற்குப் பிறகு சிங்கிலிபட்டி வித்துவான் அந்தப் பக்கம் தலை காட்டவே இல்லை.

"இந்த நந்தனார் ஒண்ணை மட்டும் படிச்சி வச்சிக்கோடான்னு பலதடவை சொல்லிப் பார்த்தாச்சி. தலைப் பிரட்டு பிடிச்ச பய, கேக்கல" என்றார் தலைவர். வெகுகாலத்திற்குப் பிறகு நந்தனராய்ப் பாடி நடித்து 'சபாஷ்' பெற்றது அவனது தனித்துவத்திற்கு எடுத்துக்காட்டு.

சேது என்ற கலைச் சமுத்திரத்தின் குடும்பக் கட்டுமானம் கோளாறாய் இல்லை.

பெற்ற அய்யாவுக்கு சாப்பாடு இல்லை. கடைசிக் காலம் வரை வைத்துக் காப்பாத்தவில்லை.

"அப்பனை முழுசா வச்சிக் காப்பத்தலை. ஒரு நேரச் சாப்பாடாவது போடுடா. ஓட்டல்ல பதிவாக்கி ஒரு நாளைக்கு ஒரு தரம் சாப்பிட்டுக்கிடட்டும்னு எவ்வளவோ சொன்னேன். கேக்கலை. கஞ்சிக்கில்லாமத்தான் அந்த மனுசன் செத்தாரு" என்று உருகுவார் எஸ்.எஸ். போத்தையா.

சமையலில் கெட்டிக்காரன். துவையல் வைப்பதில் தேர்ந்தவன். எஸ்.எஸ். போத்தையா வீட்டுக்கு ஒருவர் விருந்துக்கு வந்திருந்தார். பிரண்டைத் துவையல் வைத்தார்கள். "சேது செய்த மாதிரி இல்லையேன்னு" ஒரே வார்த்தையில் அடித்துவிட்டார்.

அவனுக்குள் பல கலைகளும் உண்டு. பல கலைகள் மலரும் வனம் அவன். ஓய்ந்து, வெம்பிக் கிடப்பான் பல பொழுதுகளில்.

"ஒனக்கு அறுபது ஆகுது. எனக்கு அறுபத்தி நாலு ஆகுது. அந்தியில இருக்கோம். ஏதாவது உருப்படியா செஞ்சிவச்சிக்கோன்னு எவ்வளவோ சொல்லிப் பார்த்தேன். கேட்கலை" என்பார். எஸ்.எஸ்.

பா. செயப்பிரகாசம்

போத்தையா. அவர் ஒரு பக்கம். ஊராட்சித் தலைவர் ஒரு பக்கம் நின்று பிசைந்து பிசைந்து பார்த்தாலும், ஒரு உருவத்துக்கும் வரவில்லை. சேதுவின் உருவம் வனைய எந்தக் குயவனும் இல்லை; எந்த ராட்டினமும் இல்லை என்றாகிவிட்டது.

பெண்டாட்டி, நாலு பொம்பிளைப் பிள்ளைகள், ஒரு பையன், யார் மேலும் பாசம் கிடையாது. நாடகத்தில் நடித்துவிட்டு வந்து, வீட்டுக்குக் கொடுக்கிறது இல்லை. குடித்துவிட்டு வந்து எல்லோரையும் போட்டு அடிப்பது. பையன் மேல் அதிக பாசம் வைத்திருந்ததாய்ச் சொன்னார்கள். பிறகு அதுவும் அழிமானம் ஆகி விட்டது.

கூட இருக்கிறபோதும், குடும்பத்தார் நிம்மதியாய் இருக்கவில்லை. இம்சை பொறுக்கமாட்டாமல், பொம்பளையாள் வெளியேறிப் போய், கோவில்பட்டி பக்கம் தீப்பெட்டி கம்பெனியில் சேர்ந்து வேலை பார்த்தாள். பொம்பிளப்பிள்ளைகள் அத்தனையும் சேத்துக்கிட்டு வேலைக்குப் போய், கஞ்சி குடித்துக் கொண்டிருந்தாள். அங்கேயும் குடித்துவிட்டுப் போய் சண்டை. போன இடத்திலும் நிம்மதியாய் இருக்க விடவில்லை.

''எங்கம்மாவை அடி பாப்போம். எங்கம்மாவை அடி பாப்போம்'' என்று மூத்த பெண் எதிர்த்து வந்ததாகச் சொன்னார்கள். பிள்ளைகளெல்லாம் பெரிசாயிட்டதினால, ஒண்ணாச் சேர்ந்து விரட்டியடித்துவிட்டார்கள்.

ஊடே, நாடகத்தில் நடிக்க வந்த ஒரு பிள்ளையைச் சேர்த்து வைத்திருந்தான். அவள் அவனோடு கொஞ்ச காலம் இருந்தாள். ரெண்டு தடவை நூறு ரூபாயை எடுத்துக் கொண்டு ஓடிவிட்டாள். சேது போய் கூட்டிக் கொண்டு வர வேண்டியது. பத்து நாள் இருக்க வேண்டியது. நூறோ, இருநூறோ கையில் கிடக்கிறதை எடுத்திட்டு ஓடிவிட வேண்டியது. இப்படி இரண்டு தடவை நடந்தது.

கெதியாகப் பாய்ந்து ஓடுகிற பந்தயக் காளைகளை, கவுட்டுக்கிடையில் கம்பைக் கொடுத்து விழுத்தாட்டுவது போல,

நாடகத்தின் நடுக்கட்டத்தில் ஊடே ஊடே வந்து பாராட்டி ரூபாய் நோட்டு குத்துவார்கள். கலைஞனை வம்படியாக விழவைப்பது போலத்தான். தன் லயிப்பாய்க் கிடந்து உருகி, தன்னைச் சாம்பலாய் கரைத்துக் கொண்டிருக்கிற போது, ரூபாய் நோட்டு குத்துவதும், போடா, நாய்க்குப் பெறந்த பயலே என்ற கெட்ட வார்த்தையால் திட்டுவதும் ரெண்டும் ஒன்றுதான்.

சிலர் நாகரீகமாகப் பேர் எழுதி உறையில் போட்டு, கையில் கொடுத்துப் போவார்கள். சிலர், சட்டையில் தான் குத்துவேன் என்று காலை ஊன்றி நின்று கொண்டு குத்திவிட்டுத்தான் கீழே இறங்குவார்கள். சேவல் சிறகுகள் மாதிரி தோள்களில், மார்புகளில், ஆடிக்கொண்டு இருக்க ஆட்டம் முடிகிறவரை எடுக்க முடியாது.

பெண்கள் என்றால், இந்தப் பிரியம் அதிகம். குறவன் குறத்தி ஆட்டத்தில், வேசம் கட்டிவிடுகிற பெண்கள் விடைத்துக் கொண்டு, இதற்காக நிற்பார்கள்.

நோட்டுக் குத்துகிறவர்கள் மேடை ஓரம் வருவதைப் பார்த்து விட்டாலே, சேது 'சுள்'ளென்று சீறுவான். படிக்கட்டிலேயே, தயங்கி தயங்கி நிற்பார்கள். 'பாட்டு பாட்டாய் இருக்கிறபோதே இந்தப் பாடு படுத்துறீங்களே' என்று பார்வை சொல்லும். பார்வையிலேயே வசவுகள் தென்படும். அப்படியும், ஊர்ப் பெரிய மனிதர்கள், தோரணையைக் காட்டுவதற்காக, வந்து குத்திவிட்டுப் போவார்கள். 'சிவனேன்னு' வணங்கி, ஏற்றுக் கொள்வான். அந்த ஒருதலை வணக்கத்தோடு சரி. வாழ்த்துக் கூறுதல் கிடையாது.

இப்போதைக்கப்போது, வறுமைக்கு தாழ்ந்துவிட்டதாலும் வயதாகிவிட்டதாலும் சேது எத்தனை பேர் வந்தாலும் ஏற்றுக் கொள்கிறான். கலை வீறாப்போடு, முன்னைப்போல் விறைப்பாய் நிற்க முடிவதில்லை.

எந்தப் பிடிமானமும் இல்லாமல் அவனது கால்கள்.

சக்கைப் பாட்டம்

ஊரில் நிலத்தின் பலாபலன்கள், கோளின் பலாபலன்கள் தெரிந்த விவசாயி ஒருத்தர் இருந்தார். அவருக்குச் 'சக்கைப் பாட்டம்' எப்போது வரும் என்று தெரியும்.

ஐப்பசி பத்திலிருந்து பதினான்கு தேதிக்குள் அந்தக் காற்றின் சித்திரம் தெரியும். எந்த நேரத்தில் அந்தக் காற்று வரும் என்பது அவருக்கு அத்துபடி. 'ஏய் சக்கைப் பாட்டம் வருது நிறுத்து நிறுத்து' என்று எச்சரிக்கை கொடுப்பார். எச்சரிக்கை கொடுத்துக் கொண்டிருக்கிற போதே அறியாமல் ஒருவன் விதை போட்டு விட்டான். விதைத்த அந்த இடத்தில் மட்டும் பயிர் பெரிதாகி, மணி பிடிக்கிற காலத்தில், வெறும் சக்கையாக விளைந்தது. இப்படியான 'சக்கை பாட்டம்' இப்போதும் கம்பங் காடுகளில் ஆங்காங்கே தென்படுவதுண்டு.

அந்தக் கிராமியக் கலைஞனின் காட்டில் பருவமழையடித்தது. வாகான ஈரப்பதத்தில் கலை விதைப்பு மும்மரமாய் நடந்து கொண்டிருக்கிறபோது, தனது சொல்காற்று பட்டு 'சக்கைப்பாட்டம்' வந்திரக் கூடாது என்ற நல்ல நினைப்பு காரணமாக இருக்கலாம். அதனால் தலைவர் எதையும் அவனிடம் வெளிப்படையாக சொல்லிக் கொள்வதில்லை. திறப்பாகச் சொல்லாமல், ஒன்றிரண்டு வார்த்தைகளில் சுட்டிக் காட்டுவார். அதிலிருந்து அவருடைய குறிப்பு இதுவாகத்தான் இருக்கும் என்று உணர்ந்து எடுத்துக்கொள்ள வேண்டும்.

இப்போதெல்லாம் அவனைப் பற்றிய பேச்சே கொஞ்சம் கொஞ்சமாய் அற்றுப்போய்விட்டது. அவன் பக்கம் திரும்பிக்கூடப் பார்ப்பதில்லை என்று தலைவர் முடிவெடுத்திருக்கிறார்.

தலைவர், ராத்திரி நேரச் சாப்பாட்டுக்குத் தட்டு முன்னால் உட்கார்ந்திருக்கிறார். அவர் சம்சாரம் சோறு போட்டு, பருப்புக் கறி ஊற்றிவிட்டு நிமிருகையில் எதிரே ஒரு ஆள் தலை தெரிகிறது. தலைவர் சோற்றில் கை பிசைந்து வாய்க்கு கொண்டு போகையில், அந்தச் சேதி வருகிறது. அப்படியே போட்டது போட்டபடி எழுந்து ஓடுகிறார். சேதுவை யாரோ அடித்து, தூக்கிப் போட்டுவிட்டதாக வந்தவர்கள் சொல்கிறார்கள். இந்தப் பயல் இது மாதிரி ஏதாவது வினையைத் தேடிக் கொள்வான் என்பது அவருக்குத் தெரியும். இதற்கு முன் இரண்டு தடவை தகராறாகி அவனை அடித்துப்போட்டுவிட்டதாகக் கேள்விப்பட்டிருக்கிறார். குடிபோதையில் ஒருத்தருக்கொருத்தர் அடித்துக் கொண்டது என்பதால், அவர் போகவில்லை. இந்த முறை கிடைத்த சேதி அடிபட்டுச் செத்துவிட்டான் என்பதாக வந்தது.

முதலில் அவன் வீட்டுப் பக்கம் போய், சத்தம் காட்டிவிட்டுப் போகலாமே என்று நடந்தார். வீட்டுக்கு முன்னால் போய், ''சேது, சேது'' என்று குரல் கொடுத்தார். உள்ளிருந்து 'அவரு இல்லையே' என்ற ஒரு பொம்பிளைக் குரல் வந்தது. அது வேற்றுக் குரலாகத் தெரிந்தது.

''எங்கே போயிருக்கான்?''

''எங்கே போறேன்னு சொல்லிட்டுப் போகலையே.''

அந்தக் குரல் சமீபத்தில் சேர்த்துக் கொண்ட பெண்குரல். இரண்டு மாதமாக சேர்த்து வைத்திருக்கிறான் என்று கேள்வி.

அந்தப் பெண் வெளியே வந்தாள். அந்த மூஞ்சியைக் காணச் சகியாமல், இந்தப் பயலுக்கு எப்படியெல்லாம் புத்தி போகிறது என்று நினைத்துக் கொண்டு விடுவிடுவென்று நடந்தார். போய்ப் பார்த்தபோது, தேநீர்க் கடைக்கும் முடி திருத்தும் கடைக்கும்

இடைச்சந்தில் ஒரு பிரேதம் கிடந்தது. 'ஏ யப்பா சேது, ஏ, யப்பா சேது' என்று கூப்பிடுகிறார். ஒரு அசைவும் காணோம்.

அவன் கையில் கட்டியிருந்த கடிகாரத்தைக் கழற்றிப் பையில் போட்டுக் கொள்கிறார். சட்டைப் பையைத் துழாவுகிறபோது, ஒரு ரசீதும் ஐம்பது ரூபாயும் கிடக்கிறது. அதை எடுத்து வைத்துக் கொண்டு தொட்டுத் திரும்பிய போது கால் அசைவு கண்டது. மூக்கில் கை வைத்துப் பார்த்தபோது, சுவாசத்தின் அசைவும் தெரிந்தது. உயிர் இருக்கிறது. போவோமோ, இருப்போமோ என்று தவிதாயப்பட்டு இழுத்துக் கொண்டு இருக்கிறது. உடனே, அங்கே நின்று கொண்டிருந்த ஒரு வேனை நிறுத்தி, அதில் தூக்கிப் போட்டுக் கொண்டு மருத்துவரிடம் ஓடுகிறார்.

ஒடுங்கப் போகும் அசைவுகளற்ற இதயத்துக்காக, அவருடைய இதயம் வேகமாய்த் துடிக்கிறது. அவன் பிழைத்துக் கொண்டால் ...? பிழைத்துக் கொண்டால் என்ன ...? மறுநாள் அவனிடமிருந்து தூர விலகிவிடுவார்.

இன்றைக்கு எந்தக் கலைஞனும் - கலைதான் உயிர், எழுத்து ஒரு தவம் என்று, முழுநேரமாய் அலைந்து கொண்டு சொந்த வாழ்க்கையைக் கந்தகமாய்க் கொளுத்திக் கொள்வதில்லை. 'போக்கத்தவன்' என்று ஒரு சொல்லில் ஒதுக்கிவிடுவார்கள். கலைஞனுடைய பழைய விலாசம் மாறிப் போயுள்ளது. அவரவர்கள் குடும்பக் கட்டுமானத்தைக் கெட்டியாக, திருத்தமாக அமைத்துக் கொள்கிறார்கள்.

வங்க எழுத்தாளர் தாராசங்கர் பானர்ஜியின் 'கவி' என்கிற நாவலில் வருகிற 'நித்தாயி' என்ற கலைஞனை, இந்த சேதுராசனிடம் காணலாம். நித்தாயி, சேதுராசன் வாழ்க்கை நிலத்துக்கு அடியில் ஓடும் நீரோட்டம் போல், எந்தத் திசை நோக்கி ஓடுகிறது என்று சொல்ல முடியாது. ஆனால், இந்தக் கலைஞர்களின் வாழ்க்கைக்கு அடியில் புதைந்து கிடக்கிற, தோண்டி எடுக்கப்பட வேண்டிய சில கேள்விகள்.

ஒழுங்குமுறையற்ற வாழ்க்கைக்கும் கலை வித்தகத்துக்கும் என்ன தொடர்பு?

குடும்பம் என்ற அமைப்பு கலைஞனுக்கு ஒரு நோயா ...? எலும்புருக்கி நோய்போல், கலைஞனை உருக்கி ஒன்றுமில்லாமல் செய்வதா ...?

கலை லட்சியம் மட்டுமல்ல; வேறு எவ்வகையான லட்சியங்களுக்கும் 'வேகத்தடை' போடுவதா குடும்ப அமைப்பு ...?

வெம்பிணத்தைச் சுட்டெரித்து சாம்பலாக்கிடவோ என்கிற மாதிரி கலை மாண்பு காக்க குடும்பத்தை - வாழ்க்கையைச் சுட்டெரித்து சாம்பலாக்கிடவோ இவர்கள் பிறந்தார்கள்?

இன்னும் பதிலளிக்கப்படாத கேள்விகள் இவை. சேது போன்ற பெருங்கலைஞர்கள் இதற்கு முன்னாலும் இருந்திருப்பார்களே? அவர்கள் முகம் நோக்கியும் இந்தக் கேள்விகள் எழுப்பப்படும்.

சாயந்திரமும் இல்லாத இரவும் இல்லாத நடுவாந்திரமான ஒரு பொழுதாய் -

வீட்டின் உள்ளேயும் இல்லாத வெளியேயும் இல்லாத வாசல் நிலைபோல் ஒரு இடமாய் -

இந்தக் கேள்விகளுக்குப் பதிலும், பதிலில்லாததுமான ஒரு சாட்சியாய் - சேது இருப்பான்.

ரெட்டியக் கூத்தாடி

கணவாய் வழியாக வீசும் குளிர்க்காற்றா? குற்றால மலை மேல் தாவி, மெதுவாக கீழ்வழிந்து மேனியை வருடும் சாரல் அருவியா? தென்றல் சேவகம் செய்ய, இந்தப் பக்கமும் அந்தப் பக்கமும் களிப்பில் சாய்ந்து கும்மியடிக்கும் நாணலின் களிப்பா? அழகின் சோபிதங்களை, மனசின் மடியில் இழுத்து வைத்துக் கொண்டு கொஞ்சுகிறது போல் அது இருக்குமா?

ஒன்று உறுதியாகச் சொல்லமுடியும். படையெடுப்பு ஒருபோதும் அப்படியெல்லாம் இருக்காது.

பாஸிஸ்ட், நாஜிஸ்ட், போர்வெறியன், அரசாங்க ரௌடி, ரத்தம் குடிக்கும் ஓநாய் என்று பல பெயர்கள் ஆக்கிரமிப்பாளருக்குச் சூட்டப்படலாம். ஆனால் எல்லாப் போர் வெறியர்களையும் வெற்றி வீரன் என்றே சரித்திரம் பதிவு செய்து வந்திருக்கிறது.

கையில் விலங்குகளுடன், கால்களில் கனத்த இரும்புக்குண்டு வளையங்களுடன் ஒரு அடிமை ஊர்ந்து போக இயலாது. அடிமைக்கு அசைவுகளேது? ஆனால் வரலாறு அடிமையல்ல. வரலாறு காற்றுப் போன்றது. ஓரிடத்துத் தடை வந்தாலும், ஊடுருவி எங்கும் பரவும். இரும்புக் குண்டுகள் தெறித்து விழ, கைபிணைச் சங்கிலி நொறுங்க, நாலு முனைகளில் இறுக்கி அடிக்கப்பட்ட அடிமை முளை பிடுங்கிச் சிதற, வரலாறு வாயு வேகத்தில் பறக்கும்.

படையெடுப்பு, வாள்முனையிலோ, பீரங்கி முனையிலோ, 'நாப்பாம் குண்டு' வெடிப்புகளிலோ எந்த ரூபத்தில் நிகழ்ந்தாலும் முதலில் அது தொடுவது பெண்களைத்தான். பெண்கள், குழந்தைகள், முதியவர்கள், குடும்பம் இவர்கள்தான்

வடக்கிருந்து வந்த வெறியாட்ட வேட்டையில், ஆந்திரத்திலிருந்து தெலுங்கு மக்கள் வெருளியடித்து ஓடி வருகையில் ஒரு பெண் படையெடுப்பாளரிடம் அகப்பட்டுக் கொண்டாள். அந்தப் பெண் கன்னியம்மா. வெகுதூரம் ஓடிவந்த பிறகுதான், ஒரு குமரியை விட்டுவந்துவிட்டோமே என்று கவனத்துக்கு வருகிறது.

கரிசல் பிரதேச காலாங்கரை மேடுகளில் மாலை நேரத்துப் பீர்க்கம்பூக்கள் போலவும், காலை நேரப் பூசணிப் பூவுகள் போல்வும் எழில் பூட்டிய பெண். எப்பேர்ப்பட்ட பெண் கன்னியம்மா! தாய், தகப்பனுக்கு அருமாந்தபிள்ளை, இளவட்டங்களுக்கு வர்ணமான பெண்ணு. அவளைப் பாக்கிறவர்கள் புத்தியக் கடங்கொடுத்து விடுவார்கள். பக்கத்தில 'கோழிப் பறவை' தூரத்திலயா இருக்கு (கோழி ரொம்ப தொலைவெலாம் பறக்காது) மீட்டுவர? வம்படியாய் முரடர்கள் கையில் ஒரு பூவைக் கொடுத்துவிட்டோமே என்று பெண்கள் நெஞ்சில் அடித்துக் கொண்டு அழுகிறார்கள்.

ஆக்கிரமிப்பாளர்கள் ஒரு குடிசையில் கன்னியம்மாவைச் சிறை வைத்திருக்கிறார்கள். வாழ்வின் மதுரத் துளிகளை எந்தப் பொழுதிலும் அருந்தாத மைனாக்குஞ்சு போல் நடுங்கிக் கிடக்கிறாள்.

கொக்கு முக்காடு போட்டு சோகத்தில் லம்பிப் போய் கிடக்கிற இவர்களுடன் ஒரு களைக் கூத்தாடியும் வருகிறான். விசயம் முழுவதையும் உள்வாங்கிக் கொண்ட கூத்தாடி அவன் போய் கன்னியம்மாவை மீட்டு வருவதாய்க் கூறிப் புறப்படுகிறான்.

படையெடுப்பாளர்கள் சிறையெடுத்து வைத்திருந்த குமரியின் குடிசைக்குப் பக்கத்தில் ஒரு கம்பம் நட்டு, கிராமத்திற்கு வெளியே மறு

கம்பம் நடுகிறான். நடுவில் கயிறு கட்டி விளையாடுகிறான். கயிற்றில் நடப்பது, நடந்தபடியே கரணம் அடிப்பது, கரணம் தப்பினால் மரணம் என்று கழைக்கூத்தாடிப் பெண்கள் மேளம் தட்டி கூச்சலிடுவது, ஆட்டம் சுவாரசியமாய்ப் போய்க் கொண்டிருக்கிறது.

களைக்கூத்தாடி, ஒரு மூட்டையைச் சுமந்து கயிறு மேலே நடக்கிறேன் பார் என்கிறான். மூட்டையை நாலு பேர் சேர்ந்து எந்தலையில் துக்கி வைக்கணும் என்கிறான். கூட்டம் கொல் என்று கைத்தட்டிச் சிரிக்கிறது. அப்படியே தூக்கி வைக்கிறார்கள்.

கூத்தாடி தலைச்சுமை மூட்டையைச் சுமந்தபடி கயிற்றில் நடந்து மறுமுனையில் கன்னிப்பெண்ணை வைத்திருந்த குடிசைக்குள் இறங்குகிறான்.

''தாயி, கூப்பாடு போடாதே, ஒன்னைக் காப்பாத்த வந்திருக்கேன். ஒறவுக்காரங்க அனுப்பினாங்க'' என்று தைரியமூட்டுகிறான்.

அவன் கொண்டு வந்த மூட்டையைக் குடிசைக்குள் இறக்கி வைத்துவிட்டு, அவளை ஓர் மூட்டையாய்க் கட்டிச் சுருட்டி எடுத்துக் கொண்டு கயிற்றின் மேலே ஏறுகிறான். கயிற்றின் மேலே நடந்து மறுமுனைக்கு வந்துவிடுகிறான். களைக்கூத்தாடிப் பெண்கள் மத்தியில் இறக்கிவிட்டு அதன் பிறகு அவர்களைப் போலவே சோடனை செய்து பெண்களோடு பெண்களாய் கூட்டி வந்து விடுகிறான்.

ரெட்டி சனங்களுக்கு முகம் இதயமாக மாறியது. விழிகள் மழைக்காலப் பிரதேசமானது. நொம்பலப்பட்டு, விக்கித்துக் கிடந்த மனசுகளை அவன் இழுத்துக் கரை சேர்த்தான் அல்லவா?

ரெட்டிப் பெண்ணை மீட்டதற்காக களைக் கூத்தாடியை ரெட்டியக் கூத்தாடி என்று பெயரிட்டுக் கொண்டாடினார்கள்.

கணவனும் மனைவியும் என்றால் ஒரு தலைக்கட்டு. களைக் கூத்தாடிக்கு வருடத்திற்கு ஒருமுறை ரெட்டி கிராமங்களில்

தலைக்கட்டுக்கு நாழி தானியம் அளக்க வேண்டும் என்று முடிவாகியது. அதை 'கெட்டின வீட்டுக்கு நாழி' என்பார்கள்.

குடிக்கூலி, மகசூல் அளப்பு என்று கூலியோடு நிற்க, அவனுக்கு என்ன புத்திப் பிசகா? களைக்கூத்தாடி கேட்டான்.

''ஓங்களோட எங்களை சேத்துக் கொள்ளணும்''

குமரியை மீட்டுவந்தவன் நம் குலப்பெண்களோடு உறவு வைத்துக் கொள்ள ஆசைப்படுகிறான். கிளைவழி, கொடிவழி (உறவு முறை) வைத்துக் கொள்ள வருகிறான். அவர்களுக்குள் கலந்து ஆலோசித்தார்கள். பிறகு முடிவை வெளியிட்டார்கள்.

''நீ கேட்ட மாதிரியே உறவு வைத்துக் கொள்ளலாம். ஓங்க பெண்கள் எங்க ஆண்களை மாமா முறை வைத்துக் கூப்பிடலாம்'' என்றார்கள்.

அந்த நாள்தொட்டு மாமா முறை கொண்டாடி ரெட்டிமார்களை கூத்தாடிப் பெண்கள் கூப்பிட்டு வருகிறார்கள். ரெட்டியக் கூத்தாடி என்று அவர்களுக்குப் பெயர் ஆனது. ரெட்டியை மாமா என்று கூப்பிடலாமே தவிர இதேபோல் ரெட்டிப் பெண்கள், களைக் கூத்தாடிகளை அழைக்க அனுமதிப்பதில்லை; அழைக்கக்கூடாது.

இங்கொரு விதியும், அங்கொரு விதியும்; இங்கொரு நீதியும், அங்கொரு நீதியும்.

சாதி வகைப்பட்ட இந்த 'தர்ம நியாயத்தில் ரெட்டி மட்டுமல்ல; எல்லா உயர்சாதியினரும் கெட்டிகள் தான்'

ஒரு வேனல் காலம். சுவாசிப்புக்கு வழியின்றி மரங்கள் மூச்சுத் திணறுகின்றன. மரங்களைப் போலவே அசைவற்றுக் கிடக்கிறது மக்கள் வாழ்க்கை.

மத்தியான வேளையில், ஊர் மத்தியில் பொது மடத்தின் முன்னுள்ள வெளியில், களைக்கூத்தாடி தலைச்சுமையை இறக்குகிறான். கூடவே

அவனது பெண்டாட்டி தலையில் பொட்டணமும், பிடரி வழியாக முதுகில் தொங்கும் தூளியில் குழந்தையுமாய் வருகிறாள். அவர்களுடன் ஒரு சிறு பையனும் சிறுமியுமாய் வித்தைகள் செய்யும் குடும்பம். முதுகில் குழந்தையுடன் ஒரு காலைக் குத்துக்காலிட்டு, சிறு மத்தளத்தை முழங்குகிறாள் அந்தப் பெண்.

ஆட்டம் முடிந்து கையேந்துகிறான். வேடிக்கை பார்க்க மட்டும்தான் தலைகள் வெளியே தெரிந்தன. பெரிய வீடுகளிலிருந்து ஒரு பிடி தவசம் கூட வெளியே வர மறுத்தது.

சம்பந்த முறை வைத்துக் கொள்ளலாம் என்று யார் சொன்னார்களோ, அவர்கள் சம்பந்தமில்லாதது போல் வீடுகளுக்குள் ஒடுங்கிக் கொள்கிறார்கள். ஆத்திரம் பொங்க, இரண்டு கைகளிலும் மண்ணை வாரித் தூற்றுகிறான்.

"நாசமாய்ப் போவீங்க, வெளங்காம போவீங்க" என்று சாபம் இடுகிறான்.

அவன் தூற்றிய மண்ணும், இட்ட சாபமும் எல்லோர் முகத்திலும் பட்டுத் தெறிக்கிறது.

காலை, நடுவெயில், ஒரு அந்தி

சிறுவயதின் பதிவுகள், விடியல் பொழுதுகள் போல் பளிச்சென்று நிற்பவை. காடு, மரம், செடி, கொடி, கண்மாய், ஓடை, முனியாண்டி கோயில், புதூர் டூரிங் டாக்கீஸ், ஜெயவிலாஸ் பஸ் என்று எல்லாப் பொருள்களும் துலக்கி வைத்த பாத்திரங்களாகப் பளபளக்கின்றன.

ஒவ்வொருவருடைய பாலிய காலப் பதிவுகளும் அவரவருக்கு சரித்திரப் புத்தகம். இதயத்தின் ஈரம் படிந்த விரல்களோடு, அதில் திறக்கப்பட வேண்டிய பக்கங்கள் அநேகம். பதினைந்து வயதுக்குட்பட்ட பருவத்தின் செயல்பாடுகள், ஞாபகப் பிசகு இல்லாமல் எழுதப்பட்டிருக்கும். கிணற்றுக்குள் போட்ட வாளிகள் தளும்பத் தளும்ப மேலே நீரைக் கொண்டு வருவதுபோல், தளும்புகின்ற நினைவுகள் மேலே கொண்டு வரப்படும். சிந்தினாலும், நம்முடைய கிணற்றுக்குள்ளேதான்; வேற எங்கேயும் போகாது.

கழுத்தைச் சுற்றி அணிந்த தங்கச் சங்கிலியாய், ஊரைச் சுற்றி வட்டமடிக்கும் ஓடை. ஓடையில் தண்ணீர் நிமிர்ந்து கிடக்கிற காலத்தில், சூரியத்துகள் பட்டு சரிகைத்தாள் போல் மினுமினுக்கும்.

வடபுற ஓடைக்கரை மேல் நந்தவனம். நந்தவனத்திற்கு அரண் போல் குன்றிமணிக் கொடிகள். குன்றிமணி நெற்றுக்கள் கோடைக்காலத்தில், வெடித்துத் தேடுவார் இல்லாமல் சிதறிக் கிடந்தன. புதுவெள்ளம் வருகிற போது ஓடை வெள்ளத்தில் மிதக்கிற குன்றிமணிகள் மதுரை சுங்குடிச் சேலை போல் அசைய, அசைய அழகு.

கருகருவென்று மசங்கி வருகிற அந்தி நேரமும் கறுப்பு ; பனைமரமும் கறுப்பு; ஆனந்த பாபுவும் கறுப்பு யாருக்கும் இம்மியளவு கூட சந்தேகம் கிளம்பாது. சர சரவென்று ஏறி, மள மளவென்று நுங்கு குலைகளைச் சரித்துத் தள்ளுவான். மரத்தின் தூரோடு தூராய்ப் பம்மிக் கிடக்கும் பையன்கள் அள்ளிக்கொண்டு ஓடுவார்கள். ஓடி, மஞ்சனத்திப் புதர்கள் நடுவில் நுங்குப் பந்தி நடக்கும்.

இப்படித்தான்.

ரத்தப்பொட்டு மாதிரி கிழக்கில் உதித்த எங்கள் காலைப் பொழுதுகளும், எழுத்து முகம் தெரியாது மசங்கும் அந்திகளும் வந்து போயின.

ஒரு காலையும் மாலையும் அடையாளப்படுத்துவதல்ல வாழ்க்கை; மறுநாள் காலையும் வரும் வித்தியாசமாக!

காலை வருகிறபோது, பள்ளிக்கூடம் வரும்; பள்ளிக்கூடம் போகிற சிறுவர்களுக்கு எதிராய் ஜெயவிலாஸ் பஸ் வரும்; பள்ளிக்கூடம் நோக்கி தெற்கு வடக்காய் போகிற பையன்களை மறிக்கிறமாதிரி எதிரில் வரும்.

அப்போதெல்லாம் பஸ்ஸின் முன்பாகம் கிளிமூக்குப் போல் நீண்டு, தனியாக இருக்கும். ஓட்டுநருக்குப் பக்கத்தில் தனியாக ஒரு இருக்கை. அது, பெருத்தனக்காரர்கள், முதலாளிகள், பெரிய மனிதர்கள் உட்காருகிற இருக்கை. சிம்மாசன மதிப்பு அதற்கு உண்டு. அந்த சிம்மாசனத்தில் உட்கார முடியாத பெரும் புள்ளிகளின் முகம் 'சுரீச்சிப்' போகும். என்றைக்காவது ஒருநாள் அந்த சிம்மாசனத்தில் உட்கார்ந்து பயணம் போக மாட்டோமா என்று சிறு பையன்கள் ஏங்குவார்கள்.

பள்ளிக்கூட முற்றத்தில் இரண்டு பெரிய செம்பருத்திச் செடிகள்; பிற்காலத்தில் மரமாக மாறுவத்றகான கூறுகள் இருந்தன. பூக்கள் பறித்து ஜெயவிலாஸ் பஸ்ஸின் மூக்குப் பகுதியில் சொருகுவார்கள். இன்னும் நிறைய நிறையப் பூக்கள் கிடைக்கிறபோது, நூலில் கட்டி, மாலை போட்டுவார்கள். சனி, ஞாயிறு விடுமுறை நாட்களில் கூட மெனக்கெட்டு வந்து கௌரவிப்பார்கள்.

அந்தத் தடத்தில் ஓடிய ஜெயவிலாஸ் பஸ்தான் பையன்களுக்குப் பிடிக்கும்; சந்திரா, மீனாம்பிகா பஸ் பையன்களுக்குச் சுத்தமாகப் பிடிப்பதில்லை.

அது பஸ்சுக்குக் கொடுக்கும் கௌரவமா? பஸ்சுக்குள் உட்கார்ந்து ஓட்டுகிற சீனி நாயக்கருக்குக் கொடுக்கிற கௌரவமா என்றால், பெரிய நிலைக் கண்ணாடியில் மொத்த உருவமும் பார்க்கிற மாதிரி, சீனி நாயக்கருக்குத்தான் அந்த மரியாதை என்பது தெளிவாகத் தெரியும்.

ஜெயவிலாஸ் பேருந்தின் ஓட்டுநர் சீனி நாயக்கர் இறங்கி, வெங்கடப்ப தாத்தா கிளப் கடைக்குப் போவார். மசாலா போட்ட மொச்சைப் பயறு மணம் இழுக்க, மலங்காட்டுப் பூவரசு இலையில் தயாராக எடுத்து வைக்கப்பட்டிருக்கும். சாப்பிட்டு முடிக்கிற பருவம் பார்த்து ஒரு 'கப்' காப்பி. பையன்கள் ஒரு வீரனைப் பார்ப்பது போல் அதிசயமாய்ப் பார்த்துக்கொண்டு சீனிநாயக்கரின் கூடவே அவர் பஸ் ஏறுகிற வரை போவார்கள்.

அவர்களுக்கு அவர் மாவீரன். மாவீரனுக்குப் போலவே நிறைய கதைகள் அவரைச் சுற்றி பின்னப்பட்டிருந்தன. கையில் ஒரு ரப்பர் வில் (உண்டிவில்), வண்டி போய்க் கொண்டிருக்கிறபோதே, வண்டி ஓட்டத்தில் கொக்கு, குருவிகள் தெறிப்பார். வெள்ளாமை நேரங்களில், புழு பூச்சிகள் தேடி, கூட்டம் கூட்டமாய் வரும் குருவிகளோ, மொலுமொலுவென்று கம்மாய்த் திட்டுக்களில் உட்காரும் கொக்குகளோ அவர் தெறிப்புக்கு 'ரப்'பென்று பட்டு, கீழே சாயும்.

பேருந்து இரவுத் தங்கல் புதூர். புதூர் கம்மாய்க் கரை மேல் கோடியில் பெரிய பெரிய புளியமரங்கள். உண்மையில் அவை விருட்சங்கள். எங்கெங்கேயோ, திரிகிற பழந்திண்ணி வௌவால்கள் ராத்திரி வந்து அடைகிற இடம். ராத்திரி ராத்திரியாய் ஊர்க் காடெல்லாம் போய்ப் பழம் மேய்ந்து வந்த வௌவால்கள் துப்பியதில் காலையில் பார்த்தால் ஒரு கூடை கொட்டைகள் கூட்டி அள்ளலாம்.

மன்னன் ராத்திரி நேரத்தில் கூட வில் தெறிப்பார். வௌவால்களின் அசைவுகளை வைத்து, மாறி மாறி உட்காரும் இறக்கைகளின் படபடப்பு

சத்தத்தை வைத்து, அந்தக் கோணத்தில் உண்டைவில்லை இழுத்து விடுவார். 'பொத்'தென்று சத்தம் கேட்கும். கேட்டதென்றால் வௌவாலின் நெஞ்சாம்பட்டையிலோ, அடி வயிற்றிலோ உண்டைக்கல் பாய்ந்து விட்டதென்று பொருள். அப்படியே சிந்தாமல், சிதறாமல் முதல் பஸ்சுக்கு ஊருக்குக் கொண்டு போய்விடுவார்.

அந்த ஒன்று மட்டும்தான் கொண்டு போவது. மற்றது குருவியோ கொக்கோ அடித்தால், வீட்டுக்கு எடுத்துப் போகிற பழக்கம் கெடையாது. வேட்டைப் பிரியத்துக்காக மட்டுமே அடிப்பது. அங்கங்கே கொடுத்துவிட்டுப் போய்விடுவார்.

போகிற வழியிலேயே, புதூர் கீற்றுக் கொட்டகை (டூரிங் டாக்கிஸ்) வரவேற்கும்.

டூரிங் டாக்கீசுக்கு ரொம்ப ராசி. வெள்ளாமை வேலை இல்லாத நாட்களில், சாயந்தரமானால் பாதி மாட்டு வண்டிகள் சினிமாக் கொட்டகையில்தான் நிற்கும். சென்னம்பட்டி, மடத்துப்பட்டி இரண்டு ஊர்ச் சனங்களை இட்டுத்தான் கொட்டகையே ஓடுகிறது என்பார்கள்.

ஒருநாள் சாயந்தரம் எங்களைக் காணவில்லை. தவசியும், நானும் ஏழாம் வகுப்புப் படித்துக் கொண்டிருக்கின்றோம். சாயந்தரம் மடத்துப்பட்டி மடத்தில் பேசிக் கொண்டிருக்கிறபோது புதூர் கீற்றுக்கொட்டகை சினிமாவுக்குப் போவதென்று எங்களுக்குள் முடிவாகி, வீட்டில் சொல்லவில்லை. ஆனந்தபாபு தலைவர். நடுநிலைப் பள்ளியின் தலைமையாசிரியையாக அன்னமேரி டீச்சர் புதிதாக வந்திருந்தாள். நாற்பத்தைந்து வயதாகியும் கல்யாணமாகவில்லை. அன்னமேரி டீச்சருக்குக் கல்யாணமாகாததற்கு, சிலர் அவளுடைய நிறத்தைச் சொன்னார்கள். பனங்கருக்கு போல் நிறம். சிலர் சாதியைச் சொன்னார்கள். அவள் கையிலும் உதட்டிலும் லேசாய் எழும்ப ஆரம்பித்திருக்கிற வெள்ளை தழும்புகளைக் காட்டினார்கள் பலர்.

ஞாயிற்றுக்கிழமை அன்னமேரி அருப்புக்கோட்டை தேவாலயத்துக்கு, தொழுகைக்குக் கிளம்பி விடுவாள். தகரம் வேய்ந்த

கோமதி திரையரங்கில், படம் பார்த்து வருவதுண்டு.

ஆனால் கீற்றுக் கொட்டகையில் படம் பார்ப்பது போல், தெளிவாய் இருப்பதில்லை. தகரக் கொட்டகையில் படம் பார்க்க சில கிராமத்துப் பெரிசுகளுக்கு ஒவ்வாது. கொட்டகை முழுசும் எதிரொலி வர, அது ஒரு தனிச் சத்தமாகக் கேட்கும். அதனால், அருப்புக்கோட்டையில் பார்த்த படத்தை ஒரு தடவையாவது கீற்றுக் கொட்டகையில் பார்த்தால்தான் அவர்களுக்குப் படம் பார்த்த மாதிரி இருக்கும்.

அன்றைக்கு அன்னமேரி பஸ்ஸில் புதூர் வந்துவிட வேண்டியது; ஆனந்த பாபுவும், நாங்களும் முன்னாலேயே நடந்து போய்க் கொட்டகையில் காத்திருக்க வேண்டியது என்று முடிவாகியது.

படம் பார்த்துவிட்டு திரும்புகாலில், பகல் மாதிரி நல்ல நிலாக்காலம். நடக்க நடக்க திகட்டுகிறது. நானும் தவசியும், பெத்து ராசும் பேசிக்கொண்டே நடந்தோம். எங்களுக்குப் பின்னால் ரொம்ப தூரம் தள்ளி ஆனந்த பாபுவும் அன்னமேரி டீச்சரும் சேர்ந்து நடந்து வந்தார்கள். இப்போது யோசித்துப் பார்த்தாலும் அவர்கள் தனியாய் நடந்து வரக் காரணமென்ன என்பது எங்களுக்கு அடைபடவில்லை.

நாங்கள் பார்த்தது 'பாதாள பைரவி' படம்.

திரைப்பட மயக்கத்தில் எங்களின் கற்பனைப் பாதைகள் நீண்டு விரிந்தன. பார்த்து வந்த பாதாள பைரவி படத்துக்குச் சரி சமமாக, காலும் கையும் முண்டமும் இல்லாத கதைகள் எங்கள் நாக்குகளில் வளைந்து வளைந்து கொட்டின. பெத்துராசு, ஆனந்தத்தை வெளிப்படுத்த பலமாய்ச் சீட்டியடித்தான் (சீட்டி - விசில்)

திடீரென்று, ஒரு கட்டத்தில் எங்களுடைய பேச்சும், சிரிப்பாணியும், 'கப்'பென்று நின்றன. மங்கிய நிலா வெளிச்சத்தில், காட்டு வெளி மரங்கள், செடிகொடிகள் உருவங்களாய் அசைவது போல் தெரிந்தன. கால்கள் தரையில் பாவாமல், கைகளை அசைத்து ஆடுகிற அரூபங்களாய்த் தோற்றமாகின.

பா. செயப்பிரகாசம்

எங்களுடைய கதைகளின் உலகத்தில் நடமாடியவர்கள், கடந்த காலங்களின் வீரர்கள் ; அல்லது கட்டுக்கதை நாயகர்கள்.

அவர்களுக்கு மத்தியில் எங்களையும் அறியாமல் அனிச்சையாய் எங்கள் நாக்கு நீதிக் கருப்பனைத் தொட்டுவிட்டது.

நாக்குக்கும் மனசுக்கும் இடையே ஒரு கயிறு இருக்கிறது. மனசில் பயத்தின் கயிறு இழுக்கப்பட்டவுடன், நாக்கு மேலண்ணத்தில் ஒட்டிக்கொள்ளும். எதிரே நின்று பட்டாக்கத்தி கைப்பிடித்து நீதிக்கருப்பன் நிற்பது போல், வயிறு புரண்டது.

அந்த மாவட்டத்தில் பெரிய களவாணி என்று பேரெடுத்தவன். குறவர் சாதி. ‘சாதியில குறக்குலமாம்; சண்டியர் என்ற விளம்பரமாம்’ என்ற மணிக்குறவன் கதைப்பாடல் அலாரிப்பு நீதிக்கருப்பனுக்கும் பொருந்தும். எங்கேயாவது ஒரு பொருள் களவு போனால், எவருடைய நகை, நட்டையாவது அத்துக் கொண்டு ஓடினால், அது அவன்தான் என்று சொல்லிவிடுவார்கள். இத்தனைக்கும் நீதிக் கருப்பன் ஒரு வீடு மாதிரி இன்னொரு வீட்டிலோ, ஒரு தடவை செய்தது போல் இன்னொரு முறையோ களவு செய்வது கிடையாது. ஒவ்வொரு களவும் ஒவ்வொரு நூதனம்.

ஒரு பெரியம்மா விடியக் கருக்கல் நாலு மணிக்கே எழுந்து பாத்திரம் துலக்குவது வழக்கம். ஒரு பாய்ச்சல் பாத்திரம் துலக்கி முடித்தவுடன், அடுத்த கட்டமாக முற்றம் தூத்து, தெளிக்க ஆரம்பிப்பாள்.

அவளுக்குக் கண்பார்வை மங்கல். எதிரே வருகிற மனுசர், இரட்டை இரட்டையாகத்தான் தெரியும். பகல் பட்டிலேயே எதிரே ஆள் நடமாடினால் நிழலாடுவது போல், கறுப்பாய்த் தெரியும். பாத்திரங்களை மருமகள் எடுத்துக் கொடுக்க அவள் முற்றத்தில் கொண்டு போய் வைப்பாள். எடுத்துக் கொடுத்துவிட்டு வந்து மருமகள் மறுபடி படுத்துக் கொள்வாள். இது தினசரி வழக்கமாக இருந்தது. அன்றைக்கும் மருமகள் கொடுத்ததை இவள் வாங்கி முற்றத்தில் வைக்க, முற்றத்தில் வைத்த பாத்திரங்களை ஒவ்வொன்றாய் வாங்கி,

சாக்குப் பையில் திணித்துக் கொண்டிருந்தான் நீதி கருப்பன். பாத்திரம் துலக்க, சாம்பலையும் நாரையும் எடுத்துக் கொண்டு வந்த பெரியம்மா பாத்திரங்களைக் காணாமல் வாயில், வயிற்றில் அடித்து அலறுகிறாள்.

நாரை பறக்காத 48 மடை ராசசிங்க மங்கலம் கண்மாய், கடல் மாதிரி கிடக்கிறது. கண்மாய்க்கு பெரிய, பெரிய திட்டுக்கள் உண்டு. தண்ணீர் பெருகிய காலங்களில் அந்தத் திட்டுகள், தீவு போல் காட்சி தரும். தண்ணீர் வற்றிப்போன காலத்தில், கண்மாயினுள் நடுத்திட்டுகள் வரை வெகுதூரம் சென்று ஆடுகள் மேயும்.

ஒரு சமயம், மந்தை ஆடுகளில் ஒரு சினையாடு தப்பிப் போய் திட்டில் மாட்டிக் கொண்டது. மழைக்காலம் ஆரம்பித்துவிட்டதால் வெள்ளம் பெருகி கண்மாய் நிறைந்துவிட்டது.

தப்பிய சினை ஆடு திட்டில் ஒதுங்கி, புல்லை மேய்ந்தது. கருவக்காய் மென்றது. கண்மாய்த் தண்ணீர் குடித்தது. திட்டிலேயே படுத்துக்கொண்டது. நரி, நாய் பயமில்லை. இரைக்குப் பஞ்சமில்லை. அங்கேயே குட்டிகள் போட்டு, பல்கிப் பெருகி ஒரு துண்டம் ஆடுகள் ஆகிவிட்டன (ஒரு துண்டம் 60 ஆடு; ஒரு மொய் 20 ஆடு)

வெகு வருசம் சென்று மழைத்தண்ணி இல்லாமல் வறண்டு போன கண்மாயினுள் போய்ப் பார்த்தபோது, ஒருதுண்டம் ஆடுகள் தனியே நிற்பதைக் கண்டு இடைப்பையன்கள் திகைத்தார்கள். அந்தச் சேதியை ஊருக்குள் சொல்லிவிட நான் முந்தி, நீ முந்தி என்று ஓடி வந்தார்கள். சேதி கிடைத்து, ஊர்க்காரர்கள் போய்ப் பார்ப்பதற்குள் ஒரு துண்டம் ஆடுகளும் மாயமாய் மறைந்துவிட்டிருந்தன.

மூன்று நாளாய் அந்தப் பக்கமே லாந்திக் கொண்டிருந்த நீதிக் கருப்பனை தேடி வந்தது இந்தத் துண்டம் ஆடுகள். ஒரு துண்டம் ஆட்டையும், யார் கண்ணுக்கும் தெரியாமல் அப்படியே லாவிக் கொண்டு வந்துவிட்டான் நீதிக்கருப்பன்.

(லாவுதல் - வளைத்து வாருதல்)

களவுகளை அவன் தேடிப் போவதுண்டு. தேடிப் போகிறபோது இன்ன களவை இப்படிச் செய்ய வேண்டும் என்று நேரலாம். காலம் பார்த்து, அதற்குண்டான தொழிற்கருவி தயாரித்து திட்டமிட்டுச் செல்வது உண்டு. அப்படி அல்லாமல் சந்தர்ப்பவசமாக களவே அவனைத் தேடி வருவது உண்டு. அப்படி வந்தது இந்த ஒரு துண்டம் ஆடுகள்.

வருகிற வழியில் ஒவ்வொரு ஊராய் ஒவ்வொரு ஆடாய் விலைபேசிக் கொண்டு வருகிறான். பணம் மடி நிறையக் கனத்து மடி கீழே இழுக்கிறது. சொந்த ஊருக்கு வருகிறபோது, நல்ல. மதமதர்ப்பான ஒரு கெடாய் மட்டும் மீதி.

பகற்பொழுதில் ராணி மங்கம்மாள் போட்ட சாலையில், புளியமர வரிசையைக் கடந்தபோது, பாலத்தின் மேல் ஒரு ஆள் உட்கார்ந்திருக்கிறான் 'நீதிக் கருப்பன் மாதிரி தெரியுது' என்று அப்படியே திரும்பி விட்டோம். கதைகளில் கேட்ட நீதிக் கருப்பனை நேரில் கண்டதால், வேக, வேகமாய்த் திரும்பினோம்.

நாங்கள் கேள்விப்பட்ட மட்டில், களவு ஒன்றை மட்டும்தான் அவன் கொண்டிருந்தான் என்பதில்லை. களவு தவிர மற்ற பழக்கங்கள் எதையும் அவன் விட்டுவிடவில்லை. குடி, சூது, பொய், தெத்துவாளித்தனம் என்று மற்றதுகளையும் சேகரித்துக் கொண்டான்.

கட்டின பெண்டாட்டிக்குக் கணவனாய் இல்லை. வீட்டுக்காரிக்கு சந்தோசம் என்பது இம்மியளவும் இல்லை. சதாகாலமும் ரங்கம்மாவை இம்சை பண்ணிக் கொண்டிருந்தான். அடிப்பது, உதைப்பது, தூக்கிப் போட்டு மிதிப்பது, இம்சைதான்.

ரங்கம்மா, ஆம்பிளை மாதிரி பலாட்டியமான ஆள். ரெண்டு பானை, மூணுபானை, தண்ணீர் கொள்கிற மொடாவை ஒத்தை ஆளாய்த் தூக்கிக் கொண்டு வருவாள். பச்சை மஞ்சனத்திமார் கட்டு. இளவட்டக் கல்லை அத்தாசமாய்த் தூக்கிப் போடுகிற இரண்டு இளவட்டங்கள் சேர்ந்துதான் தூக்கமுடியும். அந்தக் கட்டைத் தூக்கி ஒரே

மூச்சில் ஊர்கொண்டு வந்து சேர்த்துவிடுவாள்.

சூரியன் அடிதிரும்புகிற நேரம் (சாய்கிற நேரம்). புதூருக்கு ஒரு விசேஷத்துக்குப் போய்விட்டு திரும்புகிறபோது தண்ணியைப் போட்டுவிட்டு ரங்கம்மாவிடம் குள்ளமள்ளம் பண்ணியிருக்கிறான் நீதி. இடுப்பு அரிவாள் எப்போதும் அவனிடம் தொங்கும்.

(குள்ள மள்ளம் - வம்பு பண்ணுதல்)

"ஏலே, நீதி, நீ அழிமானம் ஆகிப் போவே" எச்சரித்தாள்.

பொறுத்துப் பொறுத்துப் பார்த்தாள் முடியவில்லை. இரண்டு காலையும் வாரிவிட்டு மல்லாக்க விழத் தட்டினாள். அவனோட இடுப்பு அரிவாளையே உருவி கழுத்தில் கொத்திவிட்டாள். விலுக், விலுக்கென்று உடம்பு இரண்டு முறை துடித்துச் சாய்ந்தது. கண்கள் நிலைகுத்தி வெறித்தன.

ரங்கம்மா அரிவாளை அப்படியே கையில் தூக்கிக்கொண்டு, எட்டு கி.மீ. தூரம் இருக்கிற புதூர் காவல் நிலையத்துக்கு நேரே நடந்துவிட்டாள்.

அந்தக் கதைதான் எங்களுக்கு எதிரே நின்று அன்று பயமுறுத்தியது. கொலை நடந்த இடம் சினிமா பார்த்துவிட்டு நடந்து வந்த நடுவழியில் இருக்கிறது.

நீதிக் கருப்பனை விடவும், நீதிக் கருப்பனின் கதை முடித்த ரங்கம்மா, எங்களுக்கு வீரதீர உருவமாகி விட்டாள். அவளை வெட்டிச் சாய்த்த கருவமரத்தடி இன்னும் வரலாற்றுச் சாட்சியாக நிற்கிறது.

நெடிய கதைப் பாடல்களில் சொல்லப்படுகிற வீராங்கனையாக, அந்த பால்ய காலங்களில் எங்களுக்கு ஆகிப் போனாள்.

"ரங்கம்மா வர்றா; வந்து

'லபக்னு' தூக்கிட்டுப் போயிருவா"

என்று பயமுறுத்துகிற பூத கணங்களில் ஒருத்தியாகிப் போனாள்.

பா. செயப்பிரகாசம்

மொட்டாந்தரை

'கோவேந்தரைக் கண்டதாரு, கோமணாண்டியைக் கண்டதாரு' என்பார்கள். காடை பிடிப்பதில் இரண்டு பேரும் சமம். காடைக்குக் கண்ணி போடுகிற கிறுக்குப் பிடித்து விட்டதென்றால், கோவேந்தனும் ஒன்றுதான், கோவணாண்டியும் ஒன்றுதான்.

சீட்டாட்டம், தாயக்கட்டம் உருட்டுவது போல் காடை பிடிப்பதும் ஒரு பொழுதுபோக்கு. பொழுது போக்காகக் தொடங்கி பொழுதண்ணைக்கும் அதே கிறுக்காய் ஆளை உருக்கி எடுத்துவிடும்.

ஒரு ஜமீன்தார், வில்வண்டியும் ஒரு ஜோடி மாடும் கொடுத்து, காடை வாங்கியதாகச் சொல்வார்கள். ஒரே ஒரு காடைக்குச் சன்மானம் அப்படி.

நன்றாக சன்னம் (சத்தம்) கொடுக்கிற காடையைப் பழக்கப்படுத்தி வைத்திருப்பார்கள். அந்த மாதிரி பழக்கமான காடை சன்னம் கொடுத்தால், ஒரே நேரத்தில் பத்துக் காடைகளும் விழுகும். இருபது காடைகளும் விழுகும்.

ஆண் காடைதான் சன்னம் கொடுக்கும். சத்தம் கொடுக்கிற காடைக்குச் சேவல் சத்தக் காடை என்று பேர். பெண் காடை - மடிப்புக் காடை, 'கிச்கிச்' என்று மடித்து, மடித்து அந்த இடத்துக்குள்ளேயே உள்ளடங்கிக் கேட்கும்.

சேவல் சத்தக் காடையின் குரல், நாதம் மாதிரி ஒரு கி.மீ. தூரம் கேட்கும். அந்த நாதத்தில் மயங்கி, மற்ற காடைகள் காடைத் தட்டு (கண்ணி) பக்கத்தில் இழுத்து வரப்படும். காடைத் தட்டில் மாட்டிக் கொண்ட வெடைப்பான காடைகள் சன்னம் கொடுக்க தேர்வு செய்யப்பட்டதும், மற்றது கறிச்சட்டிக்குப் போகும்.

காடை வெகு உயரம் பறக்காது. பூமியிலேயே பம்மி பம்மிப் பறக்கும். அதனால் காடைத் தட்டு அரை பாகம் உயரமே இருக்கும்படி பின்னுவார்கள்.

காடைகள் பிடிப்பட்டதும் பத்தாயத்தில் அடைத்து வைப்பார்கள். பத்தாயம், காடைகள் கழுத்து தட்டாதபடிக்கு ஒரு சாண் உயரத்தில் தட்டுத் தட்டாய் ஒரே அளவாய் இருக்கும்.

அழகர் செண்பகமும், கூட்டாளிகளும் காடைக் கண்ணியை எடுத்துக் கொண்டு ராத்திரி 11 மணிக்கு புறப்படுவார்கள். முதல் நாள் காடைச் சத்தம் எங்கே கேட்டது என்று அடையாளம் பார்த்து திரும்பியிருப்பார்கள். பக்கமாய் இருக்கிற பருத்திக்காடு, நாத்துக் காடு. பத்து கி.மீ. தூரம் இருக்கிற ஒட்டாரங்காடு, ஒடங்காடு, மொட்டாந்தரைக் காடாகவும் இருக்கும். இரண்டு மூன்று பேர் போய், தொயந்தடியாய் ஆளுக்கொரு காட்டில் கண்ணி விரிப்பார்கள்.

ஒரு காடை என்றாலும், அதைக் குறி வைத்தேதான் அழகர் செண்பகம் போவான். காடையும் சன்னம் கொடுத்தபடி ஏச்சங்காட்டிக் கொண்டே இழுத்துக் கொண்டு போகும். போய் எங்கயாவது பம்மிக் கொள்ளும். அதற்குப் பயம் கொடுத்திரும். அப்படி பயம் கொடுக்கையில், புசு புசுவென்றிருக்கும் அதன் நெஞ்சாம் பட்டையில் கைவைத்துப் பார்த்தால் சூடாய், வெதுவெதுப்பாய்த் துடிக்கும். பிறகு சத்தம் காட்டாது.

இன்றைக்கு இல்லை, நாளை -

நாளை இல்லை என்றால் மறுநாள் -

மறுநாள் இல்லை என்றால் அடுத்த நாள் -

பா. செயப்பிரகாசம்

அந்தக் காடையைப் பிடித்தே தீருவது என்று மொட்டாந்தரைக் காடெல்லாம் அலைவான் அழகர் செண்பகம்.

இங்கே துணி எடுப்பது, துவைப்பது, துறைக்குப் போவது என்று, ஏகாலிக் கடமைகள் பிந்திப் போகும். அழகர் செண்பகம் சலவைத் தொழிலாளி. அப்பனைப் பற்றி கவலைப்படாமல் மகனும், சம்சாரமும் துறைக்குத் துணி தப்பப் போவார்கள்.

மழைக்காலத்தில்தான் மீன்பாடு அதிகம் இருக்கும். மழைக்கு ஓடை, கால்வாய், ஆறு நிறைந்து புதுத் தண்ணி கடலில் ஏறுகிறபோது, தூசியும் துப்பட்டையுமாய் வருகிற மகிழை (அழுக்கை) சாப்பிட மீன் எதிர்த்தேறி வரும். அந்த நேரத்தில் வேம்பார்க் கடலில் கிடைக்கிற மீன்வகை வேறெங்கும் கிடைக்காது. மீன் கூடையைச் சுமந்து, லொங்கு, லொங்கு என்று லொக்கோட்டம் ஓடி, தேரிக்காட்டில் வந்து நிற்பார்கள் தலைச்சுமை வியாபாரிகள்.

ராத்திரி 11 மணிக்கு காடை வேட்டைக்குப் போகிற ஆட்கள், பத்து கி.மீ. தூரமுள்ள செம்மண் தேரிக்காட்டில் வேம்பார் கடல் முகத்துக்கு ‘மீன்பாடு’ பார்த்து திரும்புகிற தலைச்சுமை வியாபாரிகளை சந்திப்பார்கள். தேரிக்காட்டுக்கு வருகிறபோது சூரியன் நெற்றிக்கு வந்திருக்கும், தலைச்சுமை மீன் வியாபாரிகளுடனேயே ஊர் திரும்புவார்கள்.

தேரிக்காட்டுப் பதினி நல்ல ருசி. மீன் வாங்கப் போகிறபோது இவர்கள் ஊரிலிருந்து கம்பு, தவசம், தானியம் பனையேறிகளுக்குக் கொண்டு போய்க் கொடுப்பார்கள். ‘‘என்ன இருந்தாலும் ஒங்க ஊர்க் கம்பு மாதிரி ருசி வராதய்யா’’ என்பார்கள். பனையேறிகள் இவர்களைப் பார்த்ததும், மரத்திலிருந்தபடியே ‘பதினி சாப்பிட்டுப் போங்கய்யா’ என்று குறுத்தோலை மட்டையைக் கீழே போடுவார்கள். மட்டையை வாகாய்ப் பிடித்து கையில் கொடுத்தது ‘‘சாப்பிட்டு இளைப்பாறிப் போங்கய்யா’’ என்று பதினி சாப்பிடாமல் விட மாட்டார்கள். ஒருவேளைப் பதினி சாப்பிட்டால் இரண்டு வேளைச் சோறு முழுங்கின மாதிரி வயிறு ‘திம்’மென்று கிடக்கும்.

சூரங்குடியிலிருந்து, உடன்குடிவரை தேரிதான். பதினி இறக்குகிற மூன்று மாதம் பனங்காடுகளில்தான் பனையேறிகளுக்கு வாழ்க்கை. ஒரு நாளைக்கு மூன்று தரம் ஏறி இறங்குவார்கள். காலைப் பனை, பகல் பனை. அந்திப் பனை, காலையில் கலயம் எடுத்து பதினி வழித்துவிட்டு, கலயம் மாத்துவது போல் மத்தியானமும் சாயந்திரமும் பாளை சீவி கலயம் மாற்றுவார்கள்.

பாளை நுனியில், பதினியின் முதல் பால் பிசின் மாதிரி வழியும். பிளேடு மாதிரி இருக்கும் பாளைக் கத்தியால் நூலாம்படை அளவுக்குச் சீவிவிடுவார்கள். சீவி விடவில்லையென்றால், பிசின் கெட்டியாகி, அடைத்துக் கொள்ளும்.

சீவி விட்ட பாளை நுனியில் முட்டியைக் கட்டி விட்டால் சொட்டுச் சொட்டாய் நுரை வழியும், ஒரு மரத்தில் ஒரே நேரத்தில் பத்து பதினைந்து கலயங்கள் தொங்குவதுண்டு.

மண் கலயங்கள்தான் பதினிப் பக்குவத்துக்குப் பொருத்தம். பிளாஸ்டிக் அல்லது வேற பாத்திரங்கள் கட்டினால் வெளங்காது.

சுண்டைக்காய் ஊற வைக்கிற கணக்குப் போலத்தான். மண்பானையில் உப்புத் தண்ணியில் ஊறவைத்தால், தண்ணியை பானை கொஞ்சம் கொஞ்சமாய் உறிஞ்சிவிடும். தண்ணி, வற்றவற்ற சுண்டைக்காய்க்கு ஊடேயும் மேலேயும் உப்பு படியும். சுண்டைக்காய்க்குள் ஊறுகிற உப்புத்தான் ருசி. இப்போது பிளாஸ்டிக் குடங்களில் சுண்டக்காயை ஊற வைக்கிறார்கள். பிளாஸ்டிக் குடங்கள் தண்ணீரை எதுக்களித்துக் கொண்டே இருக்கும். உப்புத் தண்ணீரை உறிஞ்சுவதில்லை.

பதினி இறக்குகிற மூன்று மாதங்களுக்கு, தேரிக்காட்டிலேயே பனை ஓலை, மட்டைகளை வெட்டி குடிசை போடுவார்கள். குடிசையிலேயே படுத்துக் கொள்வார்கள். மரம் ஏறுகிற காலத்தில் குடும்பத்தில் கட்டுப்பாடாய் இருக்க வேண்டும். பெண் சேர்க்கை

கூடாது. திரேகத்தில் சக்தி இழப்பு இருக்கக் கூடாதாம். ஒரு நாளைக்கு மூன்று நேரம் ஏறி இறங்குவதால் கறி, மீன், முட்டை என்று மூணு நேரத்துக்கும் சத்துள்ள உணவு சேர்ப்பார்கள். ஆட்டுக் கறியை உப்புக் கண்டம் போட்டு வைத்துக் கொண்டு பயன்படுத்தும் பழக்கம் பனங்காட்டில் பிறப்பெடுத்தது, இதன் காரணமாகத்தான்.

வலது பக்க விலாவில்தான், பாளை சீவும் கதுமையான கத்தியைச் சொருகியிருப்பார்கள். அதனால் வலது கையை ஊனமுற்றது போல் ஒரு மாதிரி தூக்கி வைத்துக் கொண்டு நடப்பார்கள். அசந்து, மறந்து, கத்தியில் கைபட்டாலும், ரத்தப் பொலி கண்டுவிடும். பனை ஏற்றம் முடிந்த மூன்று மாதங்கள் கழித்தும் கூட, கொஞ்ச நாளைக்கு அவர்கள் வலது கையைத் தூக்கலாய் வைத்துக் கொள்ளும் பழக்கம் விட்டுப் போகாது.

அழகர் செண்பகம் கழுதையை 'மூதேவி வாகனம்' என்பான். மூதேவி வாகனத்தில் ஏறி, கோயில் கொமரெட்டையாபுரம் என்று சொல்லப்படுகிற ஊருக்குத் தேர்த் திருவிழாவுக்குப் போனார்களாம். கோயில் முன்னால் நீராவி (நீராழி) மண்டபம். நீராவி மண்டபத்திற்கு பின்புறம் ஒரு தோப்பு. அது காடைத் தோப்பு. அங்கேதான் இவர்கள் மூதேவி வாகனத்தில் வர, ஜமீந்தார் குதிரை வாகனத்தில் வர, ஒரு காடைக்கு ஈடாக, வில்வண்டியும் மாடும் கொடுத்து மாற்றிக் கொண்டாராம் ஜமீந்தார். காடைத் தோப்பு என்று பெயரானது இப்படித்தான் என்று ஒரு கதை இருக்கிறது.

இது காடை பிடிப்பவர்கள் தங்களுக்காகப் பின்னிக் கொண்டதா, அல்லது கோயில் கொமரெட்டையாபுரம் என்ற ஊருக்குப் பெருமை சேர்க்கப் பின்னிய கதையா தெரியவில்லை.